ஓரியண்ட் எக்ஸ்பிரஸ்

அகதா கிறிஸ்டி

தமிழில்:

கொரட்டூர் கே.என்.ஸ்ரீனிவாஸ்

கண்ணதாசன் பதிப்பகம்

23, கண்ணதாசன் சாலை,
தியாகராய நகர்,
சென்னை-600017.
தொலைபேசி: 24332682
மதுரை ❖ கோவை ❖ பாண்டி ❖ வேலூர்

Copyright © 2011 - Agatha Christie Ltd., A Chorion company - All rights reserved

முதற் பதிப்பு: மே, 2011
இரண்டாம் பதிப்பு : மே, 2023

E-mail: sales@kannadasan.co.in
Our Website: www.kannadasan.co.in

பதிப்பாசிரியர்: காந்தி கண்ணதாசன்

எச்சரிக்கை

காப்பிரைட் சட்டத்தின் கீழ் பதிவு பெற்றுள்ள இந்நூலில் இருந்து எப்பகுதியையும் முன் அனுமதியின்றி பிரசுரிக்கக்கூடாது. தவறினால் சிவில், கிரிமினல் சட்டங்களின்படி நடவடிக்கை எடுக்கப்படும்.

-காந்தி கண்ணதாசன் பி.ஏ., பி.எல்.,

No Part of this book may be reproduced or transmitted in any form or by any means electronic or mechanical including photocopying or recording or by any information sotrage and retrieveal system without permission in writting from Gandhi Kannadhasan, B.A., B.L., Chennai.
Any Violations of these conditions, legal action will be intiated in civil and criminal proceedings under the Copyright Act 1957.

Published in arrangement with Agatha Chiristie Ltd, a Chorion company London, United Kingdom

Price Rs: 400 /-

ORIENT EXPRESS - *Tamil Translated from the English Original Murder on the Orient Express*

- Written By : AGATHA CHRISTIE
- Translated By : Dr. KORATTUR K.N.SRINIVAS
- Second Edition : May 2023
- Publishing Editor : Gandhi Kannadhasan
- Published By : Kannadhasan Pathippagam
  23, Kannadhasan Salai,
  Thiyagaraya Nagar, Chennai - 600 017.
  Ph: 044-24332682 / 8712 / 9884822125

ISBN: 978-81-8402-655-9

Our Branches :

- No: 1212, Range Gowder Street, **Coimbatore** - 641001
  ☎ : 0422 - 4980023 / 98848 22139
- No.1, Annai Complex, III Street, Vasantha Nagar, **Madurai**-625 003.
  ☎ : 0452 - 4243793 / 98848 22126
- No. 37, Bharathy Street, **Puducherry** - 605 001.
  ☎ : 0413 - 4201202 / 98848 22128

Printed at : **Kannadhasan Pathippagham**

மொழிபெயர்ப்பாசிரியரின் நூல் அறிமுகம்

அகதா கிறிஸ்டியின் நாவல்களை என் மொழி பெயர்ப்பில் வரிசையாய்த் தமிழில் கொண்டு வரும் பொன்னான வாய்ப்பினை எனக்கு வரமாக்கியுள்ள இறைவனுக்கும், இதற்கு முழு ஒத்துழைப்பு தரும் கண்ணதாசன் பதிப்பகத்துக்கும் நன்றி சொல்லிக்கொண்டு, இவ்வரிசையின் அடுத்த நாவலை, இதோ அறிமுகம் செய்கின்றேன்.

ஒரு பெரிய ட்ரெயின். பல கோச்சுகளில் ஒரு குறிப்பிட்ட கோச்சில் கதை அமைகின்றது. இதில் பல நாட்டவரும் பயணிக்கும் நிலையில், இவர்களில் ஒருவர் கொல்லப்படுகின்றார். பனிச்சறுக்கில் ட்ரெயின் சிக்கிக் கொண்டு நின்றுவிட்ட பிறகே கொலை நிகழ்ந்துள்ளதால், யாரும் வெளியிலிருந்து வந்து கொன்றிருக்க முடியாது. இதே கோச்சில் இருக்கும் சொற்பமான பயணிகளில் யாரோதான் கொன்றிருக்கிறார்கள்.

யார் அது?

கொன்றது ஏன்?

இதுதான் ப்ளாட்.

எந்த சாட்சியையும் ஒளிவு மறைவின்றி ஆரம்பம் முதலே முன்னால் விரித்துப் போட்டுவிடுவது அகதாவுக்கு வாடிக்கை. இதனை ஒரு சவால் என்றும் சொல்லலாம்.

'இப்படிச் செய்தும், என் அருமை வாசகரே... கொலையாளியைக் கண்டுபிடிக்க முடிகிறதா என்று பாருங்கள்...' எனும் ஆரோக்கியமான சவால்!

ஆகவே, *Murder on the Orient Express* எனும் இக்கதையை ஆரம்பம் முதலே கண்கொத்திப் பாம்பாய்ப் படித்தேன். ம்ம். நான் வழக்கப்படி தோற்றதுதான் மிச்சம். முதல் ஓரிரு அத்தியாயங்களிலேயே கதையின் உச்சகட்டத்தைப் பொத்தி வைத்துத் தந்திருக்கின்றார் அகதா. ஆனால் ச்சே... என்னால் கண்டுபிடிக்க முடியாமல் போய்விட்டதே...!

எனவே கதையின் எந்தவொரு அங்கத்தையும் விட்டுவிடாமல் நினைவில் வைத்துக்கொண்டு நீங்கள் முன்னேறினால், கொலையாளியை, அவனது முகத்திரை கிழியும் 29ஆம் அத்தியாயத்துக்கு முன்னாலேயே நீங்கள் நிச்சயம் கண்டுபிடித்து விடலாம்.

இதோ, உங்களுடன் நானும் ஓரியண்ட் எக்ஸ்பிரஸ்ஸில் வரப் போகிறேன். பார்க்கலாம், ஜெயிக்கிறீர்களா என்று!

அன்புடன்,

முனைவர் கே என். ஸ்ரீனிவாஸ் Ph.D.,
மனை எண் 252, இரண்டாவது தெரு,
கொரட்டூர், சென்னை - 600 080.
தொலைபேசி: 044 - 2635 8948
மின்னஞ்சல்: srinivaskns@yahoo.co.in

பொருளடக்கம்

பாகம் 1: நிஜங்கள்

1. டவுரஸ் எக்ஸ்பிரஸின் முக்கிய பிரயாணி
2. டொகாட்லியன் ஓட்டல்
3. பொய்ரெட் ஒரு வழக்கை மறுத்தார்
4. இரவு நேரத்து அலறல்
5. கொலை
6. ஒரு பெண்?
7. உடல்
8. ஆர்ம்ஸ்ட்ராங் கடத்தல் கேஸ்

பாகம் 2: சாட்சிகள்

1. வாகன் லிட் கண்டக்டரின் சாட்சி
2. செகரட்டரியின் சாட்சி
3. பணியாளின் சாட்சி
4. அமெரிக்கப் பெண்மணியின் சாட்சி
5. ஸ்வீடன் பெண்மணியின் சாட்சி
6. ரஷ்ய இளவரசியின் சாட்சி
7. பிரபு ஆன்ட்ரநேயீ மற்றும் அவரது மனைவியின் சாட்சிகள்
8. கலோனல் ஆர்புத்ராட்டின் சாட்சி
9. மிஸ்டர் ஹார்ட்மேனின் சாட்சி

10. இத்தாலியனின் சாட்சி
11. மேரி டெபன்ஹாமின் சாட்சி
12. ஜெர்மன் பெண்மணியுடைய பணிப்பெண்ணின் சாட்சி
13. பிரயாணிகள் தந்த சாட்சிகளின் பொழிப்புரை
14. ஆயுதம் தந்த சாட்சி
15. பிரயாணிகளின் லக்கேஜ்கள் தந்த சாட்சி

பாகம் 3: ஹெர்குல் பொய்ரெட் அமர்ந்து சிந்திக்கின்றார்

1. இவர்களில் யார்?
2. பத்து கேள்விகள்
3. வழிகாட்டும் சில குறிப்புகள்
4. ஹங்கேரியன் பாஸ் போர்ட்டிலிருந்த மெழுகுக் கறை
5. இளவரசி ட்ரகோ-மிராஃப்பின் முழுப் பெயர்
6. கலோனல் ஆர்புத்ராட்டுடனான இரண்டாவது சந்திப்பு
7. மேரி டெபன்ஹாமின் அடையாளம்
8. மேலும் ஆச்சரியமான கண்டுபிடிப்புகள்
9. பொய்ரெட் தந்த இரண்டு தீர்ப்புகள்

பாகம் 1
நிஜங்கள்

அத்தியாயம் 1

1. டவுரஸ் எக்ஸ்பிரஸின் முக்கிய பிரயாணி

I

ஸிரியாவில் அது ஒரு குளிர்காலக் காலை நேரம். ஐந்து மணி. ரயில்வே கையேடுகளில் டவுரஸ் எக்ஸ்பிரஸ் என்று பிரதானப்படுத்தப்பட்டு அச்சாகும் ரயில் தற்சமயம் அலப்போ ரயிலடியில் தனக்கான ப்ளாட்பாரத்தில் நின்று கொண்டிருந்தது. இதில், ஒரு சமையலறை மற்றும் சாப்பிடும் பகுதி, படுக்கை வசதி கொண்ட ஒரு பகுதி மற்றும் இரண்டு லோக்கல் பகுதிகள் இருந்தன.

படுக்கை வசதி கொண்ட பெட்டிகளின் நுழைவுப் படிக்கட்டுகளருகே ஓர் இளைய பிரெஞ்சுக் காவலன் பொருத்தமான யூனிஃபார்மில் விறைப்பாய் நின்று கொண்டிருந்தான். இவன், காது மூக்கு என எல்லாவற்றையும் மஃப்ளரால் மூடிக் கொண்டு வெறும் பிங்க் நிற நுனிமூக்கும் மேல்நோக்கிச் சுருட்டப்பட்டிருந்த மீசை தவிர வேறெந்தப் பாகமும் தெரியாதபடியிருந்த ஒரு குள்ள மனிதனுடன் உரையாடலில் இருந்தான்.

உறைநிலைக்குக் கீழே குளிர் போயிருந்தது. ஒரு முக்கியமான புதுமனிதனை ரயிலில் கவனமாய் ஏற்றி விடுமாறு தனக்கு இடப்பட்ட கட்டளையை நிறைவேற்ற வந்திருக்கும் காவலன், அக்கட்டளையைச் செவ்வனே முடித்துக் கொண்டிருந்தான். சீரான பிரெஞ்சு மொழியில்

அமைக்கப்பட்ட கனிவான வாக்கியங்கள் அவனுடைய உரையாடலின்போது விழுந்து கொண்டிருந்தன. இவனுக்கு நடந்த அத்தனையும் தெரியும் என்று சொல்லிவிட முடியாது. அஃப்கொர்ஸ் இப்படிப்பட்ட வழக்குகளில் வழக்கமாய் நிலவும் கிசுகிசுக்கள் இதிலும் ஏகமாய் உலவின. இவனுடைய ஜெனரலின் பொறுமை நாளுக்கு நாள் தன்னிலை இழந்தது. அப்போதுதான் இந்த பெல்ஜியம் நாட்டுப் புதுமனிதர் வந்து சேர்ந்தார் - இங்கிலாந்திலிருந்து படையெடுத்து அழைத்து வரப்பட்டதாய்க் கேள்வி. இதற்குப் பிறகு சில சம்பவங்கள் நடந்தன; மிகவும் பொறுப்புமிக்க ஓர் அதிகாரி தற்கொலை பண்ணிக் கொண்டார்; இன்னொருத்தர் தன் பணியை இராஜினாமா செய்தார். பரபரப்பாய் இருந்த முகங்கள் எல்லாம் பரபரப்பினைத் திடுதிப்பென்று விட்டன... சிற்சில மிலிட்டரி கட்டுப்பாடுகளும் தளர்த்திக் கொள்ளப்பட்டன. பிறகு, இதே இளைய பிரெஞ்சு காவலனின் முதலாளி ஜெனரல், மளமளவெனப் பத்து வருடங்கள் வயது குறைந்து விட்டவரைப்போல துறுதுவென்றானார்.

இங்கிருக்கும் புதுமனிதனுக்கும் தனது ஜெனரலுக்கும் இடையே நடந்த ஒரு சம்பாஷணையின் ஒரு சிறு பகுதியை இவன் கேட்டிருக்கிறான். "நீங்க எங்களைக் காப்பாத்திட்டீங்க ஜென்டில்மேன்'' என்று உணர்ச்சிவயப்பட்டுச் சொன்னார் ஜெனரல், அப்படிச் சொல்லும்போது அவருடைய நரைத்த கனமான மீசை அதிருமளவுக்கு. "நீங்க எங்க ப்ரெஞ்சு பட்டாளத்தின் மதிப்புமிகு ஸ்தானத்தையே காப்பாற்றித் தந்திருக்கீங்க - பலர் சிந்தியிருக்க வேண்டிய இரத்தத்தைத் தடுத்திருக்கீங்க! என் சின்ன விண்ணப்பத்தை ஏற்று நீங்க வந்து பண்ணியிருக்கும் இந்த உபகாராத்துக்கு நான் எப்படி நன்றி சொல்லப் போறேன்? இத்தனை தூரம் மெனக்கெட்டு நீங்க வந்து - எங்களுக்கு உதவி செய்து---''

அகதா கிறிஸ்டி 11

இதற்கு இந்தப் புதுமனிதன் (ஹெர்குல் பொய்ரெட் என்பது பெயர்) ''ஒரு முறை நீங்க என் உயிரையே காப்பாத்தினதை நான் மறந்துட முடியுமா என்ன?'' என்ற மிகப்பொருத்தமான பதிலைத் தந்தார். அது தங்களுடைய சேவை என்று தன் பங்குக்கு பொருத்தமான பதிலை ஜெனரல் தர, பிரான்ஸ்பற்றி அவர் அதிகம் பேசி, பெல்ஜியம்பற்றி இவர் அதிகம் பேசி, இந்நாடுகளின் பெருமைகளைபற்றிப் பரஸ்பரம் பேசி, ஒருத்தருக் கொருத்தர் பாராட்டிப் பெருமை பேசி, இவ்வாறாய் அவர்களின் உரையாடல் போனது! மனதாரப் பேசிய உண்மையான வசனங்கள் பிறகு முடித்துக் கொள்ளப்பட்டன.

இத்தனை உணர்ச்சிபூர்வ வசனங்கள் பேசப்பட நிஜக்காரணம் என்ன என்பது இவனுக்கு இன்னமும் விளங்காத இருட்டுதான்... ஆயினும், மிஸ்டர் பொய்ரெட் டவுரஸ் எக்ஸ்பிரஸில் பத்திரமாய்க் கிளம்புகிறார் என்பதை ஊர்ஜிதப்படுத்திக் கொள்ள வந்திருக்கும் இவன், தனக்கு முன்னாலிருக்கும் பிரகாசமான இராணுவ எதிர்காலத்தை மனதில் கொண்டு, சுறுசுறுப்பாய் இயங்கிக் கொண்டிருந்தான்.

''இன்னிக்கு ஞாயிறு'' என்றான். ''நாளைக்கு, திங்கள் சாயந்திரம், நீங்க ஸ்டாம்பூல்'ல இருப்பீங்க.''

இப்படியொரு டயலாக்கை இவன் சொல்வது இது முதல்முறை கிடையாது. ஒரு ரயில் கிளம்புவதற்கு முன்னால் பிளாட்பாரத்தில் நின்றுகொண்டு பேசப்படும் வசனம், எத்தனை முறையானாலும் அத்தனை முறையும் இப்படியேதான் சொல்லப்படுகின்றன!

''ஆமாமாம்'' என்று ஒப்புக்கொண்டார் பொய்ரெட்.

''நீங்க அங்கேயே ஓரிரு நாட்கள் தங்க விரும்புவதாக நினைக்கிறேன்?''

‘‘ஆமாம். நான் இதுவரை பார்த்திராத ஒரு ஸிட்டி, ஸ்டாம்பூல். அதைப் பார்க்காம அதைக் கடந்து போவது சரியில்லைனு பட்டுது.’’ பின் தொடர்ந்தார்: ‘‘வேற ஜோலி ஒண்ணும் அங்கே கிடையாது. ஒரு சுற்றுலா பயணியா சில நாட்கள் அங்கேயிருப்பேன்.’’

‘‘அங்கிருக்கும் லே செயின்ட் ஸோஃபி... ரொம்ப பிரமாதமா இருக்கும்’’ என்ற இவன், இதுவரை அங்கு போனதே கிடையாது.

ஒரு கொத்து கடுங்குளிர்க்காற்று, ப்ளாட்பாரத்தில் விஸிலடித்தபடி நகர்ந்தது. இரு ஆடவர்களும் நடுங்கினார்கள். நாசூக்காகத் தனது கைக்கடியாரத்தை நோட்டமிட்டான் இவன். ஐந்தடிக்க ஐந்து நிமிடம் - வெறும் ஐந்தே நிமிடம்தான் உள்ளது!

தான் கைக்கடியாரத்தைத் திருட்டுத்தனமாய்ப் பார்த்ததைக் குள்ள மனிதர் கவனித்திருப்பாரோ என்ற எண்ணத்தில் மளமளவென்று மீண்டும் உரையாடலுக்குள் புகுந்தான் இவன்.

‘‘இந்தக் குளிர்க்காலத்துல ரொம்ப கம்மியான ஆட்கள்தான் பிரயாணிப்பாங்க.’’ - அந்தப் படுக்கை வசதி கொண்ட பெட்டியைப் பார்த்தபடி சொன்னான்.

‘‘ஆமாமாம்’’ என ஒப்புக்கொண்டார் பொய்ரெட்.

‘‘டவுரஸ்ல போகும்போது பனியால் உங்க பிரயாணம் தடையாகிடக் கூடாதுனு வேண்டிப்போம்!’’

‘‘அப்படிக்கூட ஆகிடுமா?’’

‘‘நடந்திருக்கு. ஆனா இந்த வருஷம் இன்னமும் அப்படி ஆகலே... பார்ப்பம்.’’

‘‘ஓ கே’’ என்றார் பொய்ரெட். ‘‘இங்கிலாந்துலிருந்து வரும் வானிலை அறிக்கையும் மோசமாத்தானிருக்கு.’’

‘‘ரொம்ப மோசமா. பனி கொட்டுதாமே...’’

‘‘ஜெர்மனியிலும். நான் கேள்விப்பட்டேன்.’’

இங்கு இன்னுமொரு அமைதி உருவாகும் நிலை தோன்றியதால் அவசரமாக, ‘‘நாளைக்கு ராத்திரி ஏழு நாப்பதுக்கு நீங்க கான்ஸ்டன்டீன்பூல்’ல இருப்பீங்க’’ என்றான் இவன்.

‘‘யெஸ்’’ என்ற பொய்ரெட், பேச வேறு எந்தப் பொருளும் அகப்படாததால் பரிதாபமாய் ‘‘நானும், லே செயின்ட் ஸோஃபி ரொம்ப அழகா இருக்கும்னு கேள்விப்பட்டிருக்கேன்’’ என்றார்.

‘‘பிரம்மாண்டம்’’ என இவன் திருத்தினான்.

ப்ளாட்பாரத்தில் நின்றபடி உரையாடலிலிருந்த இவர்களுடைய தலைக்கு மேலே, படுக்கை வசதி கொண்ட ஒரு பெட்டியின் ஜன்னல் திரைச்சீலை தற்போது ஒரு பக்கமாய் இழுக்கப்பட்டது.

மேரி டெபன்ஹாம், சென்ற வியாழக்கிழமை பாக்தாதிலிருந்து கிளம்பியது முதல் மிகக் குறைச்சலாகவேதான் தூங்கியிருந்தாள். ட்ரெயினிலும் சரி, ரெஸ்ட் ஹவுஸிலும் சரி, இரவிலும் சரி... ம்ம், மேரி திருப்தியாய்த் தூங்கவில்லை. இப்போதும், கடுங்குளிருக்காகக் கடுமையாய் உஷ்ணப்படுத்தப்பட்டிருந்த தனது கம்பார்ட்மெண்ட்டில், உறக்கமின்றி எழுந்து கொண்டு வெளியே எட்டிப் பார்க்கின்றாள்.

இது அலப்போ’வாய் இருக்க வேண்டும். வெளியில் பார்க்க ஒன்றும் தென்படவில்லை. நீளமான, சரியாய் விளக்குகள்கூட இல்லாத ஒரு ப்ளாட்பார்ம். எங்கோ அரேபிய மொழியில் இடம்பெறும் போர்ட்டர் வாக்கு வாதங்கள். இவளுடைய ஜன்னலுக்குக் கீழே இரண்டு ஆடவர்கள் பிரெஞ்சு மொழியில் பேசிக் கொண்டிருக் கின்றார்கள். ஒருத்தன் பிரெஞ்சு காவல்துறையினன். மற்றவர் முகம் முழுக்க மீசை கொண்ட ஆசாமி.

சன்னமாய்ச் சிரித்துக் கொண்டாள் இவள். இப்படி தன் உடம்பு முழுக்கத் துணிகளால் கட்டிக்கொண்ட ஒருத்தனை இதுவரை மேரி பார்த்ததே இல்லை. ஆக வெளியே குளிர் கடுமையாய் இருக்க வேண்டும். அதனால்தான் ரயிலுக்குள் இந்த அளவுக்கு உஷ்ணம் ஏற்படுத்தியிருக்கின்றார்கள். ஜன்னலைக் கீழ்நோக்கித் தாழ்த்தப் பார்த்தாள், ஆனால் அது மசியவில்லை.

ரயிலின் நடத்துநர் இரு ஆடவர்களையும் நெருங்கியிருந்தான். வண்டி கிளம்பப் போகின்றது என்றான் அவன். தயவுசெய்து உள்ளே ஏறுமாறு கேட்டுக் கொண்டான். குள்ள மனிதர் தனது தொப்பியினை அகற்றினார். தனக்குள் இருந்த கலவரமான சிந்தனைகளுக்கு நடுவிலும் மேரி சிரித்து விட்டாள். இவருக்குத்தான் கோழி முட்டையைப்போல என்ன ஒரு தலை! கேலிக்கூத்தாய்த் தோன்றும் ஆசாமி. முக்கியத்துவம் தந்து ஒருவராலும் கவனிக்கப்படாத வகை.

ஏறவே பிடிக்காத தொனியில் ட்ரெயினுக்குள் ஏறினார் பொய்ரெட். கண்டக்டர் அவருக்குப் பின்னால் ஏறினான். பொய்ரெட் இளைய பிரெஞ்சு காவலனுக்குக் கையசைத்து விடை தர, தன் பணியை ஓர் இறுதி சல்யூட்டுடன் முடித்துக் கொண்டான் இவன். ரயில், ஒரு பெரும் குலுக்கலுடன் முன்னோக்கி நகர ஆரம்பித்தது.

''ப்ர்ர்ர்ர்ர்'' என்று வெடவெடத்தான் இவன், என்ன ஒரு கடுங்குளிரில் தான் திண்டாடிக் கொண்டிருக்கிறோம் என்பதை முழுக்க உணர்ந்தபடி...

II

''பாருங்க, ஜென்டில்மேன்'' - கண்டக்டர் நாடகப் பாணியில் கையை விரித்துப் பொய்ரெட் தங்கியிருக்கும்

கம்பார்ட்மெண்ட்டின் அழகினையும் அவருடைய உடைமைகளை அடுக்கியிருந்த சுத்தத்தையும் சுட்டிக்காட்டினான். ''ஐயாவுடைய சின்ன பையை, இதோ இங்கே வெச்சிருக்கேன்.''

அது எங்கே என்று இவன் நீளமாய் விரித்துக் காட்டிய வலக்கை விவரித்தது. தன் லக்கேஜின்மீது சில மடிக்கப்பட்ட கரன்ஸிகளை அவர் வைத்தார்.

''நன்றி, நன்றி மாஸ்டர்'' என்ற கண்டக்டர் மேலும் சுறுசுறுப்பானான். ''என்கிட்டே ஐயாவோட டிக்கெட் இருக்கு. நான் உங்களோட பாஸ்போர்ட்டை எடுத்துக்கறேன், ப்ளீஸ். ஸ்டாம்பூல்ல ஐயா பிரயாணத்தை நிறுத்திப்பதா கேள்விப்பட்டேன்.''

பொய்ரெட் ஏற்றுக் கொண்டார். கேட்டார்: ''இதுல நிறைய பேர் பிரயாணம் பண்ணல போலிருக்கு?''

''ஆமாம் ஸார். இதுல மேற்கொண்டு ரெண்டே ரெண்டு பிரயாணிங்கதான் இருக்காங்க - ரெண்டும் ஆங்கிலேயங்க. இந்தியாவிலிருந்து வரும் ஒரு கலோனல். பாக்தாதிலிருந்து வரும் ஒரு யங் இங்கிலீஷ் லேடி. ஐயாவுக்கு ஏதாவது வேணுமா?''

ஐயா, ஒரு சின்ன பாட்டில் தண்ணீர் கேட்டார்.

காலை ஐந்து மணி என்பது ட்ரெயினில் ஏற பொருந்தாத ஒரு நேரமாகும். விடிய இன்னமும் ரெண்டு மணிநேரம் இருந்தது. இரவில் சரியான தூக்கம் அமையாததாலும் ஒரு நுணுக்கமான கேஸை அம்சமாய் முடித்து விட்ட திருப்தியாலும், அங்கு இருக்கையில் சுருண்டு படுத்த பொய்ரெட் தூங்கிப் போனார்.

அவர் கண்விழித்தபோது மணி ஒன்பதரை. ஒரு கப் காபிக்காக ரெஸ்டாரண்ட் பகுதி நோக்கிப் போனார் பொய்ரெட்.

அங்கு ஒரேயொரு பெண்மணிதான் இருந்தாள். கண்டக்டரால் பேசப்பட்ட இளைய காரிகைதான் அவள் என்பது வெளிப்படையாய்ப் புரிந்தது. அவள் உயரமாய், ஒல்லியாய், இருண்ட நிறத்தில் இருந்தாள். இருபத்தியெட்டு வயது இருக்க வேண்டும். அவள் காலை சிற்றுண்டியைச் சாப்பிட்ட விதத்திலும், காபிக்காக வெயிட்டரைக் கூப்பிட்ட வேகத்திலும் நிரம்பியிருந்த துணிவான லகுத்தன்மை, உலக ஞானமும் பிரயாண அனுபவமும் அவளுக்கு நிறைந்துள்ளன என்பதை முன்னிறுத்தின. குளிருக்காகச் சூடு கூட்டப்பட்டிருந்த ரயிலுக்குள் பொருந்துமாறு, புத்திசாலித்தனமாகத் தெரிந்தெடுக்கப்பட்ட மெலிதான உடை அணிந்திருந்தாள்.

வேறு பண்ணுவதற்கு எதுவும் இல்லாத பொய்ரெட், தான் செய்வது வெளியில் தெரிந்து விடாதபடிக்கு, அவளைக் கூர்மையாய்ப் படிப்பதில் இறங்கினார்.

அவர் தீர்மானித்தார்: தான் எந்த இடத்தில், எந்தச் சூழ்நிலையில் இருந்தாலும் தன்னைத்தானே லகுவாய் கவனித்துக் கொள்ளும் வகை அவள். அவளுக்கு அதிகார தொனி உள்ளது. சூட்டிகை இருக்கிறது. அவளுடைய வடிவமைப்பில் இருந்த சீரான தன்மையையும், நுண்மையான அவளுடைய தோலின் வழுவழுப்பையும் கூட அவர் ரசித்தார். கரிய தலையின் அலைஅலையான கூந்தல், எதற்கும் துணிந்த பாகுபாடற்ற அந்த நீலநயனங்கள்! ஆயினும் அவளிடம் தெரியும் சூட்டிகை சில சமயங்களில் நழுவிவிடக்கூடும் என்றும் கணித்தார்.

தற்சமயம் இன்னொரு ஆளும் ரெஸ்டாரண்ட் பகுதிக்குள் நுழைந்தான். அவன் நாற்பதுக்கும் ஐம்பதுக்கும் இடைப்பட்ட ஒரு நெட்டையான ஆசாமி. ஒல்லி தேகம். மாநிறத் தோல். நெற்றிப் பொட்டுக்கருகே லேசாய் நரைக்க ஆரம்பித்திருந்த கேசம்.

''இந்தியாவிலிருந்து வரும் கலோனல்'' - பொய்ரெட் தனக்குத்தானே சொல்லிக் கொண்டார்.

நுழைந்த ஆசாமி அவளுக்கு ஒரு வணக்கம் வைத்தான். ''குட் மார்னிங் மிஸ் டெபன்ஹாம்.''

''குட் மார்னிங், கலோனல் ஆர்புத்ராட்.''

எதிரிலிருந்த நாற்காலியில் ஒரு கையை ஊன்றியபடி நின்றுகொண்டிருந்தார் கலோனல்.

''ஏதாவது ஆட்சேபணை?''

''சேச்சே. உட்காருங்க.''

''வெல், காலைச் சிற்றுண்டி, நிறைய வம்பு பேசிக்கிட்டே சாப்பிடுமளவுக்கான நீளமானது கிடையாது.''

''நான் நிறைய வம்பு பேசுவது கிடையாது.''

இப்போது கலோனல் உட்கார்ந்தார். ''பாய்'' என்று அழைத்தார். ''முட்டை. காபி.''

அவனிடம் பேசும்போது அவருடைய கண்கள் கணநேரம் பொய்ரெட்டின்மீது பதிந்தன. உடனேயே, பிரயோஜனமற்ற ஒன்றைப் பார்த்து விட்டதைப்போல அக்கண்கள் விலகின. அப்போது அவர் என்ன நினைத்திருப்பார் என்பது பொய்ரெட்டுக்குத் தெரியும்: 'பிரயோனமற்ற ஒரு ஜடம்...'

அவர்கள் அறிவித்துக் கொண்டதைப்போலவே இருவரும் அதிகம் பேசிக்கொள்ளவில்லை. தற்சமயம் அவள் எழுந்து கொண்டு அவளது பெட்டிக்கே திரும்பிச் சென்றாள்.

லஞ்ச் சமயத்தில் அந்த இருவரும் ஒரே டேபிளையே பகிர்ந்து கொண்டனர்... இம்முறையும் மூன்றாவதாய் ஒரு பிரயாணி இருக்கிறான் என்பதையே இருவரும் மறந்து போயினர். அவர்களுடைய உரையாடல் காலைச் சிற்றுண்டியில் இருந்ததைவிடவும் கலகலப்பாய் இருந்தது.

கலோனல் ஆர்புத்ராட் பஞ்சாப்பற்றிப் பேசினார்... அவ்வப்போது பாக்தாத்பற்றி அவளிடம் கேட்டார். அதிலிருந்து அவள் அங்கு ஒரு பணியாளாய் இருந்திருக்கிறாள் என்பது தெரிய வந்தது. பேச்சின்போது இருவருக்கும் பொதுவான சில நண்பர்களைப்பற்றி இருவரும் அறியநேர, அது, அவர்களிடையே இறுக்கம் தளர்வதற்கும் நட்பு இறுகுவதற்கும் ஓர் உடனடி வழியாய் ஆனது. அவள் நேராய் இங்கிலாந்துக்கே போகின்றாளா அல்லது ஸ்டாம்பூலில் இறங்கிக் கொள்கின்றாளா என்று கேட்டார் கலோனல்.

"நான் நேரா போறேன்."

"அய்யய்யோ... ஏன் அப்படி?"

"நான் ரெண்டு வருஷத்துக்கு முன்னாடி இதே பகுதிக்கு வந்திருக்கேன். அப்போ ரெண்டு மூணு நாள் ஸ்டாம்பூல்'ல கழிச்சேன்."

"ஓ அப்படியா. நீ இறங்காம நேரா போவது எனக்கு சந்தோஷம். ஏன்னா, நானும் நடுவுல பிரயாணத்தை நிறுத்தாம நேராத்தான் போறேன்."

சின்னதாய் கன்னம் சிவந்து கொண்டு கேவலமாய் ஒரு வணக்கத்தை மீண்டும் வைத்தார் அவர்.

"சட்சட்னு உணர்ச்சிவயப்படும் பய, நம்ம கலோனல்" - எண்ணிக்கொண்டார் பொய்ரெட்.

தனக்கும் இதில் சந்தோஷமே என்றாள் டெபன்ஹாம். சொன்ன விதத்தில் பணிய வைக்கும் போக்கு மிகுந்திருந்தது.

டெபன்ஹாமுடன் சேர்ந்து கொண்டு அவளுடைய கம்பார்ட்மெண்ட் வரை போனார் கலோனல். இதை பொய்ரெட் கவனித்தார். சற்று நேரங்கழித்து டவுரஸ் பகுதியின் மாட்சிமை பொங்கும் இயற்கை பிரதேசங்களை

அவர்கள் கடந்தனர். அவற்றையெல்லாம் கண்களால் பருகிக்கொண்டு இருவரும் நின்றபோது இளையவளிடமிருந்து ஓர் ஏக்கப் பெருமூச்சு வந்தது. அவர்களுக்குப் பக்கத்திலேயே பொய்ரெட் இருந்தபடியால் முணுமுணுப்பாய் அவள் பேசியதை அவரால் கேட்க முடிந்தது.

"எத்தனை அழகு இது. நான் - நான்---"

"என்ன நான்?"

"நான் நேரா அங்கேயே போய் இந்த மண்ணின் சொர்க்கத்தை அனுபவிக்கக் கூடாதா!"

ஆர்புத்ராட் இதற்குப் பதில் தரவில்லை. சதுரமாய் இருந்த முகவாய் முடிவாகவும் இறுக்கமாகவும் ஆகிவிட்டதைப் போலிருந்தது.

"நீ இதிலிருந்தெல்லாம் சீக்கிரமா வெளியேறிடணும்னு நான் இறைவனை வேண்டிக்கிறேன்" என்றார் அவர்.

"ஷ், தயவுசெய்து ஷ்."

"ஓ, அதெல்லாம் பரவாயில்லை." அவர் சற்று எரிச்சலான பார்வையை பொய்ரெட் இருந்த திசையில் வீசினார். பிறகு அவர் தொடர்ந்தார்: "நீ பணியாளா - குழந்தைங்களைக் கவனிச்சுப்பவளா இருப்பது எனக்குப் பிடிக்கலே. அதுங்களோட அம்மாக்கள் அடிக்கடி உன்னை அழைப்பதும், அதுக்கேற்றாற்போல நீ ஆட வேண்டியிருப்பதும்..."

சிரிப்பை அடக்க முடியவில்லை என்பதைப் பொத்தி வைத்துச் சிரித்தாள் அவள். "ஓ, நீங்க அப்படி நினைக்கக் கூடாது. பணியாட்கள் வேலை மோசமானது என்பது வெறும் கற்பனை. நான் அடிக்கடி அழைப்பதாலும் அதுக்கேற்ற மாதிரியெல்லாம் ஆட வேண்டியிருக்கே'னும் பாவம் அந்த அம்மாக்கள்தான் பயந்து போயிருக்குதுங்க..."

இதுபற்றி அவர்கள் மேற்கொண்டு ஒன்றும் சொல்லவில்லை. முந்திரிக்கொட்டைதனமாய்த் தான் பேசிவிட்டதற்காக வெட்கப்பட்டார் கலோனல்.

''ம், பொருத்தமேயில்லாத ஒரு சின்ன காமடியை நான் இங்கே பார்த்துக்கிட்டிருக்கேன்'' என்று தனக்குள் சொல்லிக் கொண்டார் பொய்ரெட்.

இந்த அவருடைய சிந்தனை பின்னொரு நாள் பொய்ரெட் நினைவுகூர வேண்டியிருக்கும்.

அவர்கள் அனைவரும் கொன்யா பகுதிக்கு அன்றிரவு பதினொன்றரை மணிக்கு வந்து சேர்ந்தார்கள். உட்கார்ந்தே கிடந்த கால்களுக்குச் சிறு வேலை தருவதற்காக இரண்டு ஆங்கிலேயர்களும் பனிபடர்ந்திருந்த ப்ளாட்பாரத்திற்குள் இறங்கிக் கொண்டார்கள்.

ஸ்டேஷன் பணியாட்கள் என்னென்ன பண்ணுகின்றார்கள் என்பதை ஜன்னலோரம் உட்கார்ந்து பார்த்தால் போதும் என்பதில் திருப்தியானார் பொய்ரெட். பத்து நிமிடங்கள் போயிருக்கும்... கொஞ்சமாய் புதுக்காற்றினைச் சுவாசிப்பது ஒன்றும் தப்பாகாது என்றெண்ணினார். தன்னைச் சில போர்வைகள் மற்றும் இறுக்கமான மஃப்ளர் ஆகியவற்றால் இறுக்கி சுற்றிப் பாதுகாத்துக் கொண்டு, ஜாக்கிரதையாய் நடைமேடைக்குள் இறங்கினார். அதன் நீளம் வரை நடக்க முடிவு பண்ணினார். ஆயினும் என்ஜினையும் தாண்டி கொஞ்சம் நடந்து போனார்.

அங்கிருந்த போக்குவரத்து வேனின் மறைவான நிழலில் இரண்டு உருவங்கள் இருக்கின்றன என்ற குறிப்பினை, அங்கிருந்து வந்து கொண்டிருந்த அவர்களின் குரல்கள் பொய்ரெட்டுக்குத் தந்தன. ஆர்புத்ராட் பேசிக் கொண்டிருந்தார்.

''மேரி---''

அகதா கிறிஸ்டி

அந்தப் பெண் அவரை இடைமறித்தாள்.

"இப்ப வேணாம். இப்ப வேணாம். எல்லாம் முடிஞ்ச பிறகு. எல்லாம் நமக்குப் பின்னால தள்ளப்பட்ட பிறகு. அப்போ..."

சட்டென்று பொய்ரெட் திரும்பி வந்து விட்டார். அவர் ஆச்சரியப்பட்டுப் போயிருந்தார்.

மிஸ் டெபன்ஹாமின் தைரியமான சாதுர்யம்மிக்க குரலை அவர் கண்டுபிடித்திருக்கவே மாட்டார்...

"ஆச்சரியமாயிருக்கு. விளங்கலே." - அவர் தனக்குத்தானே சொல்லிக் கொண்டார்.

அடுத்த நாள், ஒருவேளை அவர்களிருவரும் சண்டை போட்டுக் கொண்டிருப்பார்களோ என்றெண்ணி வியந்தார் பொய்ரெட். ஒருவருக்கொருவர் இருவரும் ரொம்பவும் கம்மியாகப் பேசிக் கொண்டார்கள். இந்தப் பெண் பதைபதைப்பான பரபரப்பாய் இருப்பதாக அவர் எண்ணினார். அவளுடைய கண்களுக்கு அடியில் கருவட்டங்கள் விழுந்திருந்தன.

மணி, மதியம் இரண்டரையைக் கடந்த சமயம். ரயில் நின்றது. ஜன்னலைத் துளைத்தபடி தலைகள் வெளியே எட்டிப் பார்த்தன. ஒரு சின்னக் கொத்தாய் மனிதர்கள் வெளியே கூடியிருந்தார்கள். அவர்கள் டைனிங் பெட்டிக்கு அடிப்பகுதியைச் சுட்டிக்காட்டியபடி என்னவோ பேசினார்கள்.

அப்பகுதி நோக்கி விரைந்து கொண்டிருந்த கண்டக்டரை நிறுத்தி விஷயம் என்ன என விசாரித்தார் பொய்ரெட். அவன் பதில் தந்தான். பொய்ரெட் தலையை உள்ளுக்கு இழுத்துக் கொண்டு திரும்பியபோது, அவருடைய தலை, அங்கு அவரை ஒட்டியபடி வந்து நின்றிருந்த டெபன்ஹாமின் தலையோடு ஏறத்தாழ மோதியே விட்டது.

"என்ன ஆச்சு?" - மூச்சிறைக்கப் பிரெஞ்சு மொழியில் கேட்டாள் அவள். "எதுக்காக நாம நின்னுக்கிட்டிருக்கோம்?"

"ஒண்ணுமில்ல, மேடம். டைனிங் பெட்டிக்கு அடியில என்னவோ பத்திக்கிட்டிருக்கு. ஆபத்தா ஒண்ணுமில்ல. அதை அணைச்சுட்டாங்க. ஏற்பட்ட பாதிப்பை இப்ப சரி பண்ணிக்கிட்டிருக்காங்க. பயப்படும் மாதிரி எதுவும் நடக்கல - கேளுங்க."

இதற்கு அவள், அந்தச் சூழ்நிலைக்கு ஏற்றதாகவே இல்லாத ஓர் அவசர 'பாவத்தைப்' காட்டினாள் - ஆபத்து என்பதெல்லாம் அவளுக்கு இப்போது சற்றும் தேவையற்ற ஒரு சமாச்சாரம் என்பதைப்போல வலக்கையை வீசி ஒதுக்கினாள். "யெஸ், யெஸ். எனக்கு விளங்குது. இருந்தாலும், காலவிரயம்!"

"காலவிரயம்?"

"ஆமாம். இதனால நம் பிரயாணம் தாமதமாகும்."

"ஆமாம் - இது சாத்தியம்தான்" - ஒப்புக்கொண்டார் பொய்ரெட்.

"ஆனா என்னால தாமதத்தை அனுமதிக்க முடியாது! ட்ரெயின் போய்ச் சேர வேண்டிய நேரம் 6.55. போஸ்பரஸைக் கடந்து அடுத்த பக்கத்துல காத்திருக்கும் ஸிம்ப்ளான் ஓரியண்ட் எக்ஸ்பிரஸை ஒன்பது மணிக்குப் பிடிச்சாகணும். ஓரிரு மணிநேரங்கள் இங்கேயே காலவிரயம் ஆகிவிட்டால் அந்த ட்ரெயினை நாம தவற விட்டுட வேண்டியிருக்கும்."

"இது சாத்தியமே - யெஸ்" என இக்கருத்தையும் பொய்ரெட் அனுமதித்தார்.

அவளை ஆச்சரியமாய்ப் பார்த்தார் பொய்ரெட். ஜன்னல் கம்பியைப் பிடித்திருந்த அவள் கை ஸ்திரமாய் இல்லை. அவள் உதடுகளும்கூட நடுங்கின.

“இந்த கால தாமதம் உங்களை ரொம்பவும் பாதிக்குதா, மிஸ்?” என்றார் பொய்ரெட்.

“ஆமாம், ஆமாம். பாதிப்பிருக்கு. நான் - நான் அந்த ட்ரெயினைப் பிடிச்சாகணும்.”

அவள் முகத்தைத் திருப்பிக் கொண்டு வெளியேறினாள், கலோனுடன் சேர்ந்து கொள்ள.

அவளுடைய பரபரப்பு தேவையே கிடையாது. பத்து நிமிடங்கள் கழித்து ட்ரெயின் மறுபடியும் கிளம்பியது. வழியில் தாமத விரயத்தைச் சீர் செய்து கொண்டு, வெறும் ஐந்து நிமிடம் மட்டுமே காலந்தாழ்ந்து வந்தடைந்தது.

போஸ்பரஸ் பகுதி நெரிசலாய் இருந்தது. அதைக் கடந்து போவதை பொய்ரெட் அதிகம் ரசிக்கவில்லை. தன்னுடன் வந்த சகபிரயாணிகள் இருவரிடமிருந்தும் பிரிக்கப்பட்டு விட்ட பொய்ரெட் பிறகு அவர்களை மீண்டும் பார்க்கவேயில்லை.

அவர் நேராய் டொகாட்லியன் ஓட்டலுக்குப் பிரயாணமானார்.

அத்தியாயம் 2

டொகாட்லியன் ஓட்டல்

டொகாட்லியனில் குளியலுடன் சேர்ந்த அறையொன்றினைக் கேட்டார் பொய்ரெட். பிறகு வரவேற்பறை வரை போய் தனக்கு ஏதேனும் கடிதங்கள் வந்திருக்கின்றனவா எனக் கேட்டார்.

அவருக்காக மூன்று கடிதங்கள் காத்திருந்தன. ஒரு தந்தியும். தந்தியைப் பார்த்தபோது அவருடைய புருவங்கள் சற்றே உயர்ந்தன. அது எதிர்பாராதது.

அவருக்கே உரித்தான படபடப்பற்ற சீரான முறையில் தந்தியைத் திறந்தார். அச்சடிக்கப்பட்ட வார்த்தைகள் பிரதானமாய் நின்றன.

கஸ்னர் வழக்கில் நீங்கள் ஊகித்திருந்தவை, எதிர்பாரா தருணத்தில் எழுந்துள்ளன. ப்ளீஸ் உடனடியாய் வரவும்.

"ப்ச்" என்று வெறுப்பாய் உச்சுக்கொட்டினார் பொய்ரெட். கடியாரத்தை நோட்டம் விட்டார்.

"நான் இன்னிக்கு ராத்திரியே போயாகணும்" என்றார் வரவேற்பாளரிடம். "ஸிம்ப்ளான் ஓரியண்ட் எத்தனை மணிக்குக் கிளம்புது?"

"ஒன்பது மணிக்கு, ஸார்."

"எனக்கு ஒரு ஸ்லீப்பர் டிக்கெட் வாங்கித் தர முடியுமா?"

"நிச்சயமா, ஸார். இந்தப் பருவத்துல பயணிகள் ரொம்பவும் கம்மியா இருப்பாங்க. ட்ரெயின்கள் எல்லாம் ஏறத்தாழ காலியாத்தானிருக்கும். முதல் வகுப்பா அல்லது ரெண்டாவது வகுப்பா?"

"ஃபர்ஸ்ட் க்ளாஸ்."

"பண்ணியாச்சுனே வெச்சுக்குங்க, ஸார். எந்த இடத்துக்கு?"

"லண்டனுக்கு."

"ஓ கே ஸார். நான் உங்களுக்கு லண்டன் வரை ஒரு டிக்கெட் வாங்கிடறேன். ஸ்டாம்பூல் கோச் ஒண்ணு இருக்கு. அதுல உங்களுக்குப் புக் பண்ணிடறேன்."

பொய்ரெட் மறுபடியும் கடியாரத்தைப் பார்த்தார். எட்டடிக்க பத்து நிமிடம்.

"சாப்பிட எனக்கு அவகாசம் இருக்கா?"

"ஓ, நிச்சயமா, ஸார்."

குள்ள பெல்ஜிய துப்பறியும் மேதை ஒப்புதலாய்த் தலையசைத்துக் கொண்டார். அறைக்குப் பண்ணியிருந்த முன்பதிவினைக் கேன்ஸல் செய்தார். பிறகு குறுக்காய் நடந்து சாப்பிடும் பகுதிக்குப் போனார்.

வெயிட்டரிடம் சாப்பிட வேண்டியவற்றை அவர் சொல்லிக் கொண்டிருந்தபோது ஒரு கை அவரது தோளின் மீது பதிந்தது.

"ஆஹ், இது ஓர் இன்ப அதிர்ச்சி மேன்." பின்னாலிருந்து ஒரு குரல் சொன்னது.

சொன்னவர், குள்ளமான, குண்டான மற்றும் முதிர்ந்த மனிதர். அவரது கிராப்பு போலீஸுக்கு உகந்தபடி ஒட்ட வெட்டப்பட்டிருந்தது. உவகையாய் அவர் சிரித்துக் கொண்டிருந்தார்.

பொய்ரெட் துள்ளிக் குதித்து எழுந்தார். "பௌக்."

''பொய்ரெட்.''

பௌக்'கும் ஒரு பெல்ஜியரே. வாகன் லிட் எனும் சர்வதேச ரயில் கம்பெனி ஒன்றின் டைரக்டர். முன்னாள் பெல்ஜிய போலீஸ் படையின் நட்சத்திரத்தினுடனான இவரது நட்பு, பல வருடங்கள் பழமை வாய்ந்தது.

''பிறந்த நாட்டை விட்டு ரொம்பவும் தள்ளி வந்திருக்கீங்க, மேன்'' என்றார் அவர்.

''ஸிரியாவுல ஒரு சின்ன பிரச்சினை.''

''ஆஹ்! அப்ப நீங்க நாடு திரும்புவது - எப்போ?''

''இன்னிக்கு ராத்திரி.''

''அற்புதம்! நானும். நடுவுல ஒரு சின்ன வேலையை முடிச்சுக்கிட்டு வந்து சேர்வேன். நீங்க ஸிம்ப்ளான் ஓரியண்ட்ல பிரயாணிக்கணும்னு நினைக்கிறேன்.''

''யெஸ். ஒரு படுக்கை வசதி கொண்ட ஸீட் வேணும்னு சொல்லியனுப்பி இருக்கேன். இங்கேயே கொஞ்ச நாட்கள் தங்கியிருக்கணும் என்பதுதான் என் விருப்பம். ஆனா, ஒரு கேஸ் விஷயமா, உடனடியா புறப்பட்டு வருமாறு இங்கிலாந்திலிருந்து தந்தி.''

''ஆஹ்'' எனப் பெருமூச்செறிந்தார் பௌக். ''கேஸ், கேஸ். இன்னமும் உச்சாணிக் கொம்புல பிரபலமா இருக்கீங்க, மேன்.''

''சில நல்ல வெற்றிகள் அடைஞ்சிருக்கேன்'' - அடக்கமாய்க் குறிப்பிட்டார் பொய்ரெட்.

''ஓ கே... அப்புறம் சந்திப்போம்'' என்றார் பௌக்.

சூப்பைக் குடிக்கும்போது தன் மீசையில் அது ஒட்டிவிடாது பாதுகாத்துக் கொள்வது பொய்ரெட்டுக்கு ரொம்பவுமே சிரமமாய்ப் போனது. அது முடிந்து அடுத்த பதார்த்தத்துக்குக் காத்திருக்கும்போது அங்கிருந்த மற்றவர்களை ஒரு நோட்டமிட்டார் அவர். அரை டஜன்

மக்கள் மட்டுமே அங்கிருந்தார்கள். அதில் இரண்டு நபர்கள் மட்டுமே பொய்ரெட்டின் கவனத்தை ஈர்த்தார்கள்.

அந்த இருவரும் இவரிடமிருந்து ரொம்பவும் தள்ளி அமர்ந்திருக்கவில்லை. அவர்களில் இளையவன் பார்த்த உடனேயே கவர்ந்து விடும்படியாய் இருந்தான். முப்பதை ஒட்டிய வயது. நிச்சயமாய் ஓர் அமெரிக்கன். இருந்தாலும், இவனுடனிருந்த இன்னொரு நபர்தான் குள்ள துப்பறியும் நிபுணரின் கவனத்தை ஈர்த்தது.

ஐம்பதுக்கும் அறுபதுக்கும் இடைப்பட்ட வயதுடைய ஆசாமி அவர். சற்று தொலைவிலிருந்து பார்க்கும்போது தத்துவம் பரப்பும் பாதிரியாரைப்போலத் தோற்றமளித்தார் அவர். சற்றே வழுக்கை விழுந்துவிட்ட தலை, இதனால் முன்னால் பளபளக்கும் நெற்றி, வெள்ளைவெளேரென்ற பொய்ப்பற்களை அப்படியே வெளிச்சம் போட்டுக் காட்டும் அவரது பளீர் சிரிப்பு என எல்லாமும் மரியாதைக்குரிய மனிதராய்த்தான் அவரை அறிமுகம் பண்ணின. இவையெல்லாம் பொய் என்று சொல்லியவை, அவருடைய அந்தக் கண்கள் மட்டுமே. அவை சிறியவை. ஆழமானவை. செதுக்கப்பட்டவை. கண்கள் மட்டுமல்ல, இளையவனுக்கு ஏதோ கட்டளையைத் தந்தபடி ரெஸ்டாரண்ட்டுக்குள் சிறு நோட்டம் விட்டபோது பொய்ரெட்டின்மீது நிலைத்த அக்கண்களில் அந்தக் கணத்தில் தெறித்த துவேஷமும், பகைமையும், அசாதாரண படபடப்பும்கூட வேறு மாதிரியே அவரை முன்நிறுத்தின.

பிறகு அவர் எழுந்து கொண்டார்.

''பில்லுக்கான பணத்தைக் கொடுத்துடு, ஹெக்டர்'' என்றார்.

பேசிய அவரது குரல் சற்று ரகசியத்தனமாகவே இருந்தது. அது, விளங்கிக்கொள்ள இயலாத, விசித்திரமான ஆபத்தினைச் சுமந்து கொண்டிருந்தது.

தனது நண்பனுடன் பிறகு பொய்ரெட் போய் இணைந்து கொண்டபோது இந்த இருவரும் ஓட்டலை விட்டுக் கிளம்பிக் கொண்டிருந்தார்கள். லக்கேஜெல்லாம் கீழே கொண்டு வரப்பட்டிருந்தன. அதனை இளையவன் கண்காணித்தபடியிருந்தான். தற்போது "இப்ப எல்லாம் ரெடி, மிஸ்டர் ரேச்சட்" என்றான்.

அந்த முதியவர் சம்மதத்தை உருமலாய்த் தெரிவித்து விட்டு வெளியேறினார்.

"ஃப்ரண்ட்" என்றழைத்தார் பொய்ரெட். "இந்த ரெண்டு பேரைப் பற்றியும் நீங்க என்ன நினைக்கிறீங்க?"

"அவங்க அமெரிக்கர்கள்" என்றார் பௌக்.

"சந்தேகமில்லாம அவங்க அமெரிக்கர்கள்தான். அவங்களுடைய குணாதிசயங்கள்பற்றி என்ன நினைக்கிறீங்க?"

"இளையவன் சாதாரணமா நட்பு கொள்ளத்தக்கவனா தெரியறான்."

"அந்த அடுத்தவர்?"

"உண்மையா சொல்லணும்னா, மை ஃப்ரண்ட்... நான் அவனைப்பற்றிச் சட்டையே பண்ணலே. எனக்குள்ளே அவன் ஒரு கசப்பான பதிவைத்தான் உண்டுபண்ணினான். உங்களுக்கு?"

இதற்குப் பதில் தருமுன் பொய்ரெட் சில கணங்கள் எடுத்துக் கொண்டார். "ரெஸ்டாரண்ட்ல என்னை அவர் கடந்து போகும்போது..." என்று கடைசியாய் ஆரம்பித்த அவர் சொன்னார்: "விசித்திரமான பதிப்பு என்னுள் உருவாச்சு. ஏதோ ஒரு காட்டு மிருகம் - காட்டுத்தனமான வகையில என்னைக் கடந்து போனது மாதிரி இருந்தது."

"ஆனாலும் அவர் முழுக்கவும் ஏற்றுக்கொள்ளத்தக்க ஒரு ஜென்டில்மேனாத்தான் தெரிஞ்சார், ஆங்?"

''கனக்கச்சிதமா சொல்லிட்டீங்க! உடல் - குகை - பார்ப்பதற்கு மிகவும் மரியாதைக்குரியதாத்தான் இருக்கு. ஆனா, குகையின் கம்பிகளுக்கிடையே, அந்தக் காட்டு மிருகம் வெளியே பார்க்குது.''

''கற்பனை ததும்புது மேன்'' என்றார் பௌக்.

''அப்படித் தோணலாம். ஆனா எனக்கு வெகு அருகாமையில் ஒரு பிசாசு கடந்து போனதைப் போன்ற உணர்விலிருந்து என்னால இன்னும் மீள முடியலே.''

''அந்த மரியாதைக்குரிய அமெரிக்க ஜென்டில் மேனையாக் குறிப்பிடறீங்க?''

''அந்த மரியதைக்குரிய அமெரிக்க ஜென்டில் மேனையே குறிப்பிடறேன்.''

''வெல்'' என்று குதூகலமாய் பௌக் சொன்னார்: ''இருக்கலாம். உலகத்துல இப்பல்லாம் நிறைய பிசாசுங்க இருக்கு.''

அந்த நொடியில் வரவேற்பாளன் இவர்களை நோக்கி வந்தான். மன்னிப்புக்கோரும் விதமாயும், கரிசனை மிகுந்தும் தோன்றினான் அவன்.

''ரொம்ப அசாதாரணம், ஸார்'' என்றான் அவன் பொய்ரெட்டிடம். ''ஒரேயொரு முதல் வகுப்பு படுக்கைகூட ட்ரெயின்ல காலி இல்ல.''

''என்னது?'' என்று கத்தினார் பௌக். ''அதுவும் இந்தப் பனிக்காலத்துல? என்ன, எங்கேயாவது பெரிய பார்ட்டி அல்லது கட்சிக்கூட்டம் ஏதாவது நடக்குதா?''

பௌக் பக்கமாய் மிகவும் பவ்யமாய்த் திரும்பிக் கொண்ட அவன், ''அதெல்லாம் எனக்குத் தெரியாது, ஸார்'' என்றான். ''ஆனா இதுதான் நிலைமை.''

''வெல், வெல்'' என்று பொய்ரெட் பக்கமாய் திரும்பினார் பௌக். ''கவலைப்பட வேணாம், ஃப்ரண்ட்.

எப்படியாவது ஏற்பாடு பண்றோம். எப்பவுமே ஒரு கம்பார்ட்மெண்ட் இருக்கும் - அது நெ.16. அது முன்பதிவு ஆகாது. கண்டக்டர் நிரப்புவார்!'' - கல்மிஷமாய்ச் சிரித்தபடி கடியாரத்தைப் பார்த்தார். ''கிளம்புங்க'' என்றார். ''நேரமாயிடுச்சு.''

ஸ்டேஷனில் ப்ரௌன் சீருடையிலிருந்த கண்டக்டரால் மரியாதை கலந்து வரவேற்கப்பட்டார் பௌக். ''குட் ஈவினிங் ஸார்'' என்றான். ''உங்க கம்பார்ட்மெண்ட் நம்பர், 1.''

போர்ட்டர் அழைக்கப்பட்டான். லக்கேஜை இஸ்தான்புல் - கேலீஸ் இடத்துக்குச் செல்லும் என்று பளபளவெனப் பொறிக்கப்பட்டிருந்தக் பெட்டிக்கு கொண்டு போனான்.

''இன்னிக்கு ட்ரெயின் முழுக்க ரொம்பியாச்சுனு கேள்விப்பட்டேன்...''

''அதென்ன கஷ்டமோ, ஸார். உலகமே, பிரயாணிக்க இன்னிக்கு ராத்திரியைத்தான் தேர்ந்தெடுத்திருக்கு.''

''அப்படியே ஆனாலும், இந்த ஜென்டில்மேனுக்கு ஒரு ரூம் நீ பிடிச்சுத் தந்தாகணும். என் நெருங்கிய நண்பர். அந்த நம்பர் 16 இருக்கில்ல... அதைக் குடு.''

''அதைக் குடுத்தாச்சு, ஸார்.''

''என்ன? நமக்கான நம்பர் பதினாறையா?''

இருவருக்கும் இடையே அர்த்தமுள்ள பார்வை பரிமாறிக் கொள்ளப்பட, கண்டக்டர் புன்னகைத்தான். ''யெஸ் ஸார். நான் முன்னமேயே சொன்னதுமாதிரி - ஃபுல். முழுக்கவும் ரொப்பியாச்சு.''

''இப்படி நடக்க என்ன காரணம்?'' என்று தடாலடியாய்க் கேட்டார் பௌக். ''ஏதாவது கருத்தரங்கம்? பார்ட்டி?''

''அப்படியெல்லாம் ஒண்ணும் கிடையாது, ஸார். எதிர்பாராம நடந்திருக்கு. பலர் இன்னிக்கு ராத்திரி பிரயாணத்தைத் தெரிந்தெடுத்திருக்காங்க. அவ்ளோதான்.''

வெறுப்பாய்ப் பெருமூச்செறிந்தார் பௌக்.

''பெல்கிரேட் போனால், ஏதென்ஸிலிருந்து வரும் ஒரு பெட்டியை இதோட சேர்ப்பாங்க'' என்றார் அவர். ''பாரீஸ் கோச்கூட வரும். ஆனா நாளைக்கு சாயந்திரம்தானே நாம பெல்கிரேட் போய்ச் சேர முடியும். பிரச்சினை இன்னிக்கு ராத்திரி பற்றியதாச்சே. ரெண்டாம் வகுப்பு பெர்த் ஒண்ணுமேவா காலியா இல்ல?''

''ஒரு ரெண்டாம் வகுப்பு படுக்கை இருக்கு, ஸார்---''

''அப்புறம் என்ன?''

''ஆனா அது பெண்கள் பெர்த். ஏற்கெனவே ஒரு ஜெர்மானியப் பணிப்பெண் அதே கம்பார்ட்மெண்ட்ல இருக்கு.''

''இது ஒத்து வராதே'' என்றார் பௌக்.

''உங்களைப் போட்டு ரொம்பவும் கஷ்டப்படுத்திக் காதீங்க ஃப்ரண்ட்'' என்றார் பொய்ரெட். ''நான் சாதா பெட்டியில ஏறி வந்துக்கறேன்.''

''முடியாது. முடியவே முடியாது.'' மற்றுமொரு முறை கண்டக்டர் பக்கம் திரும்பினார் பௌக். ''எல்லாரும் வந்தாச்சா?''

''ஒரேயொரு பிரயாணி மட்டும் இன்னமும் வரலே என்பது நிலைமை, ஸார்'' என்றான் அவன்.

இதனை அவன் தயங்கித் தயங்கிச் சொன்னான்.

''முழுசா பேசு மேன்...''

''அது நெ.7. இரண்டாம் வகுப்பு பெர்த். அந்த ஜென்டில்மேன் இன்னமும் வரலே. மணியோ, ஒன்பதடிக்க நாலு நிமிஷம்.''

"யாரவன்?"

"ஒரு இங்கிலீஷ்மேன்" என்று பட்டியலைப் பார்த்த அவன், "எம் ஹாரீஸ் என்பவன்" என்றான்.

"நல்ல சகுனத்தைக் குறிக்கும்" என்றார் பொய்ரெட். "என் ராசி இன்னிக்கு வலுவானதாம். ராசி பலன்ல போட்டிருந்தது. ஹாரீஸ் வரமாட்டான்!"

"அவன் வந்தாலும் பாதகமில்லை" என்றார் பௌக். "பொய்ரெட்டின் லக்கேஜைக் கொண்டு போய் ஏழுல போடுங்க. அவன் வந்தான்னா, ரொம்பவும் காலம் தாழ்த்தி வந்துட்டான்னு சொல்லிடுவோம். பெர்த் டிக்கெட்டுகள் கடைசி நிமிஷம் வரைக்கும் காத்திருக்காதுனு அடிச்சுச் சொல்லிடுவோம். மேலே பேசினான்னா தகுந்த முடிவை அப்ப தருவோம். அந்தாள் என்ன மாமனா, மச்சானா?"

"ஐயா என்ன சொல்றீங்களோ அப்படியே" என்றான் கண்டக்டர்.

பொய்ரெட்டின் போர்ட்டரிடம் எந்த கம்பார்ட்மெண்ட் போக வேண்டும் என்று சொன்ன பௌக், "கடைசி பெட்டிக்கு முந்தைய பெட்டி" என்றார் பொய்ரெட்டிடம்.

பொய்ரெட் போகிகளின் ஓரத்திலிருக்கும் பயணிகள் நடக்கும் பாதையில் முன்னேறலானார். வழியில் பல பிரயாணிகள் நின்றுகொண்டிருந்ததால் முன்னேறுவது கடினமாய் இருந்தது. விடாது 'எக்ஸ்கியூஸ் மீ' உதிர்த்தபடி அவர் நடக்க வேண்டியிதாயிற்று. கடைசியாய் அவரிடம் குறிப்பிட்டுச் சொல்லப்பட்டிருந்த பெட்டிக்கு வந்து சேர்ந்தார். அதற்குள், தனக்கான பெட்டியை நெருங்கிக் கொண்டிருந்தான், டொகாட்லியனில் பார்த்த யங் அமெரிக்கன்.

பொய்ரெட் நுழைந்ததும் முகம் சுளித்தான் அவன்.

''எக்ஸ்கியூஸ் மீ'' என்றான் அவன். ''தப்பா நுழைஞ்சுட்டீங்கன்னு நினைக்கிறேன்.''

பொய்ரெட் இதற்குப் பதிலளித்தார்: ''நீங்கதான் மிஸ்டர் ஹாரீஸா?''

''இல்ல. என் பேர் மெக்குயின். நாந்தான்---''

ஆனால் இதற்கு மேல் அவனைப் பேசவிடாது, பொய்ரெட்டின் தோள்வழியே கண்டக்டரின் குரல் கசிந்தது. மூச்சடக்கி வந்த ஒரு மன்னிப்புக் கோரும் குரல்.

''ட்ரெயின்ல வேற ஒரு பெர்த் காலி கிடையாது, ஸார். இந்த ஜென்டில்மேன் இதுலதான் பயணிச்சாகணும்.''

சொல்லியபடியே அப்பெட்டியின் வாசல்வரை போனவன், பொய்ரெட்டின் லக்கேஜ்களை உள்ளே கொண்டு வர ஆரம்பித்தான்.

கண்டக்டரின் குரலில் இருந்த மன்னிப்பு தொனியைப் பொய்ரெட் அதிசயமாய்க் கவனித்தார். இந்த முழு கம்பார்ட்மெண்ட்டையும் தனக்கே விட்டுத் தருவதாய் இருந்தால் செமத்தியாய் 'கவனித்துக்' கொள்வதாய் இளையவன் கண்டக்டரிடம் சொல்லியிருக்க வேண்டும். இருந்தாலும், எத்தனை பெருந்தொகை டேபிளுக்குக் கீழே தருவதாய் இருந்தாலும், ட்ரெயினைச் சொந்தமாய் வைத்திருக்கும் அதன் டைரக்டரிடமிருந்து வரும் ஆணைக்கு ஈடாகாதே.

பொய்ரெட்டின் சூட் - கேஸ்களை மேல் தட்டில் தூக்கி வைத்தபிறகு கண்டக்டர் இறங்கினான். ''கிளம்பறேன்'' என்றான். ''எல்லாவற்றையும் அடுக்கியாச்சு. உங்களது, மேல் பெர்த், ஏழு. ஒரு நிமிஷத்துல நாம கிளம்பறோம்.''

கண்டக்டர் ப்ளாட்பாரத்தில் நகர்ந்தான். பொய்ரெட் வேகமாய் உள்ளே நுழைந்து விட்டார்.

''இப்படியொரு உபசரணையை நான் பார்த்ததே கிடையாது'' என்றார் அவர் உவகையாய். ''ஒரு கண்டக்டர் வந்து பெட்டிகளைத் தூக்கி வெச்சு ஒரு போர்ட்டரைப் போல பணிவிடை செய்வது! கேள்விப்பட்டதே கிடையாது!''

அவருடன் பிரயாணிக்கவுள்ள இளைய அமெரிக்கன் புன்னகைத்தான். ஏற்பட்ட எரிச்சலிலிருந்து அவன் வெளிப்பட்டிருந்தான் - எலலாம் விதி என்ற தத்துவத்தை ஆறுதலுக்கு அழைத்திருக்க வேண்டும்.

''ட்ரெயின், ஆச்சரியப்பட வைக்குமாறு, இந்தக் கொட்டும் பனிக்காலத்துலயும் - ஃபுல்'' என்றான் அவன்.

ஒரு விஸில் அடித்தது. ஒரு நீண்ட முனகல், என்ஜின் பக்கத்திலிருந்து ஸைரனாய் எழுந்தது. இரண்டு ஆடவர்களும் பெட்டியின் காரிடார் பகுதிக்கு வந்தார்கள்.

வெளியே ஒரு குரல் கத்தியது: ''நான்... நான்...''

''கிளம்பியாச்சுப்பா'' என்றான் மெக்குயின்.

ஆனால் ட்ரெயின் அப்படியொன்றும் ரயிலடியை விட்டுக் கிளம்பியிருக்கவில்லை. இன்னொரு விஸில் அடித்தது.

இப்போது இளையவன் திடீரென்று சொன்னான்: ''ஸார்... ஒருவேளை உங்களுக்குக் கீழ் படுக்கை வேணும்னா - அதுதான் அப்பப்போ எழுந்திருக்க வசதியானது - எடுத்துக்கங்க. எனக்குச் சம்மதம்தான்.''

''நோ, நோ'' என மறுத்து விட்டார் பொய்ரெட். ''உங்க உரிமையில நான் தலையிட மாட்டேன்---''

''அதெல்லாம் ஒண்ணுமில்ல---''

''நீங்க ரொம்ப அனுசரிச்சு நடப்பவரா தெரியறீங்க---''

சாந்தமான உபசரிப்புகள் இருபக்கங்களிலிருந்தும் வந்தன.

"ஒரு ராத்திரிக்கு மட்டுந்தானே" என்றார் பொய்ரெட். "பெல்கிரேட் வந்ததும்---"

"ஓ, ஐ ஸீ. நீங்க பெல்கிரேட்ல இறங்கிடறீங்களா?---"

"அப்படியில்ல. அதாவது---"

ஒரு திடீர் குலுக்கல் நிகழ்ந்தது. இரண்டு ஆடவர்களும் ஜன்னல் நோக்கி இழுக்கப்பட, விளக்கொளியில் இருந்த நீண்ட ப்ளாட்பாரம் அப்படியே மெல்லமாய் இவர்களுக்குப் பின்னால் நழுவிக் கொண்டிருந்ததைப் பார்த்தார்கள்.

ஐரோப்பாவுக்குக் குறுக்காய் தனது மூன்று நாட்கள் நெடிய பயணத்தை ஓரியண்ட் எக்ஸ்பிரஸ் தொடங்கியிருந்தது.

அத்தியாயம் 3

பொய்ரெட் ஒரு வழக்கை மறுத்தார்!

மறுநாள் உணவு ஏற்பாடாகிப் பரிமாறப்படும் கம்பார்ட்மெண்ட்டுக்குள் நுழைவதில் பொய்ரெட் சற்று தாமதமாகியிருந்தார். காலையில் சீக்கிரமாகவே எழுந்து தனியாய்ச் சிற்றுண்டியை முடித்தார். இவரை இப்போது லண்டனுக்கு இழுத்திருக்கும் கேஸ் கட்டுடன் காலைப்பொழுது முழுவதையும் செலவழித்திருந்தார். இவருடன் கூடவே பிரயாணிக்கும் இளைஞனை அதிகம் பார்க்கவில்லை.

ஏற்கெனவே அங்கு வந்து உட்கார்ந்திருந்த பௌக், நண்பனை ஆர்வமாய் அழைத்து, எதிரே இருந்த காலி நாற்காலியில் உட்காருமாறு பணித்தார். உட்கார்ந்த உடனேயே உணவு பரிமாற ஆரம்பமாகும் முதல் இருக்கை இதுதான் என்று கண்டுகொண்டார் அவர். உணவும், எப்போதையும்விட ஆச்சரியப்படும்படி நன்றாய் இருந்தது.

''ஆஹ்... இப்ப மட்டும் என் கைல ஒரு நல்ல பென்சிலும் பேப்பரும் இருக்கக் கூடாதா?'' என்று சிலாகித்தார் பௌக். ''இந்தக் காட்சியை நான் அப்படியே வரைஞ்சுடுவேன்.''

அதை எப்படிப் பண்ணுவார் என்பதை கையைக் காற்றில் அசைத்து நடித்துக் காட்டினார்.

''நல்ல ஐடியாதான்'' என்று ஆமோதித்தார் பொய்ரெட்.

''நீங்களும் ஒத்துக்கறீங்க, இல்ல?!'' என்றார் பௌக். ''இந்த இடத்தை யாரும் வரைஞ்சிருக்க மாட்டாங்கனு நினைக்கிறேன்!'' என்று விட்டுத் தொடர்ந்தார்: ''ஆனா இங்கேயும் கலையம்சம் இருக்கு, நண்பா. நம்மைச் சுற்றிலும் மக்கள், மக்கள், மக்கள்தான் - அனைத்து மதங்களிலும், அனைத்து நிறங்களிலும், அனைத்து நாடுகளிலிருந்தும், அனைத்து வயதுகளிலும். இப்படி ஒருத்தக்கொருத்தர் அந்நியர்களான அனைவரும், ஒரு மூணு நாளைக்கு, ஒண்ணா கட்டப்படறாங்க. ஒரே கூரைக்குக் கீழே சாப்பிடறாங்க... தூங்கறாங்க. யாரும், ஒருத்தர்கிட்டேயிருந்து இன்னொருத்தர் விலகியிருக்க முடியாது. ஆனா மூன்றாவது நாளின் முடிவில, அவங்க பிரிஞ்சுடறாங்க... அவங்கவங்க வழியில போயிடறாங்க... சொல்லப்போனால், அப்புறம் அவங்க சந்திக்கப் போவதே கிடையாது.''

''இப்படியே ஆனாலும்...'' என்ற பொய்ரெட் சொன்னார்: ''ஒருவேளை, விபத்து ஒண்ணு நடந்துட்டா...''

''ஓ நோ, மை ஃப்ரண்ட்...''

''ஆமாமாம்... நீங்க ஒரு ரயில் கம்பெனியின் டைரக்டர்... அதனால ஒத்துக்க மாட்டீங்கதான்! ஆனா ஒரு பேச்சுக்கு வெச்சுக்கலாமே. அப்போ, இங்கிருக்கும் அனைவரும் நிரந்தரமா இணைக்கப்படறாங்க - மரணத்தால.''

''வாய மூட்றீங்களா'' என்றார் பௌக் நட்பாய். ''ராத்திரி சாப்பாடு செரிக்கலியோ... பெனாத்தறீங்க.''

''அதுவும் என்னவோ சரிதான். ஸிரியாவுல நான் நேற்று ராத்திரி சாப்பிட்ட உணவு, யெஸ்... சுகமில்ல.''

தற்சமயம் தன் ஒயினை ஒரு மடக்கு குடித்த பொய்ரெட் அப்படியே நாற்காலியில் சாய்ந்து அமர்ந்து கண்களைச் சுற்றிவர ஓட்டினார். சுற்றிவர பதின்மூன்று

பேர் உட்கார்ந்திருந்தார்கள். பௌக் சொன்னதைப் போலவே பல மதத்தினர்... பல நாட்டினர். அவர்கள் ஒவ்வொருவரையும் படிப்பதில் இறங்கினார் பொய்ரெட்.

இவர்களுக்கு எதிராய் இருந்த டேபிளில் மூன்று பேர் இருந்தார்கள். அவர்களனைவரும் தனித்தனி பிரயாணிகள் என ஊகித்தார் பொய்ரெட்... பரிமாறும் காரணத்துக்காக வெயிட்டரால் ஒன்றாய் ஆக்கப்பட்டிருப்பார்கள். ஒரு, நல்ல பெரிய இத்தாலியன், தனது பல்லைக் குச்சியால் குத்திக்கொண்டிருந்தான். அவனுக்கு எதிரே ஒரு சுத்தமான ஆங்கிலேயன்... உணர்வுகளைக் காட்டிக்கொள்ளாத இறுகிய முகம். இவருக்கு அடுத்து, நல்ல குண்டான மற்றும் குளிருக்கு ஏற்ற கனமான சூட் போட்டிருந்த அமெரிக்கன்... அடிக்கடி பிரயாணத்தில் பழக்கப்பட்டவனாய் இருக்க வேண்டும். மூக்காலேயே இத்தாலியனுடன் பேசிக் கொண்டிருந்தான்.

பொய்ரெட்டின் கண்கள் மேற்கொண்டு பிரயாணித்தன.

ஒரு சிறு டேபிளில், நெட்டைக்குத்தலாய் உட்கார்ந்திருந்த அந்த பெண்மணியைப் போன்ற ஓர் அழகற்ற வயதான ஒரு பெண்ணை பொய்ரெட் இதுவரை பார்த்தது கிடையாது. தனித்துத் தெரிந்த அழுக்கு அவள். வெறுத்து ஒதுக்கும்படியான அவலட்சணம் கிடையாது... ஆச்சரியப்பட வைக்கும் அசிங்கம்! மிகவும் நெட்டைக்குத்தலாய் உட்கார்ந்திருந்தாள் அவள். பெரிய பெரிய முத்துக்களால் ஆன மாலையொன்று அவள் கழுத்தினைச் சுற்றியிருந்தது. அத்தனையும் நிஜமாயிருக்காது என்று எண்ணத் தோன்றினாலும், அவை சொக்க முத்துக்கள்தான். அவள் கைகள் முழுக்கவும் மோதிரங்களால் மூழ்கடிக்கப்பட்டிருந்தன. அவளது கனமான கோட் கழுத்துக்குப் பின்னால் விழும்படி தள்ளிவிடப்பட்டிருந்தது. ஆமைக்கூட்டிலிருந்து மெல்ல

வெளியே வந்து தள்ளாடும் தலையைப் போன்று அவளுடைய தலை ஆடிக்கொண்டேயிருந்தது.

தற்சமயம் அவள், கனிவாயிருந்தாலும் வெட்டு ஒன்று, துண்டு ரெண்டு எனும் அதிகார தோரணையில் குரலெடுத்து வெயிட்டரிடம் பேசிக்கொண்டிருந்தாள்.

''என்னாட கம்பார்ட்மெண்ட்ல ஒரு பாட்டில் தண்ணீயும் பெரிய டம்ளர் முழுக்க ஆரஞ்சு ஜூஸும் வெச்சேன்னா, உனக்கு புண்ணியமா போகும். இன்னிக்கு ராத்திரி சாப்பாட்டுக்கு வேகவெச்ச சிக்கன் கொண்டு வந்துடு - சாஸ் இல்லாமல. கூடவே கொஞ்சம் பாயில்ட் மீனும்.''

''சொன்னவை செய்து தரப்படும்'' என்று மிகவும் மரியாதையாய்ச் சொன்னான் வெயிட்டர்.

அங்கீகரிக்கும் விதமாய் மேட்டுமையாய் தலையசைத்த அவள் எழுந்தாள். பொய்ரெட்டின்மீது அவள் பார்வை அமர்ந்தது... அமர்ந்தாலும் ஒரு முக்கியமற்ற ஆசாமியைக் கடந்து போவதைப்போல அவள் போய் விட்டாள்.

''அது இளவரசி ட்ரகோ-மிராஃப்'' என்றார் பௌக், தணிந்த குரலில். ''ரஷ்யன். புரட்சி வெடிக்கிறதுக்கு முன்னாடியே கொள்ளை கொள்ளையா பணத்தைச் சேர்த்துட்டான் இவ அப்பன். எல்லாத்தையும் தூக்கிட்டுப் போய்ப் பத்திரமா வெளிநாடுகள்ல முதலீடும் பண்ணிட்டான். இவ, கொடை பணக்காரி.''

பொய்ரெட் ஆமோதித்தார். இளவரசி ட்ரகோ-மிராஃப் பற்றி இவர் கேள்விப்பட்டிருக்கிறார்.

''இவ, பார்த்தா மனசுல பதிஞ்சுடும் ஒரு பர்ஸனாலிட்டி'' என்றார் பௌக். ''பார்க்க அழகற்ற ஓர் அழுக்கு மூட்டையா இவ தெரியலாம்... ஆனா இவளோட இருப்பை, சுற்றிவர இருப்பவங்களை உணர வெச்சுடுவா. நீங்க ஒத்துக்கறீங்களா?''

பொய்ரெட் ஒப்புக்கொண்டார்.

மற்றொரு பெரிய டேபிளில் மேரி டெபன்ஹாம், மற்ற இரு பெண்களுடன் உட்கார்ந்திருந்தாள். அவர்களில் ஒருத்தி உயரமானவள். நடுத்தர வயது. குட்டை ப்ளவுஸும் சுருள்சுருளான பாவாடையும் போட்டிருந்தாள். நரைக்க ஆரம்பித்திருந்த நிறத்தில் நிறைய கூந்தலிருந்தது அவளுக்கு... அது அத்தனையையும் ஒழுங்கற்று சுருட்டி ஒரு பன் கொண்டையில் அடக்கியிருந்தாள். மூக்குக் கண்ணாடி போட்டிருந்த அவளது நீளமான முகம், மிருதுவாயும் அமரிக்கையாயும் இருந்தது. குண்டாகவும் வசீகரமாகவும் இருந்த அந்த மூன்றாவது முதிர்ந்த பெண்மணியுடன் பேச்சிலிருந்தாள் இவள். மூச்சையிழுக்கச் சற்று நிறுத்திக் கொள்ளும் போக்கே இல்லாது தொடர்ச்சியாய்ப் பேசுபவளைப்போல கொட்டிக் கொண்டிருந்தாள் அந்த மூன்றாமவள். எல்லா நிகழ்வுகளைச் சொல்வதற்கு முன்னமும் "என் பொண்ணு இப்படித்தான் சொல்லுவா..." என்றொரு அடைமொழியையும் அவள் சேர்த்துக் கொண்டிருந்தாள்.

அடுத்திருந்த ஒரு சின்ன டேபிளில் கலோனல் ஆர்புத்ராட் உட்கார்ந்திருந்தார் - தனியாய். அவருடைய பார்வை திரும்பி உட்கார்ந்திருந்த மேரி டெபன்ஹாமின் பின்னந்தலையிலேயே பதிந்து கிடந்தது. அவர்கள் இருவரும் ஒன்றாய் உட்கார்ந்திருக்கவில்லை. ஆனாலும் இது சுலபமாய் இடம்பெற்றிருக்கலாம். எனில் ஏன் அப்படி ஆகவில்லை?

ஒருவேளை மேரி டெபன்ஹாம் காலந்தாழ்த்தி வந்திருக்கலாம் - எண்ணிக் கொண்டார் பொய்ரெட். ஓர் அரசுப்பணியில் இருப்பவர் எப்போதுமே ஜாக்கிரதையாய் இருக்க வேண்டியுள்ளது. அவர்களுக்குத் தோற்றம் அவசியம். டெபன்ஹாம் போன்றவர்கள் விவேகமாய் நடந்து கொள்ள வேண்டும்.

அகதா கிறிஸ்டி

பொய்ரெட்டின் நோட்டம் கேரேஜின் அடுத்த பக்கத்துக்குப் போனது. அதன் கோடியில், சுவரையொட்டி, கருப்பு உடையணிந்திருந்த ஒரு நடுத்தரப் பெண்ணிருந்தாள். 'பாவமற்ற' முகம். ஜெர்மன் அல்லது ஸ்காண்டிநேவியா நாடாய் இருக்கலாம் என்றெண்ணிக் கொண்டார். ஜெர்மன் பெண்மணி ஒருத்தியின் சேவகியாய் இருக்கலாம்.

இவரை அடுத்து, ஒரு ஜோடி அமர்ந்து இருந்தது. நன்றாய் அருகில் வளைந்து வந்து, கைகளை வீசிவீசிப் பேசிக்கொண்டிருந்தார்கள் அவர்கள். ஆங்கிலேயனைப் போல சிறப்பாய் அவன் உடையணிந்திருந்தாலும் - அவன் ஆங்கிலேயன் இல்லை. அவனின் பின்புறம் மட்டுமே பொய்ரெட்டுக்குத் தெரிந்தது. வாட்டசாட்டமான ஆசாமி. அபாரமாய் வளர்ந்திருந்தவன். சட்டென்று அவன் திரும்ப அவனுடைய அமைப்பினைப் படித்தார் பொய்ரெட். மிக அழகான ஆண்... முப்பது வயதையொட்டி. அகண்ட மீசை.

அவனுக்கு எதிரில் உட்கார்ந்திருந்த பெண் ஒரு சாதாரணமானவள் - வயது இருபது இருக்கலாம். பாவாடையும் மேல்கோட்டும் அவளை இறுக்கமாய்ப் பிடித்திருந்தன. வெண்ணிற மேலங்கி. அயல்நாட்டவள் என எண்ண வைத்த அவளும் அழகிய முகம் கொண்டு திகழ்ந்தாள். ஒரு பெரிய பிடிக்குள் பொருத்தப்பட்டிருந்த சிகரெட்டை அவள் ஊதிக் கொண்டிருந்தாள். சீராகப் பராமரிக்கப்பட்டிருந்த அவள் விரல்களில் இரத்தச்சிகப்பு நகங்கள். நீளமாய் தொங்கிய, எமரால்டும் ப்ளாட்டினமும் ஆன சங்கிலி அணிந்திருந்தாள். நேசங்காட்டி மயக்கும் போக்கு அவளுடைய பார்வையிலும் குரலிலும் இருந்தது.

"புருஷனும் பொஞ்சாதியுமா?" - முணுமுணுத்துக் கொண்டார் பொய்ரெட்.

பௌக் ஒப்புதலாய்த் தலையசைத்தார். "ஹங்கேரியன் தூதரகம்னு நினைக்கிறேன்" என்றார் அவர். "ஓர் அழகான ஜோடி."

இவர்கள் தவிர மேலும் இரண்டு பிரயாணிகள்தான் அங்கு இருந்தார்கள். பொய்ரெட்டுடன் பிரயாணிக்கும் மெக்குயின் மற்றும் அவனுடைய எஜமானன் ரேச்சட். எஜமானன், பொய்ரெட் திசை பார்த்து உட்கார்ந்திருக்க, அந்த உண்மையற்ற சோக முகத்தை இரண்டாவது முறையாகப் படித்தார் பொய்ரெட். அந்தப் பொய்யாய் கருணை பொழியும் புருவத்தையும், அந்த சிறிய குரூரமான கண்களையும் குறித்துக் கொண்டார்.

தனது நண்பனின் முகத்தில் சந்தேகத்துக்கிடமின்றி ஒரு மாற்றத்தைக் கண்டார் பௌக்.

"என்ன அந்தக் காட்டு விலங்கைப் பார்த்துக் கிட்டிருக்கீங்களா?"

பொய்ரெட் ஆமோதித்தார்.

பொய்ரெட்டின் காபி வந்து சேர்ந்ததும் பௌக் எழுந்து கொண்டார். பொய்ரெட்டுக்கு முன்னாலேயே வந்து சேர்ந்திருந்தபடியால் அவர் சாப்பிட்டு முடித்திருந்தார். "நான் என் பொட்டிக்குப் போறேன்" என்றார். "கூடவே வாங்களேன். ஏதாவது பேசிக்கிட்டிருக்கலாம்."

"வித் ப்ளஷர்."

பொய்ரெட் காபியை முடித்தார். வெயிட்டர் ஒவ்வொரு டேபிளாய் போய் பில்லுக்கான தொகையை வாங்கிக் கொண்டிருந்தான். பணம் தந்தபோதும், "இப்ப என் பொண்ணிருந்தால் என்ன சொல்லுவானா..." என்றாள், மேரியுடன் இருந்த அப்பெண்மணி.

அகதா கிறிஸ்டி

எழுந்து கொண்ட மேரி ஏனைய இரு பெண்களிடமிருந்தும் விடைபெற்றுப் போனாள். கலோனல் ஆர்புத்ராட் அவளைத் தொடர்ந்தார்.

இப்படியே அனைவரும் போயிருக்க, ரெஸ்டாரண்ட் பெட்டியில் பொய்ரெட், மெக்குயின் மற்றும் ரேச்சட் மட்டுமே இருந்தார்கள்.

ரேச்சட், உடனிருந்த தனது வேலையாளிடம் என்னவோ சொன்னார். அவன் எழுந்து போய் விட்டான். பிறகு அவரும் எழுந்துக் கொண்டார்... ஆனால் மெக்குயினைத் தொடர்வதற்குப் பதிலாகச் சட்டென்று பொய்ரெட்டுக்கு எதிராய் இருந்த இருக்கையில் அமர்ந்து கொண்டார். "கொஞ்சம் வத்திப்பெட்டி தர முடியுமா?" என்றார். அவரது குரல் மிருதுவாயும் சற்றே மூக்கிலிருந்தும் வந்தது. "என் பேர் ரேச்சட்."

பெட்டியை வாங்கிக்கொண்ட பிறகு, "எனக்கு மிஸ்டர் பொய்ரெட்டுடன் பேசிக் கொண்டிருக்கும் பொன்னான சந்தர்ப்பம் கிடைச்சிருக்குனு நினைக்கிறேன்" என்றார்.

பொய்ரெட் ஆமோதித்தார். "என்னைப்பற்றிய சரியான தகவல் வெச்சிருக்கீங்க, ஸார்."

அவர் இதற்குப் பேசுவதற்கு முன்னால், அவருடைய அந்தச் சின்ன கண்கள் இவரை முழுவதும் எடைபோட்டுக் கொண்டிருக்கின்றது என்பதைப் பொய்ரெட் கவனிக்காமலில்லை.

"எங்க நாட்டுல" என்ற அவர், "விஷயத்துக்குள்ளே உடனடியா நுழைஞ்சுடுவோம்" என்றார். "தாமதிக்க மாட்டோம். எனக்காக நீங்க ஒரு வேலை பண்ணனும், மிஸ்டர் பொய்ரெட்."

ஹெர்குல் பொய்ரெட்டின் புருவங்கள் மிரட்சியாய் மேலெழுந்தன. "என் உழைப்பையெல்லாம் இப்ப நான்

குறைச்சாச்சு, ஸார். ரொம்ப ரொம்பக் குறைச்சலான கேஸ்களைத்தான் நான் இப்பல்லாம் எடுத்துக்கறேன்.''

''புரியுது. ஆனா என் கேஸ்னா, மிஸ்டர் பொய்ரெட்... அது ஏகப்பட்ட பணத்தை அள்ளி கேஸ் ஃபீஸாத் தரும்.''

ஓரிரு நிமிடங்கள் அமைதியாய் இருந்த பொய்ரெட் பிறகு சொன்னார்: ''உங்களுக்காக நான் என்ன பண்ணணும்னு சொல்றீங்க மிஸ்டர்... மிஸ்டர்... ஆங், ரேச்சட்.''

''மிஸ்டர் பொய்ரெட்... நான் ஒரு பணக்காரன். கொடை பணக்காரன். என்னைப்போல இருப்பவர்களுக்கு எதிரிகள் உண்டு. எனக்கு ஓர் எதிரியிருக்கான்.''

''ஒரே ஓர் எதிரி?''

''அப்படின்னா?'' - கூர்மையாய்க் கேட்டார் ரேச்சட்.

''ஓர் ஆசாமி, நீங்க இப்ப குறிப்பிட்டதைப்போல அவனுக்கு எதிரிகள் இருக்கும்படியான ஒரு நிலைமையில இருந்தால், அது, ஒரேயோர் எதிரியை மட்டும் உள்ளடக்கியதா இருக்காது என்பது என் அனுபவம்.''

பொய்ரெட்டின் பதிலால் நிம்மதியானவரைப் போலானார் ரேச்சட். வேகமாய் அவர் சொன்னார்: ''நல்லது. அது எதிரியோ அல்லது எதிரிகளோ... அது இல்ல இப்ப பிரச்சினை. என் பாதுகாப்பு - இதுதான் பிரச்சினை.''

''பாதுகாப்பு?''

''என் வாழ்க்கைக்குச் சவால் விடப்பட்டிருக்கு, மிஸ்டர் பொய்ரெட். நான், என்னை நல்லாவே தற்காத்துக் கொள்ளத் தெரிஞ்ச மனுஷன்'' - தனது பாக்கெட்டிலிருந்து ஒரு சின்ன ஆட்டோமேடிக் துப்பாக்கியை அவர் எடுத்து ஒரு நொடி நேரம் காட்டினார். பிறகு இறுக்கமாய்த் தொடர்ந்தார்: ''தூங்கிக்கிட்டிருக்கும்போது தலையில கல்லைத் தூக்கிப் போட்டு என்னைக் கொன்னுடலாம்னு

யாரும் நினைச்சுட முடியாது... அத்தனைத் தற்காப்பு நான். இருந்தாலும் ரெட்டிப்பா ஒரு பாதுகாப்பு ஏற்படுத்திக்க விரும்பறேன். எனக்கென்னவோ நீங்கசொல்றது சரினு தோணுது. ரொம்ப அதிகமா தொகை தருவேன்.''

அவரையே சிந்தனையோடு பார்த்துக் கொண்டிருந்தார் பொய்ரெட். முகம் கொஞ்சமும் உணர்ச்சிகளைக் காட்டாமலே கிடந்தது. இவரது மண்டைக்குள் என்ன ஓடிக்கொண்டிருக்கின்றது என்பதை எதிராளியால் துளியும் கணக்கிட்டிருக்க முடியாது.

''மன்னிக்கணும் ஸார்'' என்றார் கடைசியாய். ''என்னால உங்களோட கோரிக்கையை ஏத்துக்க முடியலே.''

ரேச்சட் இவரைத் துளைக்கும் விதமாய்ப் பார்த்தார். எரிச்சலானார். ''அப்ப எவ்ளோ வேணும்னு நீங்களே சொல்லுங்க.''

பொய்ரெட் மறுப்பாய் தலையசைத்தார். ''உங்களுக்கு விளங்கலே, ஸார். என் தொழில்ல எனக்கு எப்பவுமே அதிர்ஷ்டம் இருந்திருக்கு. என்னையும் என்னைச் சார்ந்தோரையும் கவனிச்சுக்க போதுமான பணத்தை நான் சம்பாதிச்சாச்சு. இப்பல்லாம் என்னை ஈர்க்கும் கேஸ்களை மட்டுமே நான் எடுத்துக்கறேன்.''

''ரொம்ப தைரியம் உங்களுக்கு'' என்றார் ரேச்சட். ''வெல்... இருபதாயிரம் டாலர்கள். இது உங்களுக்கு ஆசை காட்டாதா?''

''காட்டாது.''

''இதுக்கு மேல எதிர்பார்த்தீங்கன்னா, அது உங்களுக்குக் கிடைக்காது. யாருக்கு எவ்ளோ தரணும்னு எனக்குத் தெரியும்.''

''எனக்கும் - மிஸ்டர் ரேச்சட்.''

"நிறுத்தும். நான் சொன்ன தொகைல என்னய்யா குறை?"

பொய்ரெட் எழுந்து கொண்டார். "அதுல ஒண்ணும் குறை இல்ல" என்றார். "ஆனா சொல்றேனேன்னு தப்பா நினைச்சுடாதீங்க. எனக்கு உங்களோட முகம் பிடிக்கலே, மிஸ்டர் ரேச்சட்."

இந்த வார்த்தைகளோடு பொய்ரெட் ரெஸ்டாரெண்ட் பெட்டியை விட்டுப் போய் விட்டார்.

அத்தியாயம் 4

இரவு நேரத்து அலறல்

ஸிம்ப்ளான் ஓரியண்ட் எக்ஸ்பிரஸ் அன்றைய இரவு எட்டே முக்காலுக்கு பெல்கிரேட் ரயிலடி வந்து சேர்ந்தது. மீண்டும் அது ஒன்பதே காலுக்கு முன்னால் கிளம்பப் போவது கிடையாது. எனவே பொய்ரெட் ப்ளாட்பாரத்தில் இறங்கினார். ஆயினும் அங்கு அவர் வெகுநேரம் நிற்கவில்லை. குளிர் கடுமையாயிருந்தது. ப்ளாட்பாரம் முழுக்கவும் அனலூட்டப்பட்டிருந்தாலும், வெளியே பனிப்பொழிவு மிக அதிகமாயிருந்தது. அவர் தன்னுடைய கம்பார்ட்மெண்ட்டுக்குத் திரும்பினார். தனது இரு உள்ளங்கைகளையும் சூட்டுக்காக அழுந்த உரசிக் கொண்டிருந்த கண்டக்டர் பொய்ரெட்டிடம் பேசினான்:

"உங்க லக்கேஜ் அத்தனையும் கம்பார்ட்மெண்ட் ஒன்றுக்கு மாற்றப்பட்டாச்சு, ஸார். அது மிஸ்டர் பௌக்கின் கம்பார்ட்மெண்ட்."

"அப்ப, அவர்?"

"ஏதென்ஸிலிருந்து வந்த ஒரு கோச் ஜஸ்ட் இப்பத்தான் ரயிலோட இணைக்கப்பட்டிருக்கு. அவர் அதுக்கு மாறிட்டார்."

உடனே பொய்ரெட் தனது நண்பனைத் தேடிக்கொண்டு போனார். அங்கு, "இட்ஸ் நத்திங், இட்ஸ் நத்திங்" என்றார்

பௌக். ‘‘இது வசதியாத்தான் இருக்கு. நீங்க நேரா இங்கிலாந்து போறீங்க. அதனால நீங்க அங்குவரை போகும் கோச்சுல இருப்பதுதான் நல்லது. இப்ப உங்களைப் போட்டிருக்கிற கலீஸ் கோச்தான் சரி. இங்கே நான் சுகமா இருக்கேன். அமைதியா இருக்கு. நான் மற்றும் ஒரு கிரேக்க டாக்டர் தவிர இந்தப் பெட்டியில வேற ஒருத்தரும் கிடையாது. ஆஹ், ஃப்ரண்ட்... என்ன மாதிரியான ஒரு ராத்திரி இது, பார்த்தீங்களா? இந்த வருஷம் கொட்டித் தீர்க்கும் பனியைப்போல இதுவரைக்கும் பனி இருந்ததே இல்லியாம். இது நம்ம பிரயாணத்துக்குத் தடையாகிடக் கூடாது. எனக்கென்னவோ பயமாயிருக்கு...’’

சரியாய் **9.15**க்கு ட்ரெயின் ஸ்டேஷனை விட்டுக் கிளம்பியது. உடனேயே பொய்ரெட் எழுந்து கொண்டார். நண்பனுக்குக் குட்நைட் சொல்லிவிட்டுத் தன்னுடைய கோச்சுக்கு வழிபண்ணிக் கொண்டு முன்னேறினார். அது, டைனிங் கம்பார்ட்மெண்ட்டுக்கு முந்தைய பெட்டியாய் அமைந்திருந்தது.

பிரயாணத்தின் இந்த இரண்டாவது நாளில் இறுக்கங்கள் இளகத் துவங்கியிருந்தன. கலோனல் ஆர்புத்ராட் அவரது பெட்டியின் நுழைவில் நின்று கொண்டு மெக்குயினுடன் பேசிக் கொண்டிருந்தார்.

தான் பேசிக் கொண்டிருந்த எதையோ அப்படியே விட்டுவிட்டு நின்றான் மெக்குயின். ஆச்சரியத்தில் அறையப்பட்டவனைப்போல தோன்றினான் அவன்.

‘‘ஏய்...’’ என்றான் அவன். ‘‘நீங்க எங்களை விட்டுப் போயிட்டதால்ல நினைச்சுக்கிட்டிருக்கேன். பெல்கிரேட்ல இறங்கணும் இல்ல, நீங்க?!’’

புன்னகைத்தபடி ‘‘நீங்க தப்பா புரிஞ்சுக்கிட்டிருக்கீங்க’’ என்றார் பொய்ரெட். ‘‘இப்ப எனக்கு நினைவுக்கு வருது...

நாம இதைப்பற்றிப் பேசிக்கிட்டிருக்கும்போதுதான் ஸ்டாம்பூலிலிருந்து ட்ரெயின் கிளம்பிச்சு.''

''ஆனா, ஒஹ் உங்க லக்கேஜெங்க?''

''இதெல்லாம் அப்படியே இன்னொரு பெட்டிக்கு மாறிடுச்சு. தட்ஸ் ஆல்.''

''ஓ, ஐ ஸீ.''

அவன் ஆர்புத்ராட்டுடனான தனது சம்பாஷணையைத் தொடர, பொய்ரெட் மேற்கொண்டு நடந்தார்.

இவருடைய கம்பார்ட்மெண்ட்டிலிருந்து இரண்டு பெட்டிகள் தள்ளி முதிய அமெரிக்கன் லேடி மிஸஸ் ஹப்பார்ட் நின்று கொண்டிருந்தார்... அவர், அந்த ஸ்வீடன் நாட்டுப் பெண்மணியுடன் பேசிக் கொண்டிருந்தார். அவள் போனதும் அவளைப்பற்றியே பொய்ரெட்டிடம் குறை கூறிய மிஸஸ், இங்ஙனமாய் இவர் கண்டுபிடிக்கும் குறைகளெல்லாம் எப்போதும் மிகச் சரியாகவே இருக்கும் என்று தன் மகள் சொல்வதாய்ச் சொன்னாள். தற்சமயம் இந்த ரயிலில் அவளுடைய மகளைப்பற்றி எல்லோரும் அறிந்திருந்தார்கள்!

அப்போது இவர்கள் இருவருக்குமான பெட்டியை அடுத்து வரும் கம்பார்ட்மெண்ட்டிலிருந்து பணியாள் வந்தான். அங்கு உள்ளே நெட்டைக்குத்தலாய் உட்கார்ந்திருந்த ரேச்சட்டை பொய்ரெட் சடுதியில் பார்க்கும்படி ஆனது. அவரும் பார்த்து விட்டார். பார்த்த அவரது முகம் மாறியது. கோபத்தால் இருண்டது. பிறகு கதவு ஓசையுடன் அடைக்கப்பட்டது.

மிஸஸ் ஹப்பார்ட் பொய்ரெட்டை ஒருபக்கமாய் இழுத்துக் கொண்டு போனார். பேசினார்:

''தெரியுமா உங்களுக்கு... இந்த மனுஷனைக் கண்டாலே எனக்குக் குலையெல்லாம் நடுங்குது. ஓ, நீங்க வேற...

அந்தப் பணியாளைச் சொல்லலை. இந்த இன்னொருத்தன் - இவனுடைய எஜமானன். எஜமானன், ம்கும்! அவங்கிட்டே என்னமோ தில்லுமுல்லு இருக்கு. எம்பொண்ணு நான் நினைப்பதெல்லாம் எப்பவுமே சரிதாம்பா! கர்மம், இவன் எனக்கு அடுத்த பொட்டி - இதுதான் எனக்குப் பிடிக்கலே. இந்த ரெண்டு பெட்டிகளுக்கும் வழிபண்ணித் தரும் கதவை நேற்று நான் கவனிச்சேன். ஓ காட்... எனக்கென்னவோ அந்தக் கதவை அவன் திறக்க முயற்சிப் பண்ணிப் பார்த்ததைப்போல என்னவோ கேட்டுது. ஒண்ணு சொல்றேன்னு தப்பா நினைச்சுக்காதீங்க... அந்தப் பய ஒரு கொலைகாரனா இருந்தால் ஆச்சரியப்படுவதற்கில்லை. எனக்கே நான் ஒரு முட்டாள்தனமா பேசறாப்பலத்தான் தோணுது... ஆனாலும் என்னவோ இருக்கு. அவனைக் கண்டாலே நான் பயந்து சாகறேனே! பிரயாணம் நிம்மதியா இருக்கும்னு சொன்னா, என் பொண்ணு... ம்ம், எனக்கென்னவோ இந்தப் பிரயாணத்துல சந்தோஷமே இல்ல. மறுபடியும் சொல்றேன், எனக்கே நான் ஒரு முட்டாள்தனமா பேசறாப்பலத்தான் தோணுது... ஆனா கவனிச்சுக்கங்க: இந்த ரயில் பிரயாணத்துல என்ன வேணும்னாலும் நடக்கலாம். என்ன வேணும்னாலும். எனக்குத் தோணுது, அவ்ளோதான் சொல்வேன். இந்த அழகுல இந்த வாளிப்பான பய எப்படி இவனோட செகரட்டரியா குப்பைக் கொட்டறான்னு தெரியல.''

கலோனல் ஆர்புத்ராடும் மெக்குயினும் இவர்கள் திசையில் வந்து கொண்டிருந்தார்கள்.

''என் கேரேஜூக்குள்ளே வாங்க'' என்றான் மெக்குயின். ''இன்னும் முழுசா இது தயாராகலே---'' மிஸஸ் ஹப்பார்ட் கிளம்பினாள். இரு ஆண்களுமாய் இணைந்து கொண்டு மெக்குயினின் பெட்டிக்குப் போனார்கள்.

அகதா கிறிஸ்டி   51

பிறகு, ரேச்சட்டின் பெட்டியைத் தள்ளி அடுத்திருந்த தன்னுடைய கம்பார்ட்மெண்ட்டுக்குப் போனார் பொய்ரெட். இரவு உடைக்கு மாறிக்கொண்டு படுத்தார். அரை மணிநேரம் போல படித்துக் கொண்டிருந்தார். பிறகு விளக்கினை அணைத்தார்.

சில மணிநேரங்கள் கடந்த பிறகு அவர் எழுந்தார். திடுதிப்பென்று எழுந்தார் என்று சொல்ல வேண்டும். அவரை அப்படி எழுப்பி விட்டது என்னவென்பது அவருக்குத் தெரியும் - ஒரு சத்தமான முனகல், ஏறத்தாழ அலறல், இங்கேதான் எங்கேயோ அவருடைய கைக்கெட்டும் தூரத்தில். அதே சமயத்தில் ஓர் அழைப்பு மணி கூர்மையாய் ஒலித்தது.

எழுந்து உட்கார்ந்து கொண்டார் பொய்ரெட். விளக்கினை எரிய விட்டார். ரயில் ஓடாமல் நின்று கொண்டிருப்பதை உணர்ந்தார் - ஏதாவது ஒரு ரயில் நிறுத்தமாய் இருக்க வேண்டும்.

அந்த அலறல், பொய்ரெட்டைத் துணுக்குற வைத்திருந்தது. அடுத்த பெட்டியில் இருப்பது ரேச்சட் என்பது அவருடைய நினைவுக்கு வந்தது. அவர் எழுந்துகொண்டு தன் கூபேயின் கதவினை மெல்லத் திறக்கவும், வெளியே ரயில் சிப்பந்தி வேகமாய் வந்து கொண்டிருக்கவும் சரியாய்ப் போனது. அவன் ரேச்சட்டின் கதவினைத் தட்டினான். பொய்ரெட் தன் கதவில் சிறு இடுக்கு மட்டுமே இருக்குமாறு அமைத்துக் கொண்டு கவனித்தார். சிப்பந்தி இரண்டாவது முறையாகக் கதவினைத் தட்டினான். இன்னொரு அழைப்பு மணி அடிக்க, இக்கூபேயைத் தள்ளியிருந்த ஏதோவொரு கூபேயில் விளக்கெரிந்தது. அந்தப் பக்கமாய்த் திரும்பிப் பார்த்தான் சிப்பந்தி.

அதே நேரம் கம்பார்ட்மெண்ட்டின் உள்ளிருந்து ஒரு குரல் வந்தது - அது ப்ரெஞ்சில் இருந்தது: *"ce n'est rien. Fe me suis trompe."* (தவறுதலா அழுத்திட்டேன். நீ வேண்டாம்.)

"நல்லது ஸார்" - கண்டக்டர் அடுத்த அழைப்பு வந்த திசை நோக்கிப் போனான்.

சாந்தமடைந்து உள்ளே நுழைந்தார் பொய்ரெட். விளக்கை அணைத்தார். அப்போது கைக்கடியாரத்தைக் கவனித்துக் கொண்டார். 12.37.

அத்தியாயம் 5

கொலை

மறுபடியும் உடனே தூங்குவது பொய்ரெட்டுக்குச் சிரமமாய் இருந்தது. இதற்கு, ரயிலின் குலுக்கல் தவறியிருந்தது ஒரு காரணம். ஒருவேளை வெளியேயிருப்பது ஒரு ஸ்டேஷன்தானென்றால், ஆச்சரியம் விளைவிக்குமளவுக்கு அது அமைதியாயிருந்தது. மாறாக ட்ரெயினுக்குள்தான் சப்தம் ப்ளாட்பாரம்போல இருந்தது. ரேச்சட் அடுத்த கதவருகே நகர்வதைப் பொய்ரெட்டால் கேட்க முடிந்தது - வாஷ்பேஸினை அவர் திறக்கும் ஒரு க்ளிக், ஓடும் தண்ணீரின் சலசலப்பு, தெறிக்கும் ஓர் ஓசை, பிறகு பேஸின் தண்ணீர் மூடப்பட்டதைப்போல மீண்டும் என்னவோ ஒரு க்ளிக். வெளியே காலடி ஓசைகள் மீண்டும் கேட்டன. படக்படக் என்று அடிக்கும் பாத்ரூம் செருப்பு அணிந்தவரின் நடை.

மேற்கூரையை முறைத்தபடி கிடந்தார் பொய்ரெட். வெளியே இருக்கும் ரயில்வே ஸ்டேஷன் ஏனிப்படி அமைதியாய்க் கிடக்கின்றது? அவரது தொண்டையில் வறட்சியை உணர்ந்தார். வழக்கமாய் அவர் கேட்டு வாங்கி வைத்துக் கொள்ளும் மினரல் தண்ணீரை இன்று மறந்திருக் கின்றார். மீண்டும் அவர் கைக்கடியாரத்தைப் பார்த்தார். ஒன்றே கால். பணியாளை அழைத்துத் தண்ணீர் பாட்டில் கேட்கலாம். அழைப்பு மணிக்கு அவரது கை நீண்டபோது

நிதானித்தார். மற்றொரு மணியோசை கேட்டது. டிங். அவனால் பல மணியோசைகளுக்கு ஒருசேர பதில் தர முடியாது.

டிங்... டிங்... டிங்...

அது மீண்டும் மீண்டும் அடித்தது. எங்கே போனான் அவன்? யாரோ பொறுமையிழந்து அவசரப்படு கின்றார்கள்...

டிங்... டிங்... டிங்...

யாரோ அது... ஆனால் மணியிலிருந்து கையை எடுக்காமல் அப்படியே அழுத்திக் கொண்டிருந்தார்.

திடீரென்று வேகவேகமாய் ஓடி வந்தன பணியாளின் கால்கள். பொய்ரெட்டின் அறைக்கதவிலிருந்து வெகு தூரம் தள்ளியில்லாத ஓர் அறைக் கதவினை அவன் கை தட்டியது.

பிறகு குரல்கள் வந்தன. கண்டக்டரின் குரல் - அடங்கி, மன்னிப்புக் கேட்டபடி, பவ்யமாய். பதிலுக்குப் பேரிடியாய், பிடிவாதம் கொண்ட குரல். மிஸஸ் ஹப்பார்ட்!

பொய்ரெட் தனக்குத்தானே சிரித்துக் கொண்டார்.

அந்த விவாதம் கொஞ்ச நேரம்போல நீண்டது. கண்டக்டர் ஆதரவாய்ப் பத்து சதவிகிதம் பேசினான் என்றால், தோரணையாய்த் தொண்ணூறு சதவிகிதம் பேசினார் மிஸஸ். இறுதியாய் ஒரு முடிவுக்கு வந்ததாய்ப் பட்டது. பொய்ரெட்டுக்கு ஸ்பஷ்டமாய்க் கேட்டது: ‘‘தேங்க் யூ, மேடம்.’’ மற்றும் அறைந்து மூடப்பட்ட கதவோசை.

தனது அழைப்பு மணியை இப்போது அடித்தார் பொய்ரெட்.

அழைத்த குரலுக்கு வந்தான் பணியாள். கடுமையாகவும் கவலையோடும் தெரிந்தான் அவன்.

''பிச்சுட்டாங்களோ?!'' - கேட்ட பொய்ரெட்டின் கண்களிலிருந்து விளைந்த ஒரு குறும்பு கண்ணடிப்பு, தன் சோகத்தை இறக்கி வைக்கும்படி அவனைத் தூண்டியது.

''அவங்களோட நான் பட்ட பாட்டை நீங்க ஒரு நிமிஷம் நினைச்சுப் பாருங்க! விடமாட்டேங்கிறாங்க - சொல்லிக்கிட்டே இருக்காங்க - அப்படியெல்லாம் கிடையாதுங்கறேன் - அப்படித்தான்கிறாங்க. அவங்க பொட்டிக்குள்ளே யாரோ இருக்காங்களாம்! இதை வெச்சுக்கிட்டு நான் என்ன பண்றது? இதோ, இந்த அளவு சின்ன கம்பார்ட்மெண்ட்டுக்குள்ளே'' - அவன் கையை விரித்து அளவு காட்டினான் - ''அவன் தன்னை எங்கே போட்டு மறைச்சுப்பான்? நான் அப்படியெல்லாம் கிடையாதுனு வாக்குவாதம் பண்றேன். இப்படியெல்லாம் அளவு காட்டி அசாதாரணம்னு விளக்கறேன். அந்தம்மா விடுவேனாங்கிறது! அவங்க எழுந்தாங்களாம், அங்கே ஒரு மனுஷன் இருந்தானாம். உள்பக்கம் தாழ்ப்பாள் போட்டிருக்கு. ஆனா அவன் வெளியேறியிருக்கான். இதெப்படினு கேட்கிறேன் நான். அவன் உள்பக்கம் தாழ்ப்பாள் போட்டுட்டு அப்படியே நழுவி வெளியே போயிட்டானானு விவரமா கேட்கிறேன். இப்படி யெல்லாம் நான் எடுத்துக் காட்டற சரியான காரணகாரியங்களையா அது கவனிக்குது? ம்ம். ஏதோ இங்கே எங்களுக்கு வேற கவலையே இல்லாதமாதிரி இதோட தொல்லை வேற... இந்தப் பனி இருக்கே---''

''பனி?''

''ஆமாம். உங்களுக்கு விஷயமே தெரியாதா? ட்ரெயினை நிறுத்தியாச்சு. பனிச்சரிவு ஏற்பட்டிருக்கு. எவ்ளோ நேரம் இப்படியே நட்டநடுவுல நாம நின்னுக்கிட்டிருக்கப் போறோம்னு ஆண்டவனுக்குத்தான்

வெளிச்சம். ஒரு தடவை இதுபோல நடந்து ஏழு நாட்கள் அப்படியே கிடந்தது நினைவுக்கு வருது.''

''உன் ஞாபகசக்தியைப் பனியில போட! அது சரி... நாம இப்ப எங்கேயிருக்கோம்?

''வின்காவி மற்றும் ப்ராட் நிலையங்களுக்கு நடுவுல.''

''ப்ச்'' என்றார் பொய்ரெட் வெறுத்துப்போய்.

விலகிப் போன பணியாள் தண்ணீர் பாட்டிலுடன் திரும்பினான்.

ஒரு கோப்பை தண்ணீரைக் குடித்த பொய்ரெட் தூக்கத்துக்குள் தன்னைத் திணித்துக் கொண்டார்.

அவர் அப்படியே தூங்கிப்போக ஆரம்பித்தபோது, எதுவோ ஒன்று அவரை மறுபடியும் எழுப்பியது. இம்முறை, கதவின் மேலே எதுவோ ஒன்று இடியைப்போல விழுந்த ஓசை.

விசுக்கென்று எழுந்து கொண்டவர் கதவைத் திறந்து வெளியே பார்த்தார். நத்திங். ஆனால், இவருடைய வலப்பக்கத்தில், சற்று தொலைவில், சிகப்பு நிறப் போர்வை போட்டிருந்த ஒரு பெண், இவரிடமிருந்து விலகிச் சென்று கொண்டிருந்தாள். எதிர்ப்புறக் கோடியில், கண்டக்டர் உட்கார்ந்து கொண்டு பெரிய பேப்பரொன்றில் எண்களை எழுதிக் கணக்கு பார்த்துக் கொண்டிருந்தான். அனைத்தும் மயான அமைதியில் கிடந்தன.

''பயந்து போயிருக்கேன்'' - சொல்லிக் கொண்ட பொய்ரெட் படுக்கைக்குத் திரும்பினார். இம்முறை அவர் காலைவரை நன்றாய்த் தூங்கினார்.

அவர் எழுந்தபோது ட்ரெயின் இன்னமும் நின்று கொண்டிருந்தது. திரைச்சீலையொன்றை விலக்கி எட்டிப் பார்த்தார். மலைமலையாய்ப் பனிக்குன்றுகள் ட்ரெயினைச் சூழ்ந்திருந்தன.

ஒன்பது மணியைக் கடந்து விட்டிருப்பதை அவர் கைக்கடியாரத்தைப் பார்த்துத் தெரிந்து கொண்டார்.

பிறகு அவருக்கே உரிய படு சுத்தமான மற்றும் மிடுக்கான தோரணையில் தன்னைத் தயார்படுத்திக் கொண்டு ஒன்பதே முக்கால் மணிக்கு டைனிங் கம்பார்ட்மெண்ட் இருந்த பெட்டிக்குச் சென்றார். சந்தைக்கணக்காய்ச் சப்தமிருந்தது அங்கே.

பிரயாணிகளுக்கு நடுவே இருந்த தடுப்புகள் அனைத்தும் உடைந்து போயிருந்தன. அனைவருக்கும் பொதுவாய் அமைந்துவிட்ட துரதிர்ஷ்டவசத்தால் எல்லோரும் கட்டப்பட்டிருந்தனர். தனது பேருரையின் உச்சஸ்தாயியில் இருந்தார் மிஸஸ் ஹப்பார்ட். தன் பெண்ணை ஒவ்வொரு முறையும் பேச்சின் நடுவே கொண்டு வந்த வாடிக்கையான வம்பளப்பு.

மிலனில் தனக்கு மிக முக்கியமான ஒரு ஜோலி இருப்பதாய்ச் சொல்லிக் கொண்டிருந்தான் அந்த இத்தாலி நாட்டவன். இதற்குக் குண்டு அமெரிக்கன் எப்படியாவது ட்ரெயின் புறப்பட்டுவிடும் என்று ஆறுதல் சொன்னான்.

"என் சிஸ்டரும் அவ குழந்தைகளும் காத்திருப்பாங்க" என்றாள் ஸ்வீடன் நாட்டுப் பெண்மணி, அழுதபடி. "என்னால அவங்களுக்கு ஒரு வார்த்தை தகவல் அனுப்ப முடியல. என்ன கவலைப்பட்டுக்கிட்டிருப்பாங்களோ? எனக்கு என்னவோ நடந்துடுச்சுனுல்ல புலம்பிக்கிட்டிருப்பாங்க."

"எவ்ளோ காலம் நாம இங்கேயே இருக்க வேண்டியிருக்கும்?" - அடித்துக் கேட்டாள் மேரி டெபன்ஹாம். "யாருக்காவது தெரியுமா?"

அவளது குரலில் பொறுமையற்ற தன்மை இருந்தது... ஆனால் டவுரஸ் எக்ஸ்பிரஸின்போது இவள் காட்டிய அந்த

அடக்க முடியாத படபடப்பின் எந்த அறிகுறியும் பொய்ரெட்டுக்கு இதில் தெரியவில்லை.

தற்சமயம் மிஸஸ் ஹப்பார்ட் மறுபடியும் புலம்பலில் இருந்தார். "ட்ரெயின்ல என்ன ஆகிட்டிருக்குனு ஒருத்தருக்குமா தெரியலே...? யாரும் ஏதாவது பண்ணலாமானு யோசிக்கிற மாதிரியும் தெரியலே. ச்சே... உபயோகமற்ற ஒரு கூட்டம். இது மாதிரி வீட்டுல முடங்கியிருந்தால் உடனடியா ஏதாவது பண்ணணும்னு பறக்க மாட்டாங்க?!"

ஆர்புத்ராட், பொய்ரெட் பக்கமாய்த் திரும்பி, "இறங்கிறதா சொன்னீங்க?" என்றார்.

சிரித்தபடி இந்தத் தகவலைத் திருத்தினார் பொய்ரெட். "அது நான் கிடையாது" எனத் திருத்தினார். "என் ஃப்ரண்ட் பௌக்'குடன் என்னைச் சேர்த்துப் போட்டுக் குழப்பிக்கிறீங்க!"

"ஓ, ஐ ஆம் ஸாரி."

"அதெல்லாம் ஒண்ணுமில்ல. அவர் முன்னாடியிருந்த கம்பார்ட்மெண்ட்டுல இப்ப நானிருக்கேன். அதனாலத்தான் குழப்பம்."

மிஸ்டர் பௌக் டைனிங் பெட்டியில் இல்லை. வேறு யார் இல்லை என்று பார்க்கக் கண்ணோட்டமிட்டார் பொய்ரெட்.

இளவரசி ட்ரகோ-மிராஃப் இல்லை. மேலும் அந்த ஹங்கேரியன் ஜோடி. மிஸ்டர் ரேச்சட்டும் ஜெர்மானியப் பெண்ணுடைய பணிப்பெண்ணும்கூட இல்லை.

ஸ்வீடன் பெண் கண்ணீரைத் துடைத்து விட்டுக் கொண்டாள். "நான் ஒரு முட்டாள்" என்றாள் அவள். "நான் என்ன குழந்தையா? அழ மாட்டேன்... நடப்பதெல்லாம் நன்மைக்கே."

இதற்குப் பதிலாய், "பேச்சுக்கு வேணும்னா பொருந்தலாம்" என்றான் மெக்குயின். "நாம இங்கே நாள்கணக்கா இருக்க வேண்டியிருக்கும், தெரியுமா?"

"இந்தப் பாழாப்போற இடம், என்ன இடம்?" என்றாள் மிஸஸ் ஹப்பார்ட் அழும் விழிகளோடு.

யூகோஸ்லோவியா என்றதும், "பால்கேனியனுங்க இருக்குமிடம்" எனச்சலித்தார்.

"நீங்க ஒருத்திதான் பொறுமையா இருக்கீங்க" என்றார் பொய்ரெட், மேரியிடம்.

அவள் தோள்களை மெல்லமாய்க் குலுக்கினாள். "வேறென்ன பண்ண முடியும்?"

"நீங்க ஒரு தத்துவ ஞானி மேடம்."

"அப்படினா நான் எதுலயும் ஒட்டாத ஒருத்தியா இருக்கணும். ஆனா என் குணாதிசயம் ரொம்பவும் சுயநலம் மிக்கதுனு நினைக்கிறேன். நான் ரொம்பவும் உணர்ச்சிவசப்படுபவ."

அவள் பேசும்போது அவரைப் பார்க்கவே இல்லை. அவரையும் கடந்து அவளது நிலைக்குத்திய பார்வை பின்னால் இருந்தது. ஜன்னலுக்கு வெளியே. மலை மலையாய்ப் பனிக்கட்டிகள் குவிந்துகிடந்த பிரதேசங்களில்.

"நீங்க துணிகரமான பெண்" என்றார் பொய்ரெட் மிருதுவாய். "சொல்லப் போனால் இங்கிருப்பவர்களிலேயே ரொம்பவும் சக்தி வாய்ந்தது நீங்கதான்."

"ஓ, நோ, நோ. என்னை விடவும் ஸ்ட்ராங்கான ஒருத்தரை எனக்குத் தெரியும்."

"அது---?"

சட்டென்று தனது சுயக்கட்டுப்பாட்டுக்குள் வந்த மேரி பின்வாங்கினாள். முன்பின் அறியாத ஓர் அந்நியனிடம்,

இன்று காலை வரை முழுசாய் ரெண்டு வார்த்தைகள்கூட பேசியிராத ஒருத்தனிடம், தான் வாய்விட்டுப் பேசிக்கொண்டிருப்பதை அவள் உணர்ந்தாள்.

தற்போது அமரிக்கையாய்ப் புன்னகைத்தாள் அவள். ‘‘உதாரணத்துக்கு அந்த ஒல்ட் லேடி. நீங்களும் அவங்களைக் கவனிச்சிருக்கணும். ரொம்பவும் அசிங்கமான கிழவி, ஆனாலும் பிரமிக்க வைப்பவள். வெறும் ஆள்காட்டி விரலைச் சும்மா நிமிர்த்தி மிருதுவான குரலிலேயே ஏதாவது அவங்க கேட்டாங்கன்னா போதும்... அதுக்கு இந்த ரயில்ல இருப்பவங்க எல்லாரும் ஓடறாங்க.’’

‘‘என் ஃப்ரண்ட் மிஸ்டர் பௌக் குரலுக்கும்தான் ஓடறாங்க’’ என்றார் பொய்ரெட். ‘‘அஃப்கொர்ஸ், அவன் இந்த ட்ரெயினின் டைரக்டர்.’’

மேரி டெபன்ஹாம் சிரித்தாள்.

காலை முடிந்தது. பல பிரயாணிகள், பொய்ரெட் உட்பட, டைனிங் பெட்டியிலேயே கிடந்தார்கள். கலவையான பேச்சையெல்லாம் கேட்டுக் கொண்டிருந்தபோது, ட்ரெயின் பணியாட்களில் ஒருத்தன் வந்து பொய்ரெட்டிடம் நெருக்கமாய்க் குனிந்தான்.

‘‘மன்னிக்கணும், ஸார்.’’

‘‘என்ன?’’

‘‘நீங்க இப்ப உடனே மிஸ்டர் பௌக் இருக்குமிடத்துக்குச் சில நிமிடங்கள் வந்தீங்கன்னா நல்லதா போகும்னு ஐயா சொல்லச் சொன்னார்.’’

பொய்ரெட் எழுந்து கொண்டார். அவனையே பின்தொடர்ந்துகொண்டு டைனிங் பெட்டியை விட்டு வெளியேறினார்.

இவருக்கு வந்து உதவிக் கொண்டிருந்தவன் கிடையாது இவன். இவன் சிகப்பாய்க் குண்டாயிருந்தான்.

அகதா கிறிஸ்டி

பொய்ரெட் தனது பெட்டியைக் கடந்து அடுத்த பெட்டிக்குள் நுழைந்தவனைப் பின்தொடர்ந்து கொண்டிருந்தார். அங்கு ஓர் அறையின் கதவைத் தட்டிய அவன் அதற்குள்ளே பொய்ரெட் நுழைய வசதியாய் ஒதுங்கி நின்றான்.

அந்த இடம் மிஸ்டர் பௌக்குக்கு ஒதுக்கப்பட்ட பகுதி கிடையாது. அது ஒரு இரண்டாம் வகுப்பு அறை. சற்று பெரியதாய் இருக்கும் காரணத்தால் தரிந்தெடுக்கப் பட்டிருக்க வேண்டும். அதிகம் பேர் கூடியிருப்பதாய் தோன்றியது.

எதிர்ப்புறக் கோடியில் பௌக் உட்கார்ந்திருந்தார். அவருக்கு எதிரிலிருந்த ஜன்னல் இருக்கையில் அமர்ந்திருந்த குள்ளமான ஓர் இருண்ட மனிதன், ஜன்னலுக்கு வெளியே கொட்டிக் கொண்டிருந்த பனியினைப் பார்த்த வண்ணமிருந்தார். மேற்கொண்டு பொய்ரெட் உள்ளே போக முடியாதவண்ணம் வழியை மறித்துக் கொண்டு நீலச்சீருடையிலிருந்த பெரிய மனிதன் - பணியாளர்களின் தலைவன். பிறகு பொய்ரெட்டின் பணியாள்.

இப்போது "ஓ, ஃப்ரண்ட்" என்றார் பௌக். "வாங்க, உள்ளே வாங்க. எங்களுக்கு உங்களுடைய உதவி இப்ப தேவைப்படுது."

குள்ள மனிதன் எழுந்து நிற்க, அவனருகில் போய் உட்கார்ந்தார் பொய்ரெட். "உட்காருங்க" என்றார் நின்றவனிடம். "என்ன நடந்திருக்கு?"

"நல்லாத்தான் கேட்கறீங்க. முதல்ல - இந்தப் பனி. இப்ப---"

அவர் நிறுத்தினார். தொண்டையை யாரோ அமுக்கிய மாதிரியான குரல் ட்ரெயின் பணியாளிடமிருந்து வந்தது.

"இப்ப - என்ன?"

"இப்ப, ஒரு பிரயாணி அவனோட கம்பார்ட்மெண்ட்டுக்குள்ளேயே பிணமா கிடக்கான் - குத்தப்பட்டு."

தப்பிப்பற்ற தினுசில் அமைதியாய்ச் சொன்னார் பௌக்.

"ஒரு பிரயாணி? யாரந்த பிரயாணி?"

"அமெரிக்கன். அவர் பேர் - பேர் - " தனக்கு முன்னாலிருந்த குறிப்பினைப் பார்த்துவிட்டு, "ரேச்சட்" என்றார். "ரேச்சட் - சரிதானே?"

எச்சிலைக் கூட்டி விழுங்கிக்கொண்டு, "யெஸ் ஸார்" என்றான் பணியாள்.

பொய்ரெட் சொன்னவனை நிமிர்ந்து பார்த்தார். அவன் சுண்ணாம்புக் கட்டியைப்போல வெளிறிப் போயிருந்தான். பிறகு, "அவனை முதல்ல உட்காரச் சொன்னா உங்களுக்குப் புண்ணியமாப் போகும்" என்றார் பௌக்கிடம். "இல்லேனா அவன் மயங்கி விழுந்துடுவான்."

இதற்கே காத்துக் கொண்டிருந்தவனைப்போல பொசுக்கென்று இருக்கையில் உட்கார்ந்து கொண்ட அவன் கைகளுக்குள் முகத்தை அப்படியே புதைத்துக் கொண்டு விட்டான்.

"ஓ…" என்ற பொய்ரெட், "மேட்டர் ரொம்ப ஸீரியஸ் போலத் தெரியுதே" என்றார்.

"இது ஸீரியஸேதான். சொல்லப் போனால், இது ஒரு கொலை - இந்த ஒரு வார்த்தையே போதாதா, குலை நடுங்க வைக்க. இது மட்டுமில்லாம சூழ்நிலையும் படு அசாதாரணமா இருக்கு. இதோ நாம எல்லாரும் உட்கார்ந்திருக்கோம் - நகர வழி தெரியாம. இப்படியே நாம மணிக்கணக்கா இருக்க நேரிடலாம் - ஏன், நாள் கணக்கா ஆனாலும் ஆகலாம்! இன்னொரு அசாதாரணம்: ஒவ்வொரு நாட்டையும் நாம கடக்கும்போதும் அந்த

நாட்டுப் போலீஸ் ட்ரெயின்ல இருக்கும்; ஆனா யூகோஸ்லோவியாவில? கிடையாது. என்ன, விளங்குதா?''

''ரொம்ப கஷ்டந்தான்'' என்றார் பொய்ரெட்.

''இன்னும் என்னவெல்லாமோ கஷ்டங்கள் வரப்போகுது. ஆங், மறந்துட்டேனே... இது டாக்டர் கான்ஸ்டன்டைன். இது பொய்ரெட்.''

அந்தச் சின்ன கறுப்பு மனிதன் வணங்கினான். பொய்ரெட்டும் பதிலுக்கு.

''நள்ளிரவு ஒரு மணியையொட்டி மரணம் நிகழ்ந்திருக்கணும் எனும் கருத்துல இருக்கார், நம்ம டாக்டர்.''

''இதைப் போன்ற வழக்குள்ல ரொம்ப கரெக்டா சொல்ல முடியாது'' என்றார் டாக்டர். ''ஆனா என்னால ஒண்ணு சொல்லிக்க முடியும்: மரணம், நள்ளிரவுக்கும் ரெண்டு மணிக்கும் இடைப்பட்ட நேரத்துலதான் நடந்திருக்கு.''

''இந்த மிஸ்டர் ரேச்சட்டை எப்ப கடைசியா உயிரோட பார்த்தீங்க?''

''12.40க்கு இவர் உயிரோட இருந்ததா தெரிய வருது. கண்டக்டரோட அப்ப இவர் பேசியிருக்கார்'' என்றார் மிஸ்டர் பௌக்.

''ரொம்ப சரி'' என்றார் பொய்ரெட். ''அப்ப என்ன நடந்தது என்பதை நானேகூட கேட்டேன். இதுதான் இவரைப்பற்றித் தெரிய வரும் கடைசித் தகவலா?''

''யெஸ்.''

பொய்ரெட் டாக்டரின் பக்கமாய்த் திரும்ப, அவர் தொடர்ந்தார்: ''மிஸ்டர் ரேச்சட்டின் ஜன்னல் நல்ல அகலமா திறந்திருந்தது. கொலைகாரன் அந்த வழியா

தப்பிச்சிருக்கலாம்னு நினைக்க வெச்சது அது. என் கருத்துல அந்தத் திறந்த ஜன்னல் ஒரு திரைச்சீலை போட்டது. யார் அந்தப் பக்கமாய்த் தப்பிச்சிருந்தாலும் குறிப்பிடும்படியான தடங்களைப் பனியில நிச்சயமா பதிச்சிருக்கணும். அப்படி எதுவுமே இல்ல.''

''கொலை கண்டறியப்பட்டது - எப்போ?'' - கேட்டார் பொய்ரெட்.

''மிச்சல்!''

கண்டக்டர் எழுந்து உட்கார்ந்தான். அவன் முகம் இன்னமும் வெளிறிப்போய் அலறலில் இருந்தது.

''இவர்கிட்டே என்னல்லாம் நடந்ததுனு முதல்ல ஒழுங்கா சொல்லு'' என்று ஆணையிட்டார் பௌக்.

அவன் ஒருவித நடுநடுக்கத்திலேயே பேசினான்.

''இந்த மிஸ்டர் ரேச்சட்டின் உதவியாளர் காலையில பல தடவை இவரோட கதவைத் தட்டியிருக்கார். பதில் இல்லை. அப்புறம் அரை மணிநேரம் கழிச்சு ரெஸ்டாரண்ட் காரோட பணியாள் வந்திருக்கான். காலைச் சிற்றுண்டி ஏதாவது சாப்பிடுவாரானு கேட்க வந்திருக்கான் அவன். ஏன்னா, அப்ப மணி 11.

''அவனுக்காக நான் இவரோட கதவை என்கிட்டேயிருந்த சாவியால திறந்தேன். ஆனா கதவை முழுக்கத் திறக்க விடாம உள்ளேயிருந்த சங்கிலி முடுக்கப்பட்டிருந்தது. இப்பவும் உள்ளேயிருந்து பதில் இல்லை. அப்படியே நிழல்படம்மாதிரி உள்ளேயிருந்தது. மேலும் பனி - உறைபனி. ஜன்னல் திறந்திருக்க, பனி சொட்டுச் சொட்டா உள்ளே. ஜென்டில்மேன் உள்ளே மயங்கி விழுந்திருக்கணும்னு நினைச்சேன் நான். நான் ட்ரெயினுடைய ஹெட்டைக் கூப்பிட்டேன். சங்கிலியை

உடைச்சுட்டு நாங்க உள்ளே போனோம். அங்கே இவர் - ஆ, டெரிபிள், டெரிபிள்.''

தனது உள்ளங்கைகளுக்குள் முகத்தை மறுபடியும் அவன் புதைத்துக் கொண்டான்.

''கதவு பூட்டப்பட்டிருக்க, அதன் உட்புறச் சங்கிலியும் மாட்டப்பட்டிருந்தது'' என்று சொல்லிக் கொண்டார், பொய்ரெட் சிந்தனையுடன். ''இது தற்கொலை இல்லையே, ஆங்?''

கிரேக்க டாக்டர் கிண்டலாய்ச் சிரித்தார். ''தன்னைத் தானே கொன்று கொல்லும் ஒருத்தன் பத்து, பனிரெண்டு, பதினைந்து இடங்களிலா குத்திக் கொள்வான்?''

பொய்ரெட்டின் கண்கள் அகண்டன. ''வெறிச்செயல் இது.''

''ஒரு பெண்ணாத்தானிருக்கணும்'' என்றான் பணியாளர்களின் ஹெட். முதன்முதலில் பேசினான் அவன். ''கேட்டுக்கங்க, அது ஒரு பெண்ணேதான். ஒரு பொண்ணுதான் இப்படிக் குத்துவா.''

டாக்டர் கான்ஸ்டன்டைனின் முகம் சிந்தனையால் திருகிப் போனது.

''அவ ரொம்பவும் பலம் பொருந்திய பொண்ணா இருக்கணும்'' என்றார். பிறகு அவர். ''ரொம்ப டெக்னிக்கலா பேச நான் விரும்பல - அது குழப்பத்தான் செய்யும். ஆனா ஒண்ணு சொல்லணும். ஓரிரு அசாத்தியமான அடிகள், மனித உடலிலுள்ள தசை மற்றும் எலும்புகளின் கடினமான திருகல்களையெல்லாம் தவிடுபொடியாக்குமளவுக்கு விழுந்திருக்கு.''

''இது விஷயந்தெரிஞ்சவன் பண்ணின கொலைபோல தெரியல'' என்றார் பொய்ரெட்.

"எனக்கும் அதே கருத்துதான். கன்னாபின்னான்னு மானாவாரியா விழுந்திருக்கு. தர்ம அடி! சில அடிகள் தப்பிப் போயிருக்கு - எவ்விதப் பாதகமும் ஏற்படுத்தாம. யாரோ ஒருத்தர் வந்து கண்ணை மூடிக்கிட்டு கை போன போக்குல அடிச்சு நொறுக்கியிருப்பதைப்போலத்தான் தோணுது."

"பொண்ணுங்கதான் இப்படிப்பட்டவங்க" என்றான் ஹெட். "வெறியாகிட்டாங்கன்னா அவங்களுக்கு மலையளவு பலம் வந்துடும்." ஏதோ அவனுக்கு அப்படியொரு தனிப்பட்ட அனுபவம் இருப்பதைப்போல தலையசைத்துக் கொண்டான் அவன்.

"உங்களுடைய தகவல்களுக்கு உதவ என்னிடமும் ஒரு தகவலிருக்கு" என்றார் பொய்ரெட். "மிஸ்டர் ரேச்சட் நேத்திக்கு என்கிட்டே பேசினார். அவர் ஏதோ ஆபத்துல இருப்பதா என்கிட்டே சொன்னார்."

"அப்ப அது பொம்பிளை கிடையாது" என்றார் பௌக். "ஒரு 'கூட்டம்'. இல்லேனா 'துப்பாக்கி மனிதர்கள்."

தனது ஊகம் மறுக்கப்பட்டதற்கு பணியாளர்களின் ஹெட்டின் முகத்தில் சிறு வலி தெரிந்தது.

"அப்படின்னா" என்று பௌக்கின் கருத்துக்குப் பேசிய பொய்ரெட், "கொலை, ரொம்பவும் அனுபவமற்ற அமெச்சூர்தனமா நடத்தப்பட்டிருக்கு" என்றார்.

பௌக்கின் கருத்தைத் தனது அனுபவம் அனுமதிக்க வில்லை என்பதைப் பொய்ரெட்டின் குரல் 'பாவம்' காட்டியது.

"ட்ரெயின்ல ஒரு பெரிய சைஸ் அமெரிக்கன் இருக்கான்" என்றார் பௌக். "சாதாரணமானவனைப் போலத்தான் தெரியறான். பயங்கரமான துணிகள். எப்பவும் பபுள்கம் கொதப்பிக்கிட்டேயிருக்கான். இதை,

அகதா கிறிஸ்டி

ஒரு தரமான மனுஷன் பண்ணுவதில்லை என்பது என் கருத்து. நான் யாரைச் சொல்றேன்னு விளங்குதுல்ல?"

கண்டக்டரைப் பார்த்துக் கேட்கப்பட்ட இக்கேள்விக்கு அவன் ஒப்புதலாய்த் தலையசைத்தான். "ஓ, பெட்டி 16ல இருப்பவர். ஆனா, அவனா இருக்க முடியாது. அவன் பெட்டிக்குள்ளே நுழைஞ்சதையோ அல்லது வெளியேறினதையோ, நான் கவனிச்சிருக்கணும்."

"உன்னால அது முடிஞ்சிருக்காது. இருந்தாலும் ஆராய்வோம். இப்ப கேள்வி இதுதான். என்ன பண்ணுவது?" - கேட்டவர் பொய்ரெட்டைப் பார்த்தார்.

பொய்ரெட் பதிலுக்குத் தன் பார்வையைப் போட்டார்.

"வெறுமனே பார்க்காதீங்க, மை ஃப்ரண்ட்" என்றார் பௌக். "நான் உங்ககிட்டே என்ன கேட்கப் போறேன்னு உங்களுக்கே தெரியும். உங்களுடைய சாதுரியத்தின் வீச்சு எனக்கு நல்லாவே தெரியும். இந்தத் துப்பறிதலை கைல எடுத்துக்கங்க! நோ, நோ, மறுக்கப் பார்க்காதீங்க. கவனிங்க, இது எங்களுக்கு ரொம்பவுமே ஸீரியஸான ஒரு கேஸ். எங்களுடைய ட்ரெயின் கம்பெனியைப்பற்றிச் சொல்றேன். யூகோஸ்லோவியா போலீஸ் தடதடனு உள்ளே வந்து நுழையும்போது, 'இந்தாங்கய்யா... இதுதான் இந்தக் கேஸுடைய தீர்வு'னு நாம தீர்மானமா நின்னோம்னா எவ்வளவு நல்லாயிருக்கும்! இல்லேனா, குறுக்கு கேள்விகள், தாமதங்கள், மனஅதிர்ச்சிகள், ஆயிரக்கணக்கான அசௌகரியங்கள். தவிர, இதுல சம்பந்தமேப்படாத இன்னொஸண்ட் பிரயாணிகள் பலருக்கும் தொந்தரவுகள் ஏற்படலாம், யாருக்குத் தெரியும். இதுக்கெல்லாம் பதிலா - இந்த மர்மத்தை நீங்க முடிச்சவுத்திடறீங்க! நாம அறிவிக்கிறோம்: ஒரு கொலை நடந்துடுச்சு. இவந்தான் கொலைகாரன்."

''ஒருவேளை என்னால் தீர்க்க முடியாம ஆகிட்டா?'

''ஓஹ்... - அதெல்லாம் நடக்காது'' என்று ஸ்திரமாய் தொனித்தது பௌக்கின் குரல். ''உங்க திறமைபற்றி எனக்குத் தெரியும். நீங்க கடைபிடிக்கும் முறைபற்றியும் எனக்குக் கொஞ்சம் தெரியும். இது உங்களுக்கு உகந்த ஒரு கேஸ். யார் யார் எப்படிப்பட்டவங்க... அவங்க குலம் கோத்திரம் ஜாதகம்லாம் என்னென்ன... இப்படி ஆராய்ஞ்சு கேஸை முடிக்க வருஷக்கணக்காகும். ஆனா, ஒரு கேஸை முடிக்கணும்னா, வெறுமனே சேர்ல சாஞ்சு உக்காந்துக்கிட்டு ஆழமா தர்க்கரீதியா சிந்திச்சாலே போதும்னு நீங்க சொல்லி நான் கேட்டிருக்கேனே. அதை இப்ப பண்ணுங்க. ட்ரெயின்ல இருக்கிற பிரயாணிங்களை விசாரியுங்க, பாடியை வந்து பாருங்க, அங்கே என்னென்ன துப்புகள் இருக்குனு உன்னிப்பா கவனியுங்க, அப்புறம் - வெல்... எனக்கு உங்க மேல முழு நம்பிக்கை இருக்கு! இது ஒண்ணும் முகஸ்துதி கிடையாதுனு சொல்லிக்க விரும்பறேன். உட்கார்ந்து சிந்திங்க. நீங்களே அடிக்கடி சொல்ற மூளையின் சாதுரிய சாம்பல் நிற செல்களை - க்ரே செல்களை - பயன்படுத்தி அடுக்குங்க. உங்களுக்குத் தெரிய வரும்.''

''என்னை டச் பண்ணிட்டீங்க பௌக்'' என்று உணர்ச்சிவயப்பட்டார் பொய்ரெட். ''நீங்க சொல்றமாதிரி இது ஒண்ணும் கஷ்டமான கேஸா இருக்க முடியாது. நானேகூட நேத்து ராத்திரி - இப்ப அதை நாம பேச வேண்டாம். உண்மையா சொல்லணும்னா இந்தக் கேஸ் என்னை ஈர்க்குது. இன்னும் எத்தனை மணிநேரம் போரடிச்சுக்கிட்டுப் பொட்டிக்குள்ளேயே உட்கார்ந்துக் கிட்டிருக்கணுமோனு இப்பத்தான் நான் நினைச்சுக் கிட்டிருந்தேன். பாருங்க - ஒரு கேஸ் ரெடியா என் கைல வந்து விழுது.''

''அப்ப நீங்க இதை ஏத்துக்கறீங்க?'' - மிஸ்டர் பௌக் ஆர்வமாய்க் கேட்டார்.

''நீங்களா சமாச்சாரத்தை என் கைல திணிச்சுட்டீங்க.''

''எல்லாம் ஒண்ணுதான். குட். நாங்க எல்லாரும் இப்ப உங்களோட ஆணைக்கு.''

''ஆரம்பத்துல எனக்கு இந்த இஸ்தான்புல்-கேலீஸ் பெட்டியின் ப்ளான் வேணும் - இதன் பல பெட்டிகள்ல எந்தப் பிரயாணிகள்லாம் தங்கியிருக்காங்க எனும் குறிப்புடன். அவங்களுடைய பாஸ்போர்ட் மற்றும் டிக்கெட்டுகளையும் நான் பார்க்க விரும்பறேன்.''

''மிச்சல் அதையெல்லாம் உங்ககிட்டே கொண்டு வந்து தருவான்.''

வாகன் லிட் எனும் இந்த ட்ரெயினுடைய கண்டக்டரான மிச்சல் நகர்ந்தான்.

''வேறன்ன? பிரயாணிகள்லாம் ட்ரெயின்ல இருக்காங்க?'' - கேட்டார் பொய்ரெட்.

''இந்த கோச்சுல நானும் டாக்டர் கான்ஸ்டன்டைனும் மட்டும்தான் பிரயாணிகள். புகாரெஸ்ட்ல வரும் கோச்சுல நொண்டிக் காலுடன் ஒரு ஜென்டில்மேன். அவரைக் கண்டக்டருக்கு நல்லா தெரியும். இதைத் தாண்டி சாதாரண பெட்டிகள்... ஆனா இதெல்லாம் நமக்குத் தேவையில்லாதவை, ஏன்னா, நேத்து ராத்திரி டின்னருக்கு அப்புறம் இதெல்லாமே பூட்டப்பட்டாச்சு. இஸ்தான்புல்-கேலீஸ் கோச்சுக்கு முன்னாடி டைனிங் பெட்டி மட்டுமிருக்கு.''

''அப்படிப் பார்த்தால்...'' என்று மெதுவாய் பொய்ரெட் சொன்னார்: ''கொலைகாரனை இஸ்தான்புல்-கேலீஸ் கோச்சுலத்தான் தேடணும்போல தோணுது.'' பிறகு அவர் டாக்டர் பக்கமாய்த் திரும்பினார். ''இதைத்தான் நீங்க ஹிண்ட் பண்ணினீங்கனு நான் நினைக்கிறேன்.''

கிரேக்கன் ஆமோதிப்பாய்த் தலையசைத்தார்.

"நள்ளிரவு கடந்து அரை மணிநேரத்துக்கப்புறமாய் நாம பனிப்பாறைகளுக்கு நடுவுல சிக்கிட்டோம். எனவே அந்த நேரத்திலிருந்து யாராலும் ட்ரெயினிலிருந்து வெளியேறியிருக்க முடியாது."

மிஸ்டர் பௌக் அதிகாரமாய் அறிவித்தார்:

"கொலைகாரன் நம்மகூட இருக்கான் - ட்ரெயின்ல, இப்ப..."

அத்தியாயம் 6

ஒரு பெண்?

"முதல்ல, அந்த இளைய மிஸ்டர் மெக்குயினோட ஒரிரு வார்த்தைகள் பேசணும்'' என்றார் பொய்ரெட். "நமக்குச் சில முக்கியமான தகவல்களை அவர் தரலாம்...''

"நிச்சயமா'' என்றார் பௌக். அவர் பணியாளர்களின் தலைவன் பக்கமாய்த் திரும்பினார்.

அப்போது கண்டக்டர் பாஸ்போர்ட்டுகள் மற்றும் டிக்கெட்டுகள் அடங்கிய ஒரு கட்டோடு வந்தான். அவற்றை அவனிடமிருந்து பௌக் வாங்கிக் கொண்டார்.

"தேங்க் யூ, மிச்சல். இப்போதைக்கு நீ உன்னுடைய ஸீட்டுக்குப் போயிடலாம்னு நினைக்கிறேன். உன்னுடைய சாட்சியை நாங்க அதிகாரபூர்வமா அப்புறம் எடுத்துக்கறோம்.''

"நல்லது, ஸார்.'' மிச்சல் தற்போது பெட்டியை விட்டு அகன்றிருந்தான்.

"நாம இளைய மிஸ்டர் மெக்குயினைப் பார்த்ததுக்கப் புறம்'' என்ற பொய்ரெட், "மரணமடைந்தவருடைய பெட்டி வரை போகலாம்னு நினைக்கறேன்.''

"நிச்சயமா.''

"அங்கே வேலை முடிச்சதுக்கப்புறம்---''

ஆனால் இச்சமயத்தில் பணியாளர்களின் ஹெட், ஹெக்டார் மெக்குயினுடன் திரும்பியிருந்தான்.

மிஸ்டர் பௌக் எழுந்து கொண்டார்.

‘‘இங்கே ரொம்ப இடநெருக்கடியா இருக்கு’’ என்றார் அவர் இனிமையாய். ‘‘என்னிடத்துல உக்காருங்க மிஸ்டர் மெக்குயின். உங்களுக்கு நேரெதிர்ல மிஸ்டர் பொய்ரெட் உட்காருவார் - ஆங், அங்கே.’’

பேசிவிட்டு ஹெட் பக்கமாய் அவர் திரும்பினார். ‘‘ரெஸ்டாரண்ட் பெட்டியிலிருந்து எல்லாரையும் வெளியேற்றிடு. அது, மிஸ்டர் பொய்ரெட்டுக்காக ஒதுக்கப்படட்டும். நீங்க உங்களுடைய உரையாடல்களை அங்கே வெச்சுக்கலாம், இல்லையா ஸார்?’’

‘‘அதுதான் மிகச் சிறந்த ஏற்பாடா இருக்கும், யெஸ்’’ என்றார் பொய்ரெட்.

ஒருவர் மாற்றி மற்றொருவரைப் பார்த்தவண்ணம் நின்று கொண்டிருந்தான் மெக்குயின். அவனுக்கு உடனடியாய் ஒன்றும் விளங்கவில்லை. ‘‘என்ன இதெல்லாம்?’’ என்றான்.

ஓர் அவசரமான கைவீசலோடு பெட்டியின் மூலையிலிருந்த இருக்கையில் உட்காருமாறு அவனுக்கு ஜாடை காட்டினார் பொய்ரெட்.

‘‘என்ன இதெல்லாம்?’’ என்று மறுபடியும் சற்று ஓங்கி கேட்டவன், பிறகு தானே தன் நாக்கினை அடக்கிக் கொண்டு ‘‘ட்ரெயின்ல ஏதாவது நடந்திருக்கா? ஏதாவது?’’ என்றான்.

ஒருவர் மாற்றி மற்றொருவராய் மறுபடியும் பார்த்தான் அவன்.

பொய்ரெட் ஒப்புதலாய்த் தலையசைத்தார். ‘‘சரியா சொல்லிட்டீங்க. ஒரு விஷயம் நடந்திருக்கு. ஓர் அதிர்ச்சிக்கு

உங்களை நீங்க தயார்ப்படுத்திக்கங்க. உங்க முதலாளி, மிஸ்டர் ரேச்சட், காலமாகிட்டார்!''

மெக்குயினின் இதழ்களிலிருந்து ஒரு விஸில் விளைந்தது. அவனுடைய கண்கள் சற்றே பிரகாசமடைந்தன என்பதைத் தவிர, அதிர்ச்சியையோ அல்லது துயரத்தையோ அவன் துளியும் வெளிக்காட்டவில்லை.

''ஆக, அவனுங்க அவரைப் பிடிச்சுட்டாங்க'' என்றான்.

''என்ன அர்த்தத்துல நீங்க இப்படிச் சொல்றீங்க, மிஸ்டர் மெக்குயின்?''

அவன் தயங்கினான்.

''மிஸ்டர் ரேச்சட் கொல்லப்பட்டதா நீங்க நினைக்கிறீங்களா?'''' - பொய்ரெட் கேட்டார்.

''அப்படி இல்லையா?'' - இந்தத் தடவை அவன் ஆச்சரியம் காட்டினான். பிறகு, ''ஏன்... யெஸ், அப்படித்தான்'' என்றான் மெதுவாய். ''அப்படித்தான் நான் நினைச்சுக்கிட்டிருந்தேன். கொல்லப்பட்டிருக்கார். அவர் ஜஸ்ட் தூக்கத்துல அப்படியே இறந்துட்டதாகவா நீங்க நினைக்கிறீங்க? ம்ம்... கிழவன் இரும்புமாதிரி, இரும்பு மாதிரி---''

ஒரு சிறு புன்னகைக்காக நிறுத்திக் கொண்டான் மெக்குயின்.

''உங்க ஊகம் ரொம்ப சரியே'' என்றார் பொய்ரெட். ''மிஸ்டர் ரேச்சட் கொலை செய்யப்பட்டிருக்கார். அடிச்சு அடிச்சே. ஆனா, 'இது வெறும் மரணம் கிடையாது, கொலை'னு நீங்க எதுக்காக அத்தனை தீர்மானமா இருக்கீங்கனு நான் தெரிஞ்சுக்கணும்.''

மெக்குயின் தயங்கினான்.

''எனக்கு ஒண்ணு தெளிவாகிடட்டும்'' என்றான். ''எக்ஸாக்டா, நீங்க யாரு? இதுல நீங்க எதுக்காக நுழைஞ்சிருக்கீங்க?''

''நான் இந்த வாகன் லிட் ட்ரெயின் சார்பா பேசறேன்'' என்றவர் சற்றுத் தாமதித்து விட்டுச் சொன்னார்: ''நான் ஒரு டிடெக்டிவ். என் பெயர் ஹெர்குல் பொய்ரெட்.''

இதற்கு ஓர் அதிசய ஆச்சரியத்தைப் பொய்ரெட் எதிர்பார்த்திருந்தால், அது கிடைக்கவில்லை. மெக்குயின் வெறுமனே ''ஓ, அப்படியா?'' என்று மட்டும் சொல்லி விட்டு மேற்கொண்டு அவர் தொடரக் காத்திருந்தான்.

''உங்களுக்கு இந்தப் பெயர் பரிச்சயமா இருக்கணுமே!''

''ஆமாமாம். ஆனா நான் என்னவோ இதை ஒரு பணிப்பெண்ணுடைய பேராத்தான் கற்பனை பண்ணியிருந்தேன்.''

அவனை வெறுப்பாய்ப் பார்த்தார் பொய்ரெட். ''டூ மச்.''

''எது டூ மச்?''

''நத்திங். நாம கைல இருக்கும் பிரச்சினையைப் பற்றி பேசுவோம். மரணமடைந்துள்ள ஆளைப்பற்றி உங்களுக்குத் தெரிஞ்ச எல்லாத்தையும் நீங்க சொல்லணும்னு கேட்டுக்கறேன், மிஸ்டர் மெக்குயின். நீங்க அவருக்கு உறவா?''

''நோ. கிடையாது. நான் அவரோட செகரெட்டரி - செகரட்டரியா இருந்தேன்.''

''எத்தனை காலமா நீங்க இந்தப் பதவியில இருந்தீங்க?''

''ஜஸ்ட் ஒரு வருஷமா.''

''ப்ளீஸ், உங்களால முடிஞ்ச அனைத்துத் தகவல்களையும் தாங்க.''

‘‘வெல், நான் கிட்டதட்ட ஒரு வருஷத்துக்கு முன்னாடி மிஸ்டர் ரேச்சட்டைச் சந்திச்சேன். பெர்ஸியால இருந்தேன் அப்ப...’’

பொய்ரெட் இடைமறித்தார்: ‘‘நீங்க அங்கே என்ன பண்ணிக்கிட்டிருந்தீங்க?’

‘‘ஒரு எண்ணெய் வியாபார சலுகைபற்றிப் பேசுவதற்காக நான் நியூயார்க்கிலிருந்து வந்திருந்தேன். அதைபற்றி உங்களுக்குக் கேட்க விருப்பமிருக்காதுனு நினைக்கிறேன். நானும் என் நண்பர்களும் அதுல ரொம்பவும் பின்தங்கிட்டோம். மிஸ்டர் ரேச்சட்டும் நாங்க தங்கியிருந்த ஒட்டல்லயேதான் தங்கியிருந்தார். அப்பத்தான் அவர் அவரோட காரியதரிசிகூட ஒரு பெரிய மோதலை முடிச்சிருந்தார். அதனால அந்த வேலைய அவர் எனக்குக் குடுத்தார் - நான் புடிச்சுக்கிட்டேன். நடுத்தெருவுல நிக்க வேண்டிய நிலைக்கு அப்பத் தள்ளப்பட்டிருந்த எனக்கு, இது உள்ளங்கைல கிடைச்ச பரிசா அமைஞ்சது.’’

‘‘அப்போதிலிருந்து?’’

‘‘நிறைய பிரயாணிச்சோம். மிஸ்டர் ரேச்சட் உலகத்தைப் பார்க்கணும்னு பிரியப்பட்டார். ஆனா மொழிகள் தெரியாத அவரோட நிலைமை அவரை ரொம்பவே பாதிச்சது. இதுக்கு உதவ நான் ஒரு கூரியர் போலத்தான் இயங்கினேனே ஒழிய, காரியதரிசிபோல இல்ல! அது ஒரு மனோஹரமான வாழ்க்கை.’’

‘‘இப்ப நீங்க உங்க முதலாளியைப்பற்றி எவ்ளோ சொல்ல முடியுமோ அவ்ளோ தகவல்களைத் தரணும்.’’

இளையவன் தோள்களைக் குலுக்கிக் காட்டினான். ஒரு குழப்பமான பாவம் அவன் முகத்தைக் கடந்தோடியது.

‘‘அது அப்படிச் சுலபம் கிடையாது.’’

‘‘அவரோட முழுப் பேர் என்ன?’’

''ஸாமுவேல் எட்வர்ட் ரேச்சட்.''

''அவர் ஓர் அமெரிக்கப் பிரஜை?''

''யெஸ்.''

''அமெரிக்காவின் எந்தப் பகுதியைச் சேர்ந்தவர் அவர்?''

''எனக்கு அது தெரியாது.''

''வெல், அப்ப உங்களுக்கு என்னதான் தெரியும்?''

''நிஜமா சொல்லணும்னா, மிஸ்டர் பொய்ரெட்... எனக்கு ஒண்ணுமே தெரியாது! அவரைப்பற்றி எப்பவுமே மிஸ்டர் ரேச்சட் பேசினது கிடையாது. அல்லது அவரோட அமெரிக்க வாழ்க்கைபற்றியும் பேசினது கிடையாது.''

''அது ஏன் அப்படினு நீங்க நினைக்கிறீங்க?''

''எனக்குத் தெரியலே. அவரோட ஆரம்பக்காலத்தைப் பற்றி அவருக்கே ஒருவேளை வெட்கமா இருக்குமோனு நான் கற்பனை பண்ணிக்கிட்டது உண்டு. சில ஆண்கள் இப்படித்தான்.''

''இது ஒரு திருப்திகரமான காரணமா உங்களுக்கே தோணுதா?''

''வெளிப்படையா சொல்லணும்னா, நோ.''

''அவருக்கு ஏதாவது உறவுகள் உண்டா?''

''அப்படி எதையும் அவர் சொன்னதில்லை.''

பொய்ரெட் அதே பாயிண்ட்டையே குறியாய்க் கேட்டார்: ''நீங்களே உங்களுக்குள்ளே ஒரு தியரியை உருவாக்கியிருக்கணுமே, மிஸ்டர் மெக்குயின்.''

''வெல், யெஸ், நான் செஞ்சேன். அவரோட நிஜப் பெயர் மிஸ்டர் ரேச்சட்னு நான் நம்பலே. எதுகிட்டேயிருந்தோ அல்லது யார்கிட்டேயிருந்தோ தப்பிப்பதற்காக அவர் அமெரிக்காவை விட்டு வெளியேறியிருக்கணும்னு நான்

நினைச்சேன். இதுல அவர் வெற்றியடைஞ்சார்னு நினைக்கிறேன் - ஓரிரு வாரங்களுக்கு முன்பு வரை.''

''அப்படின்னா?''

''அவருக்குக் கடிதங்கள் வர ஆரம்பிச்சன - மிரட்டல் கடிதங்கள்.''

''நீங்க அவற்றைப் பார்த்தீங்களா?''

''யெஸ். அவரோட கடிதப் போக்குவரத்துகளைப் பார்த்துக் கொள்வது என் வேலை. முதல் கடுதாசி பதினைந்து நாட்களுக்கு முன்னால வந்தது.''

''அக்கடிதங்களைச் சிதைச்சாச்சா?''

''நோ, என் ஃபைல்ல இன்னும் சில கடிதங்கள் இருக்குன்னு நினைக்கிறேன். கோபத்துல ஒரு கடிதத்தை மிஸ்டர் ரேச்சட் கிழிச்சது எனக்குத் தெரியும். அவற்றை உங்களுக்குக் காட்ட கொண்டு வரட்டுமா?''

''அதைச் செஞ்சீங்கன்னா ரொம்ப உதவியா இருக்கும்.''

மெக்குயின் கம்பார்ட்மெண்ட்டை விட்டகன்றான். சில நிமிடங்கள் கழிந்ததும் அவன் திரும்பினான். அழுக்கேறிய நோட்டுப் புத்தகத்தின் இரண்டு தாள்களை அவன் பொய்ரெட்டின் முன்பு வைத்தான்.

முதல் கடிதம் இப்படிப் போனது:

''எங்களை ஏமாத்திட்டு இதுலேந்து வெளியேறிடலாம்னு நீ நினைச்சியா? உன்மேல சத்தியம் - அது நடக்காது. நாங்க உன்னைப் பிடிக்கக் கிளம்பிட்டோம், ரேச்சட்... உன்னை நாங்க பிடிப்போம்.''

அதில் கையொப்பம் ஏதுமில்லை.

உயர்த்திய புருவங்களைத் தவிர்த்து வேறெந்த காமெண்ட்டும் அடிக்காத பொய்ரெட், அடுத்த கடிதத்தை எடுத்துக் கொண்டார்:

''உன்னை ஒருவழி பண்ணாம விட மாட்டோம், ரேச்சட். சீக்கிரத்திலேயே உன்னை நாங்க பிடிக்கிறோமா இல்லையானு பார்.''

கடிதத்தைக் கீழே வைத்தார், பொய்ரெட்.

''ஸ்டைல் ஒரே மாதிரியிருக்கு!'' என்றார். ''கையெழுத்தும்.''

மெக்குயின் அவரைப் பார்த்து விழித்தான்.

''உங்களால இதைக் கவனிச்சிருக்க முடியாது'' என்றார் பொய்ரெட் மிருதுவாய். ''இப்படிப்பட்ட விஷயங்களிலேயே பழகிய கண்கள் தேவைப்படுது. இந்தக் கடிதம் ஒருத்தரால எழுதப்படலே, மிஸ்டர் மெக்குயின். ரெண்டு அல்லது அதுக்கும் மேற்பட்ட நபர்களால எழுதப்பட்டிருக்கு. ஒரு வார்த்தையின் ஓர் அட்சரத்தை ஒவ்வொருத்தரா எழுதியிருக்காங்க. மேலும், கடிதங்கள் ப்ரிண்ட் பண்ணப்பட்டிருக்கு. இது கையெழுத்தை அடையாளம் காணும் வேலையைச் சிக்கலாக்குது.''

இங்கு சற்று நிறுத்திக் கொண்டு விட்டுச் சொன்னார்: ''மிஸ்டர் ரேச்சட், என்னிடம் உதவி நாடி வந்த விஷயம் உங்களுக்குத் தெரியுமா?''

''உங்ககிட்டே?''

மெக்குயினின் ஆச்சரியம் பொங்கிய குரல் அவனுக்கு இவ்விஷயம் தெரியாது என்பதைப் பொய்ரெட்டுக்கு ஊர்ஜிதப்படுத்தியது. அவர் ஒப்புதலாய்த் தலையசைத்தார்.

''யெஸ். அவர் எச்சரிக்கையானார். முதல் கடிதம் வந்தபோது அவர் எப்படி நடந்துக்கிட்டார்னு என்கிட்டே சொல்லுங்களேன்...''

''சொல்வது கஷ்டம். அவர் - அவர் - அவருக்கே உரிய சிரிப்பை உதிர்த்துக் கொண்டு அதனை என்னிடம் தந்தார். ஆனா, ஏனோ தெரியலே'' - இங்கு சிறு நடுக்கம் அவனிடம்

உண்டானது - ''அவரோட அந்த அமைதிக்கு அடியில ஆணிவேர் வரை உலுக்கப்பட்டார்னு நான் உணர்ந்தேன்.''

பொய்ரெட் ஒப்புதலாய்த் தலையசைத்தார். பிறகு அவர் ஓர் எதிர்பாராத கேள்வியைக் கேட்டார்: ''மிஸ்டர் மெக்குயின்... உண்மையா, மறைக்காம சொல்ல முடியுமா? நீங்க உங்க முதலாளியை எப்படி எடை போட்டீங்க? உங்களுக்கு அவரைப் பிடிச்சதா?''

இதற்கு மறுபதில் தருமுன் ஹெக்டர் மெக்குயின் சில கணங்கள் எடுத்துக் கொண்டான். ''நோ'' என்றான் கடைசியாய். ''எனக்குப் பிடிக்கல.''

''ஏன்?''

''குறிப்பிட்டு எனக்குச் சொல்லத் தெரியல. அவரோட நடவடிக்கைகள்ல அவர் எப்பவுமே மனோஹரமாத்தான் இருப்பார்.'' இங்கு நிறுத்தி விட்டுச் சொன்னான்: ''உங்களுக்கு உண்மையைச் சொல்றேன், மிஸ்டர் பொய்ரெட். நான் அவரை விரும்பலே. அவரை நம்பலே. நிச்சயமா சொல்றேன், அவர் ஒரு கொடூரமான மற்றும் ஆபத்தான மனுஷன். இந்த என் கருத்தை ஸ்தாபிக்க என்னிடம் எந்த காரணங்களும் கிடையாதுனும் சொல்லிக்க விரும்பறேன்.''

''தேங்க் யூ, மிஸ்டர் மெக்குயின். ஓர் இறுதிக் கேள்வி. மிஸ்டர் ரேச்சட்டை உயிரோட நீங்க எப்ப கடைசியா பார்த்தீங்க?''

''நேற்று சாயங்காலம், கிட்டத்தட்ட---'' என்றுவிட்டு சற்று சிந்தித்த அவன், ''---பத்து மணியையொட்டினு சொல்லலாம்'' என்றான். ''அவரோட கம்பார்ட்மெண்ட்டுக்குப் போயிருந்தேன். அவர்கிட்டேயிருந்து சில குறிப்புகளை எடுத்துக் கொள்ள.''

''எதைப்பற்றி?''

‘‘அவர் பெர்ஸியாவில வாங்கியிருந்த சில ஓடுகள் மற்றும் பழைமை மண்பாண்டங்கள்பற்றி. அவருக்கு வந்து சேர்ந்திருந்தவை, அவர் அங்கே வாங்கியவை கிடையாது. இதைப்பற்றி ஒரு நீண்ட வெறுத்துப்போன குறிப்பு தந்தார்.’’

‘‘இதுதான் மிஸ்டர் ரேச்சட் கடைசியா உயிரோட பார்க்கப்பட்ட சமயமா?’’

‘‘என்னைப் பொறுத்த வரைக்கும், யெஸ்.’’

‘‘கடைசி மிரட்டல் கடுதாசி அவருக்கு எப்ப வந்ததுனு உங்களுக்குத் தெரியுமா?’’

‘‘கான்ஸ்டன்டின்புல் பகுதிக்கு நாங்க கிளம்பின காலைல.’’

‘‘இப்ப உங்களை நான் மேலும் ஒரு கேள்வி கேட்க வேண்டியிருக்கு, மிஸ்டர் மெக்குயின். உங்க முதலாளியுடன் நீங்க நல்ல உறவுல இருந்தீங்களா?’’

இளையவனின் கண்கள் திடீரென்று மினுமினுத்தன. ‘‘என்னை இதுல நீங்க சந்தேகப்படவே தேவையில்ல, மிஸ்டர் டிடெக்டிவ். நானும் அவரும் ஆரோக்கியமான உறவுமுறையிலதான் இருந்தோம்.’’

‘‘உங்களுடைய முழுப் பெயரையும், அமெரிக்காவுல நீங்க உள்ள உங்களுடைய முகவரியையும் எங்களுக்குத் தரணும், மிஸ்டர் மெக்குயின்.’’

மெக்குயின் அவனது பெயரைத் தந்தான் - ஹெக்டர் வில்லார்ட் மெக்குயின், மற்றும் நியூயார்க்கில் ஒரு முகவரி.

பொய்ரெட் அவரது இருக்கையில் சாய்ந்தமர்ந்தார். ‘‘இப்போதைக்கு இவ்ளோதான், மிஸ்டர் மெக்குயின். ஆங்... இன்னும் கொஞ்ச நேரத்துக்கு மிஸ்டர் ரேச்சட்டின் மரணம்பற்றிய சேதியை நீங்க உங்களுக்குள்ளேயே வெச்சுக்கிட்டா நல்லதா இருக்கும்.’’

"அவரோட பணியாள், மாஸ்டர்மெனுக்குத் தெரியணும்."

"அவருக்கு ஏற்கெனவே தெரிஞ்சிருக்கணும்" என்றார் பொய்ரெட் வறட்சியாய். "அப்படித்தான்னா, கொஞ்சம் வாயைப் பொத்திக்கிட்டு இருக்கும்படி அவரண்டைச் சொல்லிடணும்."

"அது கஷ்டமில்ல. அவன் பக்கா ஆங்கிலேயன் - பிரிட்டிஷ்காரன்: 'தெரிஞ்சதை வெளியே சொல்லாதே' இது அவங்களோட தாரக மந்திரம். அமெரிக்கர்களைப்பற்றி அவனுக்குத் தாழ்ந்த அபிப்ராயம்தான். மற்ற நாட்டவர் களைப்பற்றி அபிப்ராயமே கிடையாது அவனுக்கு."

"தேங்க் யூ, மிஸ்டர் மெக்குயின்."

அந்த அமெரிக்கன் கேரேஜை விட்டகன்றான்.

"எப்படி?" என்று கேட்டார் மிஸ்டர் பௌக். "இவன் சொல்றதை நீங்க நம்பறீங்களா?"

"இவரைப் பார்த்தால், உண்மையானவராகவும் முகத்துக்கு முகம் மறைக்காம பேசுபவரைப் போலவும்தான் தெரியுது. இதுல இவர் ஏதாவது ஒருவகையில தொடர்புடையவரா இருந்தால், தனது முதலாளி மேல பாசம் இருப்பதைப்போல காட்டியிருக்கணும் - ஆனா அப்படி எதுவும் அவர் காட்டல. என் உதவியை நாடி அதுல தோற்றுப்போன சமாச்சாரத்தை மிஸ்டர் ரேச்சட் இவர்கிட்ட சொல்லலை என்பது நிஜம் - ஆனா இது ஒண்ணும் அப்படிப் பெரிய சந்தேகத்துக்கு இடம் தரும் விஷயமாகவும் எனக்குப் படலே. எனக்கென்னவோ, இந்த ரேச்சட், எந்தவொரு தருணத்திலும், தன் விசாரணைகளைத் தனக்குள்ளேயே வைத்துக் கொள்ளும் ஒரு ஜென்டில்மேனா படறார்."

''ஆக, இந்தக் கொலை வழக்குல, ஒருத்தன் நிரபராதினு நீங்க சொல்றீங்க'' என்றார் பௌக் விளையாட்டாய்.

வருத்தமான பார்வையை அவர்மீது பதித்தார் பொய்ரெட். "நான், கடைசி நிமிடம் வரை சந்தேகப்படுவேன் - ஒவ்வொருத்தரையும்'' என்றார். ''ஆனா, இந்த மெக்குயின், தன் எதிரியைப் பத்து பனிரெண்டு இடங்கள்ல பச்சாதாபமே இல்லாமல் குத்திக்குத்திக் கொல்லும் ரகமா எனக்குத் தோணலே. அவர் மனோபாவத்துக்குப் பொருந்தலே - பொருந்தவே இல்லை.''

''பொருந்தலேதான்'' என்றார் பௌக், ஒரு சிந்தனையுடன். ''வெறியின் உச்சத்துல இருக்கும் ஓர் ஆம்பிளையோட நடவடிக்கைதான் அந்த அளவுக்கு இருக்கும். லத்தீன்காரங்கதான் இப்படிப்பட்டவங்க. இல்லேனா, நம்ம பணியாளர்களின் தலைவன் சொன்னதைப் போலவே, ஒரு பொண்ணா இருக்கணும்.''

அத்தியாயம் 7

உடல்

டாக்டர் கான்ஸ்டன்டைன் தொடர, அடுத்த கோச்சில் கொலையான உடல் கிடந்த பெட்டிக்குப் போனார் பொய்ரெட். கண்டக்டர் வந்து, அவனிடமிருந்த சாவியால் கதவினைத் திறந்து விட்டான்.

இரு ஆடவர்களும் உள்ளே நுழைந்தார்கள். தன் உடனிருந்த டாக்டரை விசாரிக்கும் தொனியில் பார்த்தார் பொய்ரெட்.

"இந்த கம்பார்ட்மெண்ட்ல எந்தச் சாமானெல்லாம் இடம் மாறியிருக்கு?"

"எதுவும் தொடப்படலே, டிடெக்டிவ். பரிசோதிக்கும் போது உடலை நகர்த்திவிடக் கூடாது என்பதுல நான் உஷாராவே இருந்தேன்."

பொய்ரெட் ஆமோதித்தார். தன்னைச் சுற்றிலும் பார்த்தார்.

உடனடியாய் அவரது உணர்வினைத் தொட்டது, தாளவொண்ணா வெடவெடப்பு. எத்தனை தூரம் முடியுமோ அத்தனை தூரத்துக்கு ஜன்னல் கீழ்நோக்கித் தள்ளப்பட்டிருந்தது... தடுப்புத் தகடுகளால் ஆன திரைச்சீலை தூக்கப்பட்டிருந்தது.

"ப்ர்ர்ர்..." என்றார் பொய்ரெட்.

அருகிலிருந்தவரோ பாராட்டும் தொனியில் புன்னகைத்தார்.

பொய்ரெட் கவனமாய் ஜன்னலைப் பரிசோதித்தார்.

''நீங்க சொன்னது கரெக்ட்'' என்றார். ''கேரேஜை விட்டு ஒருத்தரும் இந்த வழியா வெளியேறல. அப்படித் தோணணும்னு ஜன்னல் திறந்து வைக்கப்பட்டிருக்கு. ஆனா, கொலையாளியின் இந்த இலக்கினை, பனி, தோக்கடிச்சிருக்கு.''

ஜன்னலின் சட்டத்தினை இப்போது கவனமாய்ப் பார்த்தார். தன்னிடமிருந்த சிறு பெட்டியிலிருந்து கொஞ்சம் பவுடரை எடுத்து அதன்மீது தூவி விட்டார்.

''கைரேகைகளே இல்ல'' என்றார். ''அழிக்கப்பட்டாச்சு என்பதையே இது உணர்த்துது. அப்படியே விரல்ரேகைகள் இருந்திருந்தாலும், அதிகத் தகவல்கள் ஒண்ணும் கிடைச்சிருக்காது. அவை, மிஸ்டர் ரேச்சட்டின் ரேகைகளாகவோ அல்லது அவரோட பணியாள் கண்டக்டருடைய ரேகைகளாகவோ இருந்திருக்கும். இந்தக் காலத்துல கொலைகாரனுங்க இத்தனை சின்ன தப்புகளையெல்லாம் பண்ணுவது கிடையாது.

''இதுதான் நடந்திருப்பது'' என்று உற்சாகமாய் முடித்த அவர், ''ஜன்னலை நாம மூடிடலாம்'' என்றார். ''இப்ப இது ஒரு குளிர்சாதனப் பெட்டிதான்!''

தனது வார்த்தையை நடைமுறைபடுத்தி விட்டு, கீழே அசைவற்றுக் கிடந்த அஃறிணைப் பொருளின்மீது முதல் முறையாய்ப் பார்வையைப் பதித்தார்.

ரேச்சட் மல்லாக்கக் கிடந்தார். துரு பிடித்த நிறத் திட்டுக்கள் கொண்டிருந்த அவருடைய பைஜாமா பட்டன்கள் கழற்றப்பட்டுப் பின்னோக்கி வீசப்பட்டிருந்த நிலையில் தெரிந்தன.

''நான் காயங்கள் எப்படிப்பட்டவைனு பார்க்க வேண்டியிருந்தது'' என்று விளக்கினார் டாக்டர்.

பொய்ரெட் ஆமோதித்தார். உடலை நோக்கிக் குனிந்தார் அவர். பிறகு சிறு முக இறுக்கத்துடன் நிமிர்ந்து நின்றார்.

''ஈவிரக்கம் இல்லாதது இது'' என்றார். ''யாரோ ஒருத்தர் அப்படி நின்னுக்கிட்டு திருப்பித்திருப்பி இவரை அடிச்சிருக்கணும். எத்தனை காயங்கள் இருக்கு மொத்தத்துல?''

''பனிரெண்டுனு நான் கணக்கு பண்ணியிருக்கேன். ஓரிரண்டு வெறும் சிராய்ப்பு ஏற்படுத்தும் அளவுக்குச் சாதாரணமானவை. மாறாக, குறைந்தபட்சம் மூன்று அடிகள், மரணத்தை உண்டுபண்ணவல்லலை.''

டாக்டர் சொன்ன தொனியிலிருந்த என்னவோ ஒன்று பொய்ரெட்டின் கவனத்தை இழுத்தது. அவர், அவரைக் கூர்மையாய்ப் பார்த்தார். விளங்காததால் ஏற்பட்ட முகச்சுளிப்புடன் அந்தக் குள்ளக் கிரேக்கர் கீழே கிடந்த உடலையே வெறித்துக் கொண்டிருந்தார்.

''என்னவோ ஒண்ணு பொருந்தாததைப்போல உங்களுக்கு தோணுது, இல்லையா?'' என்று மிருதுவாய் கேட்டார் பொய்ரெட்.

''யூ ஆர் ரைட்'' எனப் பதிலளித்தார் டாக்டர்.

''என்னது அது?''

''கவனிங்க. இந்த இரண்டு காயங்கள் - இங்கேயும், இங்கேயும்'' - குறி வைத்து அவர் காட்டினார் - ''இவை ஆழமானவை. இந்த ஒவ்வொரு அடியும் இரத்த நாளங்களையெல்லாம் வெட்டிக் கடாசியிருக்கணும். ஆனாலும் நுனிகள் கசியலே. நாளங்களின் நுனிகள்ல இரத்தக்கசிவு இல்ல.''

"இது என்ன சொல்லுது?"

"இந்த ஆள் ஏற்கெனவே செத்துப் போயிட்டான் என்பதை. கொஞ்ச நேரத்துக்கு முன்னாடி. இந்த அடிகள் கொடுக்கப்பட்டபோது அவருக்கு உயிரில்ல. ஆனா, அப்படி முடியுமா என்பது விசித்திரமா இருக்கு."

"அப்படித்தான் தோணும்" என்று சிந்தனையாய்ச் சொன்னார் பொய்ரெட். "தான் அடிச்ச அடிகள்ல செத்திருக்க மாட்டாரோனு சந்தேகப்பட்டு மேலும் ரெண்டு வெட்டு வெட்டியிருக்கலாம். ஆனா, யெஸ் நீங்க சொல்வதைப்போல... இப்படி நினைப்பது நமக்கு விசித்திரமாத்தான் இருக்கும். ஓ கே, வேற ஏதாவது?"

"வெல், ஜஸ்ட், இன்னொண்ணு."

"ஆங், அது?"

"இங்கே பாருங்க, இந்தக் காயம், வலக்கரத்துக்குக் கீழே - அதாவது, வலது தோளுக்குப் பக்கத்துல. ஆங், அதுதான். இப்ப, இந்தாங்க என்னோட பென்சிலை எடுத்துக்குங்க. ட்ரை பண்ணுங்க: இடி போன்ற அந்தப் பேரடியை உங்களால கொடுக்க முடியுமா?"

பொய்ரெட் தனது கையை உயர்த்தினார்.

"ஐ ஸீ" என்றார். "விளங்குது. வலது கையால ரொம்பவுமே கஷ்டந்தான். சொல்லப் போனால் இம்பாஸிபிள். ஒருவேளை இடதுகையால் செய்திருந்தால்---"

"அப்படிச் சொல்லுங்க, மிஸ்டர் பொய்ரெட். எக்ஸாக்ட்லி. இந்த அடி, நிச்சயமா இடக்கையாலத்தான் அடிக்கப்பட்டிருக்கு."

"அப்படினா நம்ம கொலையாளி இடக்கை பழக்கமுள்ளவனா? ஆனா அப்படி அடிச்சுச் சொல்லிடவும் முடியாது."

''ஒத்துக்கறேன் மிஸ்டர் பொய்ரெட். இதோ... இந்த மற்ற அடிகளெல்லாம் வலக்கை பழக்கமுள்ளவன் அடிச்சதுதான்.''

''ரெண்டு நபர்ங்க'' என்று முணுமுணுத்தார் பொய்ரெட். ''நாம மறுபடியும் ரெண்டு நபர்களா இருக்கணும் எனும் கட்டத்துக்கு வரோம்'' என்றவர் பட்டென்று கேட்டார்: ''மின்சார பல்பு போட்டிருந்ததா?''

''அதைச் சொல்வது கஷ்டம். தினசரி காலைல பத்து மணிக்கு எல்லா விளக்குகளையும் கண்டக்டர் அணைச்சுடுவான்.''

''சுவிட்சுகள் நமக்குச் சொல்லும்'' என்றார் பொய்ரெட் கறாராய்.

மேலிருந்த விளக்கின் சுவிட்சையும், படுக்கை தலைமாட்டிலிருந்த சுழலும் விளக்கின் சுவிட்சையும் அவர் பரிசோதித்தார். முன்னது அணைத்திருந்தது. பின்னது மூடப்பட்டிருந்தது.

''ம்...'' என்ற அவர், ''இங்கே நாம முதல் மற்றும் இரண்டாம் கொலைகாரர்கள் எனும் அணுகுமுறைக்கு வந்திருக்கோம். முதல் கொலையாளி தனது எதிரியை அடிச்சுட்டுப் போயிருக்கான் - கூடவே லைட்டையும் அணைச்சுட்டு. இருட்டுல உள்ளே வரும் ரெண்டாவது கொலையாளி, அவன் இலக்கு வெச்சு வந்துள்ள வேலை ஏற்கெனவே முடிஞ்சுடுச்சுனு தெரியாம, சடலத்தைக் குறைந்தபட்சம் ரெண்டு தடவையாவது குத்தியிருக்கான்.''

''மலைப்பாயிருக்கு'' என்றார் குள்ள டாக்டர், விறுவிறுப்புடன்.

டிடெக்டிவ்வின் கண்கள் கிண்டலடித்தன. ''நீங்களும் அப்படித்தான் நினைக்கிறீங்களா? சந்தோஷம். எனக்கென்னவோ இந்த ஊகம் கொஞ்சம் முட்டாள்தனமா பட்டது.''

''வேறென்ன விளக்கம் இதுக்கு இருந்துட முடியும்?''

''இதையேதான் நான் எனக்கு நானே கேட்டுக் கிட்டிருந்தேன். இந்த ஊகம் என்ன எதிர்பாராம ரெண்டு பேருக்கும் தோணும் ஒரு கற்பனைதானா? அல்லது, ரெண்டு பேர் இதுல ஈடுபட்டிருக்காங்க என்பதைக் காட்டும் வேற ஏதாவது இங்கே இருக்கா?''

''இதுக்கு யெஸ்னு என்னால பதில் சொல்ல முடியும். நான் ஏற்கெனவே சொன்னதைப்போல, விழுந்திருக்கும் அடிகள்ல சில அடிகள் ரொம்பவும் பலமற்று விழுந்திருக்கு. இதுக்கு ரெண்டு காரணங்கள் சொல்லலாம்: உடல் பலமில்லாத காரணம்... அல்லது கொல்லணும் எனும் தீர்மானம் பலமாயில்லாத காரணம். இவையெல்லாம் மிருதுவான அடிகள்தான். ஆனா இதோ இங்கிருக்கும் ஒண்ணு... மேலும் இது'' - மறுபடியும் அவர் சுட்டிக்காட்டினார் - ''மாபெரும் பலம் வேணும், இந்த ரெண்டு அடிகளையும் செலுத்த. தசையையும் நார்களையும் எலும்புவரை துளைச்சுப் போயிருக்கு.''

''இவையிரண்டும், உங்க கருத்துப்படி, ஓர் ஆம்பளையால அடிக்கப்பட்டிக்கா?''

''படு நிச்சயமா.''

''இவை பெண்ணால அடிக்கப்பட்டிருக்காதா?''

''ஓர் இளைய, விறுவிறுப்பான, உடற்பயிற்சி நிறைந்த பொம்பிளை - குறிப்பா, உணர்ச்சி வேகத்தின் கடும்பிடியிலிருக்கும் பொம்பிளையால முடியும். ஆனாலும் என் கருத்துல இது அசாதாரணம்தான்.''

பொய்ரெட் சில கணங்கள் பேச்சின்றி இருந்தார். டாக்டர் பரபரப்பாய்க் கேட்டார்: ''என்னோட பாயிண்ட் உங்களுக்குப் புரியுது இல்லியா?''

‘‘கச்சிதமா’’ என்றார் பொய்ரெட். ‘‘இந்த சமாச்சாரம் தானா அதுவா அழகா விரியுது - விளங்குது. கொலைகாரன் மகாபலம் பொருந்திய ஓர் ஆம்பிளை - ஒரு பொம்பிளையும் - வலக்கை ஆள் - இடக்கை ஆள்...’’

இப்போது சட்டென்று கோபத்தில் பேசினார்: ‘‘கொலையுண்ட இவர் - இத்தனை நடக்கும்போதும் இவர் என்னதான் பண்ணிக்கிட்டிருந்தார்? கத்தலே? கதறலே? திணறலே? தன்னைத்தானே காப்பாத்திக்கப் போராடலே?’’

தன்னிடம் முதல்நாள் மிஸ்டர் ரேச்சட் காட்டியிருந்த ஆட்டோமேடிக் பிஸ்டலை அவரது தலையணைக்கு அடியிலிருந்து எடுத்தார் பொய்ரெட். ‘‘முழுக்க குண்டுகள் இருக்கு, பாருங்க’’ என்றார்.

பார்த்தார்கள். சுவரிலிருந்த ஹூக்கில் ரேச்சட் மதியம் அணிந்திருந்த துணிகள் தொங்கிக் கொண்டிருந்தன. சின்ன டேபிளில், கழுவும் பேஸினில் பல சாமான்கள் இருந்தன - கண்ணாடி டம்ளரில் பொய்ப்பறகள், இன்னொரு காலி கோப்பை, மினரல் வாட்டர் பாட்டில், பெரிய ஃப்ளாஸ்க், ஒரு சிகரெட்டின் எரிந்த நுனியும் சில சிதறிய தாள்களும் கொண்ட ஆஷ்-ட்ரே மற்றும் இரண்டு எரிந்த தீக்குச்சிகள்.

காலி கோப்பையை எடுத்து டாக்டர் முகர்ந்து பார்த்தார்.

‘‘கொலையுண்டவரின் இரவுக்கதையை இது சொல்லுது.’’

‘‘ட்ரக்?’’

‘‘யெஸ்.’’

பொய்ரெட் விளங்கியதைப்போல தலையசைத்தார். அவர் இரு தீக்குச்சிகளையும் எடுத்துக் கொண்டு அவற்றை ஆழமாய்க் கவனித்தார்.

‘‘இதுல உங்களுக்கு க்ளூ கிடைச்சிருக்கா?’’ என்று ஆர்வமாய்க் கேட்டார் டாக்டர்.

"ரெண்டு தீக்குச்சிகளும் வேற வேற வகை" என்றார் பொய்ரெட். "ஒண்ணு, மற்றதைவிட தட்டையா இருக்கு... பாருங்க."

"இது உங்களுக்கு ட்ரெயின்ல கிடைக்கும் வகை" என்றார் டாக்டர்.

பொய்ரெட் ரேச்சட்டின் உடைக்குள் தேடினார். தற்சமயம் தீப்பெட்டி ஒன்றை அவர் வெளியிலெடுத்தார். அதன் குச்சிகளைக் கவனமாய் ஒப்பிட்டார்.

"வட்டமாயிருப்பது, மிஸ்டர் ரேச்சட் கொளுத்தியது" என்றார். "தட்டையான வகையும் இவர்கிட்டே இருந்திருக்கானு பாப்பம்."

அடுத்து நிகழ்ந்த தேடுதல் வேறெந்த வகையையும் காட்டவில்லை.

பொய்ரெட்டின் கண்கள் தகதகவென்று கம்பார்ட்மெண்ட் நெடுகிலும் அலைந்தன. பறவையின் கண்களைப்போல அவை பிரகாசமாகவும் கூர்மையாகவும் இருந்தன. அக்கண்களின் கண்காணிப்பிலிருந்து எதுவும் தப்பாது.

ஒரு சிறு ஆச்சரியத்துடன் குனிந்து தரையிலிருந்து எதையோ அவர் எடுத்தார். ஒரு சிறு கேம்ப்ரிக் துணி. ரொம்பவும் மிருதுவாயிருந்தது.

"பணியாட்களின் தலைவன் சொன்னது சரிதான். இதுல ஒரு பெண்ணும் சம்பந்தப்பட்டிருக்கா."

"அவ ரொம்பவும் ஜாலியா தனது கர்சீப்பைத் தனக்குப் பின்னால விட்டுட்டுப் போயிடறா!" என்றார் பொய்ரெட். "சினிமாவிலும் நாவல்களிலும் காட்டப்படுவதைப் போலவே - இதுல ஏதாவது இனிஷியல் பொறிக்கப்பட்டு! இன்னும் நம் வேலை சுலபமாகும்படி!"

"நமக்கு எப்படிப்பட்ட ஓர் அதிர்ஷ்டம் பாருங்க!" என்றார் டாக்டர்.

''இல்ல?!''

சொன்ன பொய்ரெட்டின் குரலிலிருந்த கிண்டலான எதுவோ ஒன்று டாக்டரை ஆச்சரியப்பட வைத்தது.

இதற்குக் காரணம் என்ன என்று அவர் கேட்பதற்கு முன்னதாகவே, தரைக்குள் இன்னொரு கரணம் அடித்திருந்தார் பொய்ரெட்.

இம்முறை தனது உள்ளங்கையில் தூக்கிப் பிடித்துக் காட்டினார் - சிகரெட் பைப்பைச் சுத்தப்படுத்தும் ஒரு க்ளீனரை.

''ஒருவேளை இது ரேச்சட்டுடையதா இருக்கலாமே?'' என ஆலோசித்தார் டாக்டர்.

''அவர் சட்டைப் பைகள் எதற்குள்ளும் பைப் இல்ல. புகையிலையோ, புகையிலை பேக்கட்டோ கிடையாது.''

''அப்ப இது ஒரு துப்பு.''

''ஓ! நிச்சயமா. இதுவும்கூட ரொம்ப ஜாலியா கண்கள்ல படும்படி விடப்பட்டிருக்கு. இம்முறை ஒரு கம்பீரமான துப்பு, ஆங்! இந்த வழக்குல துப்பே கிடைக்கலேனு யாரும் சொல்லிட முடியாது, பாருங்க. அதான், இங்கே துப்புகள், கொட்டிக் கிடக்கு - பை கொள்ளாம! இருக்கட்டும்... கையாளப்பட்ட ஆயுதத்தை நீங்க என்ன பண்ணினீங்க?''

''ஏதாவது ஆயுதம் இருந்ததைப்போல அறிகுறியே இல்லை. கொலைகாரன் தன்கூடவே எடுத்துக்கிட்டுப் போயிருக்கணும்.'

''எதுக்காக?'' - தனக்குள் சொல்லிக் கொண்டார் பொய்ரெட்.

மரணமடைந்தவரின் பைஜாமா பாக்கெட்டைப் பட்டும்படாமல் சோதித்த டாக்டர் ''ஆஹ்!'' என்றார். ''நான் இதைக் கவனிக்காம விட்டிருக்கேன்'' என்றவர்,

"நான்தான் இதன் பட்டன்களை அவிழ்த்துப் பின்பக்கமா வீசினாப்போல போட்டேன்" என்றார்.

நெஞ்சுப் பக்கத்துப் பாக்கெட்டிலிருந்து ஒரு தங்கக்கடியாரத்தை எடுத்தார். கைக்கடியாரமே நன்றாய் அடிவாங்கியிருக்க அதன் முட்கள் ஒன்றே கால் என்றன.

"கவனிச்சீங்களா?" என்று கத்தியே விட்டார் கான்ஸ்டன்டைன். "இது, கொலை நடந்த நேரத்தை நமக்குச் சொல்லுது. இது என்னுடைய கணக்கோட ஒத்து வருது. நள்ளிரவிலிருந்து இரண்டு மணிக்குள்ளேனு நான் சொன்னேன். அதாவது, இன்னும் நுணுக்கமா கணக்கிட்டால், ஒரு மணியையொட்டி இருக்கலாம்னு சொல்லலாம். இருந்தாலும், இந்த விஷயங்கள்ல ரொம்பவும் கறாரா நேரத்தைச் சொல்லிட முடியாது. ஆனா கை மேல இங்கே ஒரு முடிவு இருக்கு - ஒன்றே கால். இதுதான் கொலை நடந்த காலம்."

"இருக்கலாம். சாத்தியம். யெஸ் - நிச்சயம் சாத்தியம்."

டாக்டர், டிடெக்டிவ்வை ஆர்வமாய்ப் பார்த்தார்.

"மன்னிக்கணும் பொய்ரெட். நீங்க சொல்வதை என்னால ஒழுங்கா புரிஞ்சுக்க முடியலே."

"எனக்கே முதல்ல புரியலே" என்றார் பொய்ரெட். "எனக்கு ஒண்ணுமே புரியலே. இதுதான் எனக்குக் கவலையா இருக்கு - ஒண்ணுமே புரியலே."

பெருமூச்சுவிட்ட அவர், சின்ன டேபிள் பக்கமாய்ச் சாய்ந்து சிதறியிருந்த தாளின் துண்டினைப் பரிசோதித்தார். அவருக்குள்ளேயே முணுமுணுத்துக் கொண்டார்.

"பெண்கள் தங்களது தொப்பி இத்யாதிகளை வெச்சுக்க ஒரு பழைய கைப்பெட்டியைப் பயன்படுத்துவாங்க. அது எனக்கு இப்ப வேணும்."

அகதா கிறிஸ்டி

பொய்ரெட் சொன்ன இதன் அர்த்தம் என்ன என்பதை விளங்கிக் கொள்ள முடியாதவராய்ப் போனார் டாக்டர் கான்ஸ்டன்டைன். அவர் விளக்கம் கேட்க, பொய்ரெட் அவகாசம் அளிக்கவில்லை. கதவினைத் திறந்து வராண்டாவைப் பார்த்த அவர் கண்டக்டருக்குக் குரல் தந்தார்.

அழைக்கப்பட்டவன் ஓடி வந்தான்.

"இந்த கோச்சுல எத்தனை பொம்பிளைங்க இருக்காங்க?"

விரல்விட்டு எண்ணினான் அவன். "ஒண்ணு, ரெண்டு, மூணு - ஆறு, ஸார். வயசான அமெரிக்கன் லேடி, ஸ்வீடன் நாட்டு லேடி, இளைய ஆங்கிலேய லேடி, மேடம் ஆன்ட்ரநேயீ, இளவரசி ட்ரகோ-மிராஃப் மற்றும் அவங்களுடைய பணிப்பெண்."

பொய்ரெட் கவனித்துக் கொண்டார். "இவங்க எல்லாருக்கும் தொப்பி போன்றவைகளை வைக்கும் சின்ன கைப்பெட்டி இருக்கா?"

"ஆமாம், ஸார்."

"அப்ப என்கிட்டே எடுத்துக்கிட்டு வா. நான் பார்க்கறேன். குறிப்பா ஸ்வீடன் நாட்டுப் பொம்பிளை மற்றும் அந்தப் பணிப்பெண், ரெண்டு பேருடையதையும். அந்த ரெண்டு பேர்தான் என் கணக்குல வராங்க. இது கஸ்டம்ஸ் தேவை, அப்படி இப்படினு உன் வாய்ல எது தோணுதோ அதை ஒரு காரணமா சொல்லி - வாங்கிக்கிட்டு வா."

"அதெல்லாம் பிரச்சினையே இல்ல, ஸார். ரெண்டு பேருமே இப்ப அவங்க கம்பார்ட்மெண்ட்ல கிடையாது."

"அப்ப, சீக்கிரம்."

கண்டக்டர் போனான். ரெண்டு தொப்பி பெட்டிகளுடனும் திரும்பினான். பணிப்பெண்ணுடைய பெட்டியைத் திறந்து உள்ளே துளாவினார் பொய்ரெட். பிறகு ஸ்வீடன் நாட்டுப் பெண்ணுடைய பெட்டியைத் திறந்த அவர், ஒரு முழுதிருப்திக்கான மூச்சுக்காற்றினை வெளியிட்டார். தொப்பிகளை ஜாக்கிரதையாய் அகற்றிய அவர், வட்டவட்டமாய் வளைந்திருந்த வயர்-வலையைக் காட்டினார்.

"ஆஹ், இதோ இருக்கு நமக்குத் தேவையானது. 15 வருடங்களுக்கு முன்னாடி தொப்பி பெட்டிகள் இப்படித்தான் செய்யப்பட்டிருந்தன. தொப்பிகளை இந்த வயர்-வலைக்குள் ஒரு பின் போட்டுச் செருகி வெப்பீங்க."

பேசியபடியே மிகவும் திறமையாய் இரண்டு இணைப்புகளை அவர் விலக்கினார். பிறகு தொப்பி பெட்டியை மீண்டும் பேக் செய்து விட்டு எங்கிருந்தனவோ அங்கேயே கொண்டு போய் இரண்டையும் வைத்து விடுமாறு கண்டக்டருக்குப் பணித்தார்.

கதவு சாத்தப்பட்டதும் தன்னுடனிருந்தவரோடு மீண்டும் இணைந்து கொண்டார்.

"கவனியுங்க டாக்டர்... நான் ரொம்பப் பெரிய நிபுணத்துவமான வழிமுறைகளையெல்லாம் கடைபிடிப்பவன் கிடையாது. நான் தேடுவது உளவியலின் துணையை - கைரேகையையோ அல்லது சிகரெட் தூளையோ அல்ல. ஆனா இந்தக் கேஸ்ல நான் அறிவியலின் துணையைக் கொஞ்சம் துணைக்கு அழைச்சுக்கப் போறேன். இந்த கம்பார்ட்மெண்ட் முழுக்கத் துப்புகளா இருக்கு - ஆனா இவையெல்லாம்தான் எனக்குத் தேவையான துப்புகள்னு என்னால ஊர்ஜிதப்படுத்திக்க முடியுமா?"

"என்னால உங்களை இங்கே முழுக்கப் புரிஞ்சுக்க முடியுல, மிஸ்டர் பொய்ரெட்."

"வெல், உங்களுக்கு ஓர் உதாரணம் தரேன். நாம இங்கே ஒரு பொம்பிளைக் கைக்குட்டையைப் பார்க்கறோம். ஒரு பெண்தான் அதைக் கீழே போட்டாளா? இல்ல, 'இக்கொலையை ஒரு பெண் செய்தாற்போல நான் காட்டறேன். என் எதிரியை, சில பலஹீனமான மற்றும் சத்தற்ற அடிகளையும் சேர்த்து, பலமுறை தேவையில்லாமல் தாக்கறேன். தாக்கிட்டு, யாருடைய கண்ணிலிருந்தும் தப்ப முடியாத ஒரு பிரகாசமான இடத்துல இந்தக் கைக்குட்டையை நான் போடறேன்.' - இப்படித் தனக்குத்தானே நினைச்சுக்கிட்டு, இதைக் கொலை செஞ்ச ஆள் போட்டிருப்பானா? இது ஒரு சாத்தியக்கூறு. அப்புறம் இன்னொண்ணும் இருக்கு. ஒரு பெண் கொலையைச் செய்துட்டு, இதை ஓர் ஆண் செய்ததா இருக்கட்டும் எனும் ப்ளான்ல ஒரு பைப் க்ளீனரைப் போட்டிருப்பாளா? இல்ல, இதுல ஓர் ஆணும் பெண்ணும் தனித்தனியா சம்பந்தப்பட்டிருந்து, அவங்களுக்குத் தெரியாமலேயே அவங்களுடைய அடையாளங்களைத் தவற விட்டிருப்பாங்களா? இந்தத் துப்புகள், கொஞ்சம் நம்ப முடியாத வகையில அமைஞ்சிருக்கே!"

இன்னும் புதிர்ப் போடப்பட்டவராகவே தெரிந்த டாக்டர், "இதுல எங்கேயிருந்து தொப்பி பெட்டி நுழையுது?" என்றார்.

"அதுக்கு வரேன். நான் இப்ப சொன்னதைப்போலவே இந்தத் துப்புகள் - வாட்ச் ஒன்றே காலுக்கு நின்னுப் போனது, கைக்குட்டை, சிகரெட் பைப் க்ளீனர் - இவையெல்லாம் நிஜமான துப்புகளா இருக்கலாம். இல்ல, போலியாகவும் இருக்கலாம். எதுனு என்னால இப்ப ஊர்ஜிதப்படுத்த முடியாது. ஆனா, இங்கே, ஒரு துப்பை நான் நம்பறேன் - போலி இல்லைனு நம்பறேன். ஆனா, என் நம்பிக்கை தப்பாகவும் இருக்கலாம் - எனினும்

நம்பறேன். இந்தத் தட்டை தீக்குச்சியைச் சொல்றேன், ஃப்ரண்ட். இது, மிஸ்டர் ரேச்சட்டால பயன்படுத்தப் படலே... கொலைகாரனால பயன்படுத்தப்பட்டிருக்குனு நான் நம்பறேன். இது, காட்டிக்கொடுக்கவல்ல ஏதோ ஒரு பேப்பரை எரிப்பதற்காகப் பயன்படுத்தப்பட்டிருக்கு. ஏதோ ஒரு குறிப்பு அதுல இருந்திருக்கு. அப்படித்தான்னா அந்தக் குறிப்புல என்னவோ அடங்கியிருக்கு - ஒரு தவறு, ஒரு குற்றம். இது, இந்தக் குறிப்பு, கொலைகாரனுக்கு ஒரு துப்பைத் தந்திருக்கணும். ஓகே... இப்ப, அந்த 'என்னவோ குறிப்பு' என்னனு நான் மறுபடியும் கண்டுபிடிச்சுச் சொல்லப் போறேன்."

கம்பார்ட்மெண்ட்டை விட்டு வெளியே போன அவர் சில நிமிடங்களில் ஒரு ஸ்பிரிட் விளக்கு மற்றும் வளைந்த நாக்கு போன்ற இரண்டு வஸ்துக்களுடன் திரும்பினார்.

"என் மீசைக்கு இதுகளை நான் பயன்படுத்தறேன்" என்றார் வளைந்திருந்தவைகளைக் காட்டி.

டாக்டர் அவரை மிகுந்த ஈடுபாட்டுடன் கவனித்தார். வளைந்திருந்த இரண்டு வயர்களைத் தட்டையாக்கினார். பெரும் பிரயத்தனப்பட்டு அவற்றில் ஒன்றுடன் கிழிந்து போயிருந்த துண்டுத்தாளைச் சுருட்டினார். இதன் தலையில் அடுத்த வயரை அமைத்து, பிறகு இரண்டையும் சேர்த்து ஒன்றாய்ப் பிடித்து ஸ்பிரிட் விளக்கின் ஜ்வாலையில் காட்டினார்.

"இது ஒரு கஷ்டமான ஏற்பாடு" என்றார் அப்படியே தன் பணியைச் செய்தபடி. "இதை எதுக்காகப் பண்ணுகின்றோனோ அதுக்கான விடை கிடைக்கும்னு எதிர்பார்ப்பம்."

டாக்டர் நடப்பவற்றை உன்னிப்பாய்க் கவனித்த படியிருந்தார். அந்த உலோகம் பிரகாசிக்க ஆரம்பித்தது.

திடுமென்று, பட்டும்படாதவாறு தெரிந்த சில அட்சரங்களைப் பார்த்தார். சற்று நேரத்தில் வார்த்தைகள் தானாய் உருவாயின - நெருப்பில் வார்த்தைகள்.

அது ஒரு மிகச் சிறிய துண்டு. மூன்றே மூன்று வார்த்தைகளும் மற்றொன்றின் பாதியும் மட்டும் தெரிந்தன.

'--- அங்கத்தினர் லிட்டில் டெய்ஸி ஆர்ம்ஸ்ட்ராங்.'

''ஆஹ்!'' என்று ஒரு கூர்மையான உணர்ச்சியை வெளியிட்டார் பொய்ரெட்.

''இது உங்களுக்கு எதையாவது விளக்குதா?'' எனக் கேட்டார் டாக்டர்.

பொய்ரெட்டின் கண்கள் மினுமினுத்துக் கொண்டிருந்தன. அவர் தன்னிடமிருந்த நாக்கு இத்யாதி வஸ்துக்களைக் கவனமாய்க் கீழே வைத்தார்.

''யெஸ்'' என்றார். ''மரணித்து விட்ட முதியவரின் நிஜப்பெயர் எனக்கு இப்ப தெரியும். இவர் அமெரிக்காவை விட்டுட்டு ஏன் வரணும்னும் எனக்குத் தெரியும்.''

''இவருடைய பெயர் என்ன?''

''கெஸ்ட்டீ.''

''கெஸ்ட்டீ.'' கான்ஸ்டன்டைன் புருவங்கள் சுருண்டன. ''இந்தப் பெயர் என்னுள்ளே ஏதோ ஒரு ஞாபகத்தைக் கொண்டு வருது. கொஞ்ச வருடங்களுக்கு முன்னாடி. எப்பனு என்னால நினைவுபடுத்த முடியலே... இது ஓர் அமெரிக்க கேஸ், சரிதானே?''

''யெஸ்'' என்றார் பொய்ரெட். ''அமெரிக்காவில் நடந்த ஒரு கேஸ்.''

இதுபற்றி மேற்கொண்டு பேசப் பொய்ரெட் முற்படவில்லை. ''நாம அதைப் பற்றிப் பேசுவோம்'' என்றுவிட்டு தன்னைச் சுற்றிலும் ஒருமுறை பார்த்தார். ''இங்கே பார்க்க

வேண்டியவை எல்லாத்தையும் பார்த்தாச்சானு ஒருமுறை செக் பண்ணிடுவோம்.''

வேகமாகவும் துரிதமாகவும் இன்னுமொரு முறை அவர் மரணமடைந்தவரின் துணிமணிகளின் பாக்கெட்டுகளைப் பரிசோதித்தார். ஆனால் இண்ட்ரஸ்டிங்காய் எதுவும் கிடைக்கவில்லை. அடுத்த கம்பார்ட்மெண்ட்டுக்கு வழிபண்ணும் கதவினைத் தள்ளிப் பார்த்தார். ஆனால் அது அந்தப் பக்கத்தில் தாளிடப்பட்டிருந்தது.

''எனக்கு ஒரு விஷயம் விளங்கலே'' என்றார் டாக்டர் கான்ஸ்ட்ன்டைன். ''கொலைகாரன் ஜன்னல் வழியாகவும் வெளியேறலே. பக்கத்துக் கம்பார்ட்மெண்ட் வழியாகவும் தப்பிக்கலே. இந்தக் கம்பார்ட்மெண்ட் உள்ளே தாளிடப்பட்டதோட மட்டுமில்லாமல், செயினும் போடப்பட்டிருக்கு. அப்படினா அவன் எப்படித்தான் கம்பார்ட்மெண்ட்டை விட்டு வெளியேறியிருப்பான்?''

''இதைத்தான் அப்படியே காத்தோட கரைஞ்சுட்டதா சொல்லுவாங்க.''

''அப்படின்னா---?''

''விளக்கறேன். கொலைகாரன், தான் ஜன்னல் வழியாத்தான் தப்பிச்சுப் போனதா நம்ப வெக்கணும்னு நினைச்சிருந்தால், அவன் நிச்சயமா மற்ற இரு வழிகளும் பயன்படுத்தப்படலேனு ஸ்திரமா நம்ப வெப்பான். இது நேச்சுரல். உள்ளே காத்தோட கரைஞ்சுப் போயிடுவதைப்போல, இது ஒரு ட்ரிக். வித்தை. இதைக் கண்டுபிடிக்க வேண்டியதுதான் நம் வேலை.''

சொல்லியபடி, அடுத்த கம்பார்ட்மெண்ட்டுக்கு வழிவிடும் கதவின் இந்தப் பக்கத்திலும் தாழ்ப்பாளைப் போட்டார் பொய்ரெட்.

"ஒருவேளை, இந்த மிஸஸ் ஹப்பார்ட், இவ்வழக்கு பற்றித் தனக்குத்தான் எல்லாம் முதலில் தெரிஞ்சதுனு அவளோட பொண்ணுக்குக் கடிதம் எழுத முடிவெடுத்து விட்டால்...?!"

சுற்றிலும் மற்றுமொருமுறை கவனித்தார் பொய்ரெட்.

"இங்கே இனி மேற்கொண்டு பண்ண எதுவும் இல்லை. மிஸ்டர் பௌக்குடன் போய் இணைஞ்சுப்பம்."

அத்தியாயம் 8

ஆர்ம்ஸ்ட்ராங் கடத்தல் கேஸ்

ஓர் ஆம்லெட்டை முடித்த நிலையில் மிஸ்டர் பௌக்கைச் சந்தித்தார்கள் இருவரும்.

''எனக்கென்னவோ எல்லாருக்கும் உடனடியா ரெஸ்டாரண்ட் பெட்டியில லஞ்ச் கொடுத்துடலாம்னு பட்டுது. அப்புறம் அது மிஸ்டர் பொய்ரெட் பிரயாணிகளிடம் விசாரணை நடத்த முழுசா ஒதுக்கப்பட்டு விடலாம். நம்ம மூணு பேருக்கும் தனியா உணவு கொண்டு வரச் சொல்லிட்டேன்.''

''அற்புதமான ஐடியா'' என்றார் பொய்ரெட்.

மற்ற இரு ஆடவர்களுக்கும் பசியில்லை. ஆயினும் சாப்பாடு சீக்கிரமாகவே சாப்பிடப்பட்டது. பொய்ரெட் காபியின் நடுவில் சொன்னார்: ''ஃப்ரண்ட்... இறந்தவரின் அடையாளத்தை நான் கண்டுபிடிச்சிருக்கேன். அவர் என்ன அவசரத்துக்காக அமெரிக்காவை விட்டுட்டு ஓடிவரணும்னும் கண்டுபிடிச்சிருக்கேன்.''

''யார் அவர்?''

''பேபி ஆர்ம்ஸ்ட்ராங்பற்றி படிச்சது உங்களுக்கு நினைவிருக்கா? இவர்தான் அந்த லிட்டில் டெய்ஸீ ஆர்ம்ஸ்ட்ராங்கைக் கொன்ன கொலைகாரன் - கெஸட்டீ.''

''இப்ப என் நினைவுக்கு வருது. ஒரு ஷாக்கிங் சமாச்சாரம். ஆனாலும் முழுசா தெரியாது எனக்கு.''

"கலோனல் ஆர்ம்ஸ்ட்ராங் ஓர் ஆங்கிலேயன். இவரை ஒரு பாதி அமெரிக்கன்னு சொல்லலாம். வால் ஸ்ட்ரீட் கோடீஸ்வரரான வான் டெர் ஹால்ட்டுடைய மகள்தான் இவரோட அம்மா. இவர் அன்றைய நாளின் பிரபல அமெரிக்க நடிகையான லிண்டா ஆர்டனுடைய மகளை மணந்தார். ரெண்டு பேரும் அமெரிக்காவில வசிச்சாங்க. ஒரு பெண் குழந்தை உண்டு. இதுதான் அவங்களுடைய உலகம். குழந்தைக்கு மூணு வயசு இருக்கும்போது அது கடத்தப்பட்டது. அதைத் திருப்பிக் கொடுக்க அசாதாரணமான ஒரு பெருந்தொகை ஈடாகக் கேட்கப்பட்டது. இதைத் தொடர்ந்து நடந்த சமாச்சாரங்களைச் சொல்லி உங்களை நான் போரடிக்க விரும்பலே. விஷயத்துக்கு வந்துடறேன். கற்பனைக்கு அப்பாற்பட்ட இரண்டு இலட்சம் டாலர் தொகை கொடுக்கப்பட்ட பிறகு, குழந்தையின் பிணம் கண்டுபிடிக்கப்பட்டது. குறைந்தபட்சம் பதினைந்து நாட்களுக்கு முன்னாடியே அது இறந்திருக்கணும். பொதுஜனங்களின் கொந்தளிப்பு ஜுரவேகம்போல கூடியது. மிஸஸ் ஆர்ம்ஸ்ட்ராங் அப்ப கர்ப்பமா இருந்தாங்க. இந்த அதிர்ச்சியின் காரணமாக, அவங்களுக்குக் குறைப்பிரசவம் ஆகிடுச்சு. குழந்தையோ இறந்தே பிறந்தது. பிரசவத்துல அவளும் செத்துப் போனா. நெஞ்சுடைஞ்சுப் போன கணவனும் தன்னைத்தானே சுட்டுக்கிட்டான்."

"என்ன ஒரு ட்ராஜடி" என்றார் பௌக். "எல்லாம் இப்ப எனக்கு நினைவுக்கு வந்துடுச்சு. இன்னொரு மரணமும் இருந்ததா ஞாபகம்..."

"யெஸ். ஒரு துரதிர்ஷ்ட ஃப்ரெஞ்ச் அல்லது ஸ்விஸ் நர்ஸ். இவளுக்குக் கொலைபற்றிய என்னவோ தகவல் தெரிஞ்சிருக்கு என்பதுல போலீஸ் நிச்சயமா இருந்தது. அப்படியெதுவும் கிடையாதுனு அந்தம்மா கத்தினதை யெல்லாம் நம்ப, போலீஸ் தயாராயில்ல. கடைசியில,

தப்பிப்பற்ற ஒரு சூழ்நிலைல, ஜன்னலிலிருந்து குதிச்சுத் தன்னைத்தானே கொன்னுக்கிடுச்சு அந்தப் பொண்ணு. பிறகு, கொலையின் சிக்கலில் அவளுக்குக் கொஞ்சமும் தொடர்பு கிடையாது என்பது ஊர்ஜிதமாச்சு.''

''இதையெல்லாம் நினைச்சுப் பார்க்காம இருப்பதே மேல்'' என்றார் பௌக்.

''ஆறுமாசம் கழிச்சு குழந்தையைக் கடத்தின கூட்டத்தோட தலைவன்னு இந்த கெஸட்டீ கைது செய்யப்பட்டான். இதுக்கு முன்னாடி இவனுங்க என்ன வழிமுறையைக் கடைபிடிச்சாங்களோ அதே வழிமுறையைத்தான் இந்தக் கடத்தல்லேயும் கடைபிடிச்சிருக்காங்க. போலீஸின் கெடுபிடி அதிகரிச்சு நெருங்கறாங்கனு தெரிஞ்சுட்டா, சிறைபிடிச்சு வெச்சிருப்பவரைக் கொன்னுடுவானுங்க. உடலையும் மறைச்சுடுவாங்க. அந்த உடல் கண்டுபிடிக்கப்படும்வரை எத்தனை பணம் முடியுமோ அத்தனையையும் கறந்துடுவானுங்க.

''இப்ப நான் உங்களுக்கு நம்ம கதையைத் தெளிவாக்கப் போறேன், மை ஃப்ரண்ட். கெஸட்டீதான் அந்த ஆள்! கணக்கற்று இவர் சேர்த்திருந்த சொத்துக்களாலும், பல மனிதர்களை இவர் தன் கைக்குள்ளே போட்டு வெச்சிருந்ததாலும், சில டெக்னிக்கல் விஷயங்கள்ல இவர் சிக்கியிருக்கார். என்ன நடந்திருக்குனு இப்ப எனக்குக் க்ளியரா தெரியுது. தன் பெயரை மாற்றிக்கிட்டு இவர் அமெரிக்காவிலிருந்து வெளியேறியிருக்கார். அப்போதிலிருந்து இவர் ஓர் உலகம் சுற்றும் வாலிபன். அங்கங்கே வாடகை அறைகள்ல தங்கிக்கிட்டுக் காலத்தை ஓட்டிக்கிட்டிருந்திருக்கார்.''

''என்ன ஒரு மிருகம்'' என்றார் பௌக், மனமெங்கும் புண்ணாக. ''இவன் போனதுக்கு நான் வருத்தப்படவே மாட்டேன். நாட் அட் ஆல்!''

''நானும் ஒத்துக்கறேன்.''

''ஆனாலும் இவன் ஓரியண்ட் எக்ஸ்பிரஸ்ல கொல்லப்பட்டிருக்க வேணாம். இதுக்குத்தான் நிறைய ஒதுக்குப்புறங்களிருக்கே...''

பொய்ரெட் சின்னதாய்ச் சிரித்துக் கொண்டார். இந்த விஷயத்தில் பௌக் சுயநலமாய் நடந்து கொள்வதை அவர் உணர்ந்தார். ''இப்ப நம்மை நாமே கேட்டுக்க வேண்டிய கேள்வி இதுதான்'' என்றார். ''கடந்தகாலத்துல கெஸட்டீ பகைச்சுக்கிட்ட இன்னுமொரு கேங்க் செய்திருக்கும் வேலையா இருக்குமா இந்தக் கொலை? அல்லது இது ஒரு தனிப்பட்ட பழிவாங்கும் செயலா?''

கசங்கிக் கிழிந்திருந்த காகிதத் துண்டுகளிலிருந்து அவர் கண்டுபிடித்திருந்த ஓரிரு வார்த்தைகளை விளக்கினார்.

''என்னோட ஊகங்கள்ல நான் சரி என்றால், கொலைகாரனால் அந்தக் கடிதம் எரிக்கப்பட்டிருக்கு. ஏன்? ஏன்னா அதுல ஆர்ம்ஸ்ட்ராங் என்ற வார்த்தை வந்திருக்கு. இந்த விளங்கா கொலைக்கான க்ளூ அது.''

''ஆர்ம்ஸ்ட்ராங் குடும்ப அங்கத்தினர்கள் யாராவது வாழ்ந்துக்கிட்டிருக்காங்களா?''

''அதைப்பற்றி, ஸாரி... எனக்குத் தெரியாது. மிஸஸ் ஆர்ம்ஸ்ட்ராங்கினுடைய இளைய சகோதரிபற்றிப் படிச்சதா ஞாபகம்.''

பொய்ரெட், தானும் டாக்டர் கான்ஸ்டன்டைனும் சேர்ந்து எடுத்த முடிவினை விளக்குவதில் இறங்கினார். உடைந்த கடியாரம்பற்றிச் சொன்னபோது பௌக் பிரகாசமானார்.

''இது, கொலை நடந்த சரியான நேரத்தை நமக்குத் தருது.''

''யெஸ்'' என்றார் பொய்ரெட். ''இது ரொம்ப வசதியா போச்சு.''

சொன்ன தொனியில் விளங்காவொண்ணா எதுவோ தொக்கி நிற்க, மற்ற இரு ஆடவர்களும் துப்பறியும் நிபுணரை ஆர்வமாய்ப் பார்த்தார்கள்.

''கண்டக்டர்கிட்டே மிஸ்டர் ரேச்சட், பனிரெண்டு நாப்பதுக்குப் பேசினதா நீங்க சொல்றீங்களா?''

பொய்ரெட் ஜஸ்ட் என்ன நடந்ததோ அதை மட்டும் சம்பந்தப்படுத்திப் பேசினார். ''சரியா சொல்லணும்னா, 12.37.''

''அப்படினா, 12.37க்கு ரேச்சட் உயிரோட இருந்திருக்கார். குறைந்தபட்சம், இது ஒரு நிஜமான சாட்சி.''

பொய்ரெட் மறு பதில் தரவில்லை. அவருக்கு முன்புறத்தைச் சிந்தனையோடு பார்த்தபடி உட்கார்ந்திருந்தார் அவர்.

''ரெஸ்டாரண்ட் கார் இப்ப காலியா ஆகிடுச்சு, ஸார்'' என்றான், அப்போது கதவைத் தட்டிவிட்டு உள்ளே வந்த பணியாள்.

எழுந்தபடி, ''நாம அங்கே போகலாம்'' என்றார் பௌக்.

''நான் உங்ககூட வரலாமா?'' என்றார் கான்ஸ்டன்டைன்.

''நிச்சயமா, டியர் டாக்டர். பொய்ரெட்டுக்கு ஆட்சேபணை இல்லாதபட்சத்தில்...''

''நாட் அட் ஆல், நாட் அட் ஆல்'' என்றார் பொய்ரெட்.

அவர்கள் சாந்தமாய்க் கம்பார்ட்மெண்ட்டை விட்டகன்றனர்.

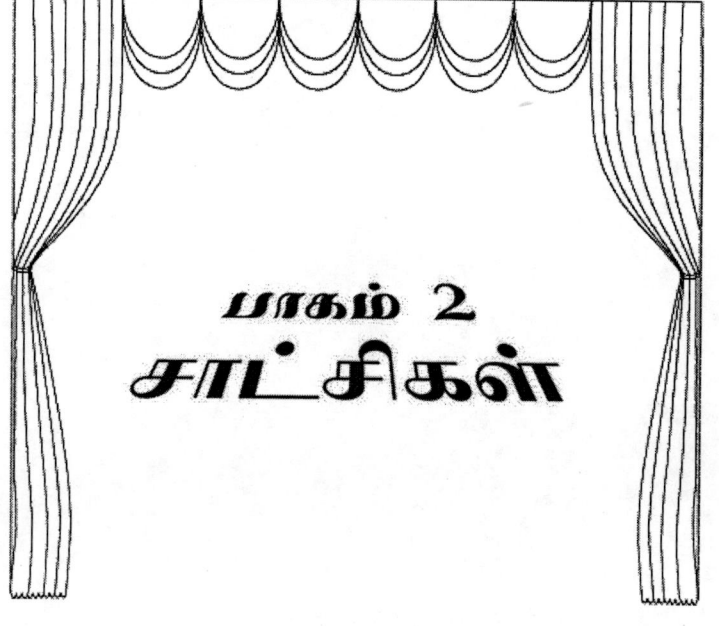

பாகம் 2
சாட்சிகள்

அத்தியாயம் 1

வாகன் லிட் கண்டக்டரின் சாட்சி

ரெஸ்டாரண்ட் காரில் அனைத்தும் தயாராயிருந்தன.

பொய்ரெட்டும் பௌக்கும் மேஜையின் ஒருபக்கத்தில் உட்கார்ந்து கொண்டார்கள். பக்கவாட்டில் டாக்டர் உட்கார்ந்தார்.

டேபிளில் பொய்ரெட்டுக்கு முன்னால் இஸ்தான்புல்-கேலீஸ் கோச்சின் திட்ட வரைபடமும் சிகப்பு மையால் குறிக்கப்பட்ட பிரயாணிகளின் பெயர்களும் இருந்தன.

ஒருபுறம், ஒரு சிறு கோபுரமாய், பாஸ் போர்ட்டுகளும் டிக்கெட்டுகளும் அடுக்கி வைக்கப்பட்டிருந்தன. இங்க், குறித்துக் கொள்ள பேப்பர், பேனா, பென்சில் ஆகியனவும் இருந்தன.

''எக்ஸலெண்ட்'' என்றார் பொய்ரெட். ''தாமதமின்றி நமது விசாரண மன்றத்தை ஆரம்பிச்சுடலாம். முதல்ல, எனக்கென்னவோ உங்க வாகன் லிட் கம்பெனி கண்டக்டரின் சாட்சியத்தை எடுத்துக்கலாம்னு தோணுது. அவனைப்பற்றி உங்களுக்கு ஏதாவது தெரிஞ்சிருக்கணும். எப்படிப்பட்டவன் அவன்? அவன் வார்த்தைகள்ல நீங்க நம்பிக்கை வெப்பீங்களா?''

''நிச்சயம்பேன். பியாரி மிச்சல் இந்தக் கம்பெனியால் 15 வருடங்களுக்கும் மேலாய்ப் பணியமர்த்தப்பட்டுள்ளான். பிரெஞ்சு ஆசாமி. கேலீஸ் அருகில் வசிக்கிறான். மரியாதை

தெரிஞ்சவன். நியாயமானவன். புத்திசாலினு சொல்லிட முடியாது.''

விளங்கிக்கொண்டவராய்த் தலையசைத்தார் பொய்ரெட். ''குட்'' என்றார். ''நாம அவனைச் சந்திப்போம்.''

தன்நிலைக்கு அவன் வந்திருந்த போதிலும், இன்னமும் நரம்பதிர்வில்தானிருந்தான் மிச்சல்.

''என் கடமையிலிருந்து நான் வழுவிட்டதா நீங்க நினைக்கக் கூடாது, ஸார்'' என்றான் அவன் பௌக்கிடம். ஒருவர் மாற்றி மற்றவராய்க் கண்ணகலப் பார்த்தான். ''கொடூரம் நடந்திருக்கு. என் மேல தப்பிருப்பதா முதலாளி நினைச்சுடக் கூடாது.''

அவனை ஆசுவாசப்படுத்தி விட்டும் கேள்விகளை ஆரம்பித்தார் பொய்ரெட். அவனது பெயர், ஊர் போன்ற பொய்ரெட்டுக்கு விடை தெரிந்த கேள்விகளாய் முதலில் உருவி, அவனைச் சாந்தமாக்கி விட்டுத் தேவைப்படும் கேள்விகளுக்குள் பிரவேசித்தார் அவர்.

''நேற்றிரவு சமாச்சாரத்துக்கு இப்ப நாம வருவோம்'' என்ற அவர், ''மிஸ்டர் ரேச்சட் படுக்கப் போனது - எப்போது?'' என்றார்.

''டின்னர் முடிஞ்சதுமே, ஸார். பெல்கிரேடிலிருந்து நாம் கிளம்பும் முன்னமேனு சொல்லணும். முந்தைய இரவும் அவர் இதேபோலத்தான் பண்ணினார். அவர் டின்னர்ல இருக்கும்போதே தன்னுடைய படுக்கையை ரெடி பண்ணிடச் சொன்னார். நான் செஞ்சேன்.''

''அதுக்கப்புறம் அவருடைய கம்பார்ட்மெண்ட்டுக்கு யாராவது போனாங்களா?''

''அவருடைய பணியாள், ஸார். அப்புறம் அந்த யங் அமெரிக்கன், அவரோட செகரட்டரி.''

''வேற யாராவது?''

அகதா கிறிஸ்டி 109

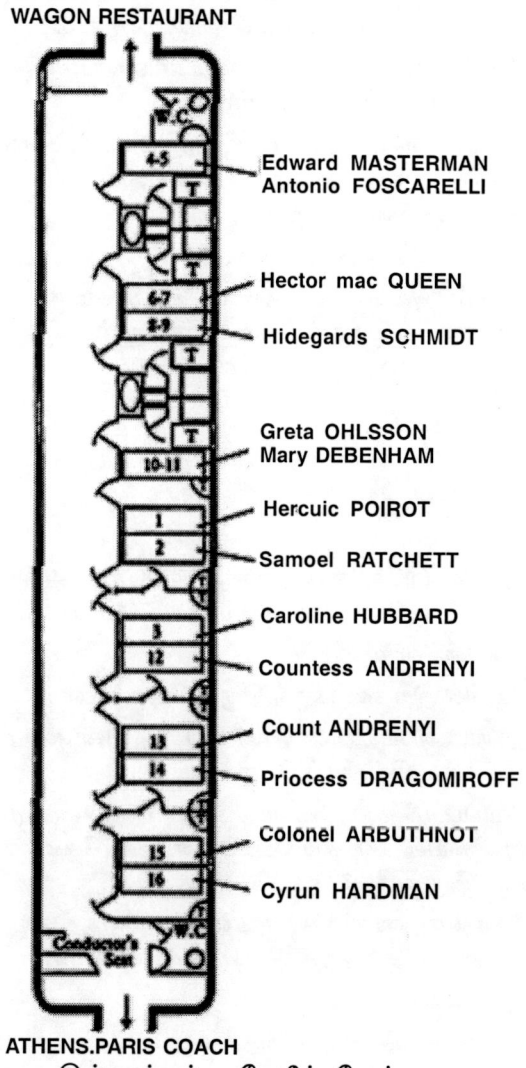

இஸ்தான்புல் - கேலீஸ் கோச்

''நோ, ஸார். எனக்குத் தெரிஞ்சு, இல்ல.''

''குட். அவரை நீங்க கடைசியா பார்த்தது அல்லது கேள்விப்பட்டது, இதுதானா?''

''நோ, ஸார். நம்ம ட்ரெயின் நின்னவுடனேயே, 12.40க்கு அவர் அழைப்பு மணியை அடிச்சு என்னை அழைச்சதை மறந்துடக் கூடாது.''

''என்ன நடந்தது, அப்போ?''

''நான் அவரோட கதவைத் தட்டினேன். ஆனா அவர் தவறுதலா அழைச்சுட்டதா சொன்னார்.''

''ஆங்கிலத்திலா, பிரெஞ்சிலா?

''பிரெஞ்சுல.''

''அவர் எக்ஸாக்டா உபயோகப்படுத்தின வார்த்தைகள்தான் என்ன?''

"ce n'est rien. Fe me suis trompe."

''இதே இதே'' என்றார் பொய்ரெட். ''இதையேதான் நானும் கேட்டேன். அப்புறம் நீங்க போயிட்டீங்க?''

''யெஸ், ஸார்.''

''உங்க இருக்கைக்குத் திரும்பிட்டீங்களா?''

''நோ. அப்பத்தான் நான் கேட்ட இன்னொரு அழைப்பு மணிக்குத் பதில் தரப் போனேன்.''

''இப்ப மிச்சல்... உங்ககிட்டே நான் ஒரு முக்கியமான கேள்வியைக் கேட்கப் போறேன். ஒண்ணே காலுக்கு நீங்க எங்கே இருந்தீங்க?''

''நானா, ஸார்? காரிடரைப் பார்த்தபடி நான் என் ஸீட்டுல உட்கார்ந்துக்கிட்டிருந்தேன், ஸார்.''

''நிச்சயமா?''

''ஸார் - அதாவது - அதா-வது...''

''யெஸ்?''

"அடுத்த கோச்சுக்கு, அதாவது ஏதென்ஸ் கோச்சுக்கு, அங்கிருக்கும் என் நண்பர்களுடன் பேசப் போயிருந்தேன், ஸார். பனிபற்றிப் பேசினோம். ஒரு மணியடிச்சவுடனே இது நடந்தது, ஸார். சரியா நேரத்தைச் சொல்ல முடியல."

"அப்புறம் நீங்க திரும்பியது - எப்போது?"

"என் பெட்டியிலிருந்து மணியடிச்சது, ஸார் - இதை நான் உங்ககிட்டே சொல்லியிருக்கேன். அது அமெரிக்கன் லேடி. பலமுறை அவங்க அடிச்சிருக்காங்க."

"எனக்கு நினைவுக்கு வருது" என்றார் பொய்ரெட். "அப்புறம்?"

"இதுக்கப்புறமா, ஸார்? உங்க மணிக்குப் பதில் தந்தேன்... மினரல் வாட்டர் கொண்டு வந்து தந்தேன். அப்புறம் ரேச்சட்டின் செகரட்டரியுடைய படுக்கையை ரெடி பண்ணினேன்."

"மெக்குயினின் படுக்கையை நீங்க ரெடி பண்ணும்போது அவர் மட்டும் அந்த கம்பார்ட்மெண்ட்டுல தனியாகவா இருந்தார்?"

"15ல இருக்கும் இங்கிலீஷ் கலோனலும் அவர்கூட இருந்தார். உட்கார்ந்து பேசிக்கிட்டிருந்தாங்க."

"மெக்குயினிடமிருந்து கிளம்பிய கலோனல் என்ன செஞ்சார்?"

"அவருடைய கம்பார்ட்மெண்ட்டுக்குப் போனார்."

"நம்பர் 15 - உங்களுடைய இருக்கைக்குச் சமீபத்தியது, ஆங்?"

"யெஸ், ஸார். காரிடரின் இறுதியிலிருந்து இரண்டாவது கம்பார்ட்மெண்ட்டா வரும்."

"அவருடைய படுக்கையை நீங்க முன்கூட்டியே தயாராக்கிட்டீங்களா?"

“யெஸ், ஸார். டின்னர்ல அவர் இருந்தபோதே நான் தயாராக்கிட்டேன்.”

“இதெல்லாம் நடந்தபோது மணி என்ன?”

“எக்ஸாக்டா தெரியல ஸார். நிச்சயமா ரெண்டு மணிக்கு முன்னாடியே.”

“இதுக்கப்புறம்?”

“இதுக்கப்புறம் ஸார், நான் என் ஸீட்டுல போய் காலைவரை உட்கார்ந்துக்கிட்டேன்.”

“ஏதென்ஸ் கோச்சுக்கு நீங்க மறுபடியும் போகலியா?”

“நோ, ஸார்.”

“அப்ப நீங்க தூங்கிப் போயிருக்கணும்...”

“எனக்கு அப்படித் தோணல ஸார். ட்ரெயின் அலுங்காம நின்னுக்கிட்டே இருந்ததால, வழக்கமா தூங்கும் என்னால அப்படித் தூங்க முடியலேனு நினைக்கிறேன், ஸார்.”

“காரிடார்ல யாராவது பிரயாணிகள் நடமாடியதை நீங்க கவனிச்சீங்களா?”

அவன் யோசித்தான். “பெண் பிரயாணிகள்ல ஒருத்தங்க, கோடியில இருக்கும் டாய்லெட்டுக்குப் போனதா நினைப்பு...”

“எந்த லேடி?”

“எனக்குத் தெரியாது, ஸார். அவங்க காரிடாரின் கோடியிலிருக்கும்போது பார்த்தேன். அவங்க முதுகுதான் தெரிஞ்சது. சிகப்பு நிறக் கவுன் அணிஞ்சிருந்தாங்க.”

பொய்ரெட் ஒப்புதலாய்த் தலையசைத்தார்.

“இதுக்கப்புறம்?”

“ஒண்ணும் கிடையாது, ஸார் - இன்னிக்குக் காலைவரை.”

''நிச்சயமா?''

''ஆஹ், மன்னிக்கணும் ஸார்... நீங்களே உங்க கதவைத் திறந்து கொஞ்சமா எட்டிப் பார்த்தீங்க...''

''குட் மை ஃப்ரண்ட்'' என்றார் பொய்ரெட். ''அது உங்களுக்கு நினைவிருக்காதோனு நினைச்சேன். என் கதவுக்கு வாசல்ல கனமான என்னவோ விழுந்ததுமாதிரி கேட்டதால, முழிச்சுக்கிட்டேன். அது என்னவா இருக்கலாம்னு உங்களுக்கு ஏதாவது ஐடியா?''

அவன் பொய்ரெட்டைப் பார்த்து விழித்தான்.

''அப்படி எதுவும் கிடையாது, ஸார்.'' என்றான். ''நத்திங். நிச்சயமா சொல்றேன்.'

''அப்ப எனக்கு அசரீரி கேட்டிருக்கணும்'' என்றார் பொய்ரெட் தத்துவமாய்.

''ஒருவேளை உங்களுக்கு அடுத்த கம்பார்ட்மெண்ட்டுல ஏதாவது விழுந்திருக்கணும்'' என்றார் பௌக்.

இந்தக் குறிப்பினைப் பொய்ரெட் கண்டுகொள்ளவில்லை. வாகன் லிட் கண்டக்டருக்கு முன்னால் காட்டிக் கொள்ள வேண்டாம் என்று அவர் நினைத்திருக்கலாம்.

''இன்னொரு விஷயத்தைப் பார்ப்போம்'' என்றார். ''ட்ரெயின்ல நேற்று ராத்திரி ஒரு கொலைகாரன் ஏறியிருக்கான்னு வெச்சுப்பம். கொலையைப் பண்ணிட்ட பிறகு அவன் இறங்கியிருக்க முடியாது என்பது நிச்சயம்...''

மறுப்பாய்த் தலையசைத்தான் மிச்சல்.

''இங்கேயே எங்காவது அவன் ஒளிந்திருக்கலாம் என்பதும் முடியாது.''

''இண்டு இடுக்கெல்லாம் தேடியாச்சு'' என்றார் பௌக். ''இந்த ஐடியாவைத் தூக்கிப் போட்டுடுங்க, மை ஃப்ரண்ட்'' என்றார் அவர்.

''மேலும்'' என்ற மிச்சல், ''என் கண்ணுல படாமல் யாராலும் ஸ்லீப்பிங் பகுதிக்குள் நுழைய முடியாது'' என்றான்.

''கடைசியா எங்கே நின்னுது?''

''வின்காவ்ஸீ.''

''அப்ப மணி என்ன?''

"11.58க்கு நாம கிளம்பியிருக்கணும். ஆனா வானிலையால நாம இருபது நிமிடம் காலதாமதமானோம்.''

''ட்ரெயினின் சாதாரண பெட்டிகள் உள்ள பகுதியிலிருந்து யாராவது வந்திருக்கலாமே?''

''நோ, ஸார். டின்னர் முடிஞ்ச கையோடு சாதாரண பெட்டிகளுக்கும் ஸ்லீப்பிங் பெட்டிக்கும் இடையேயான வழி, அடைக்கப்பட்டுடும்.''

''வின்காவ்ஸீயில நீங்க ட்ரெயினிலிருந்து இறங்கினீங்களா?''

''யெஸ், ஸார். வழக்கம்போல இறங்கினேன். படியை யொட்டியே நின்னுக்கிட்டேன். மற்ற கண்டக்டர்களும் இப்படியே செஞ்சாங்க.''

''முன்கதவுபற்றி? அதாவது ரெஸ்காரண்ட் கார் பக்கத்துல இருக்கும் கதவு?''

''உள்பக்கம் அது எப்பவுமே தாழிடப்பட்டிருக்கும், ஸார்.''

''இப்ப அது தாழிடப்படல.''

அவன் முகம் ஆச்சரியமானது... ஆனால் உடனே சராசரியானது. ''பனியைப் பார்க்க யாரோ திறந்துக்கிட்டுப் போயிருக்கணும்.''

''இருக்கலாம்'' என்றார் பொய்ரெட்.

ஓரிரு நிமிடங்கள் டேபிளில் சிந்தனையாய்த் தாளமிட்டார் பொய்ரெட்.

‘‘ஸார் என்னைத் தப்பா நினைக்கலியே?’’ என்றான் அவன்.

‘‘ம்ம்’’ என்ற பொய்ரெட் ‘‘ஆஹ், இன்னொரு பாயிண்ட் ஞாபகத்துக்கு வருது’’ என்றார். ‘‘ரேச்சட்டின் கதவைத் தட்டும்போது இன்னொரு மணியும் அடிச்சதுனு சொன்னீங்க... அதை நானும்கூட கேட்டேன். யாருடையது அது?’’

‘‘அது இளவரசி ட்ரகோ-மிராஃப்புடையது. அவங்க பணிப்பெண்ணைக் கூப்பிடும்படி என்னிடம் சொன்னாங்க.’’

‘‘நீங்களும் அப்படியே செஞ்சீங்க?’’

‘‘யெஸ், ஸார்.’’

அவருக்கு முன்னாலிருந்த வரைபடத்தைச் சிந்தனையாய்க் கவனித்தார் பொய்ரெட். பிறகு தனது தலையை அவர் சாய்த்துக் கொண்டார். ‘‘தட்ஸ் ஆல்’’ என்றார். ‘‘இப்போதைக்கு.’’

‘‘தேங்க் யூ, ஸார்.’’

எழுந்து கொண்டான் அவன். பௌக்கைப் பார்த்தான்.

‘‘சும்மா குழப்பிக்காதே’’ என்றார் அவர் கனிவாய். ‘‘உன் கடமையில் நீ தவறினதா இதுல எனக்கு ஒண்ணுமே தட்டுப்படல. போ.’’

நிம்மதியான மிச்சல், கம்பார்ட்மெண்ட்டை விட்டு வெளியேறினான்.

அத்தியாயம் 2

செகரட்டரியின் சாட்சி

ஓரிரு நிமிடங்கள் சிந்தனையில் தன்னை இழந்திருந்தார் பொய்ரெட்.

''எனக்கென்னவோ இப்போ நமக்குக் கிடைத்திருக்கும் தகவல்களின்படி மற்றுமொரு முறை மிஸ்டர் மெக்குயினுடன் பேசினால் தேவலாம்னுபடுது.''

யங் அமெரிக்கன் சிரத்தையாய் வந்து நின்றான். ''வெல்'' என்றவன், ''எப்படிப் போயிக்கிட்டிருக்கு?'' என்றான்.

''அவ்ளோ மோசமா இல்ல. கடைசியா நாம பேசினதுக்கப்புறம் நான் ஒரு விஷயம்பற்றி தெரிஞ்சுக்கிட்டேன் - மிஸ்டர் ரேச்சட் யார்னு.''

''அப்படியா?''

''ரேச்சட் என்பது, நீங்க சந்தேகப்பட்டதைப்போல ஒரு துணைப்பெயர்தான். ரேச்சட்தான் கெஸட்டீ. கடத்தல் மன்னன். குட்டி டெய்ஸி ஆர்ம்ஸ்ட்ராங் கடத்தல் உட்பட.''

அப்பழுக்கற்ற ஆச்சரியம் ஹெக்டரின் முகத்தில் விளைந்தது... ஆனால் அது உடனேயே இருண்டது.

''கொடுமைக்கார நாய்!'' என்றான்.

''இப்படி உங்களுக்கு ஓர் ஐடியா இருந்ததே கிடையாதா, மிஸ்டர் மெக்குயின்?''

''நோ, ஸார்'' என்றான் அவன் தீர்மானமாய். ''தெரிஞ்சிருந்தால் அவனுக்குக் கீழே செகரட்டரியா ஒர்க் பண்ண வந்த வாய்ப்பை நான் முதல் வேலையை ஒதுக்கித் தள்ளியிருப்பேன்.''

''இந்தச் சமாச்சாரத்தை நீங்க வன்மையா பார்க்கிறீங்களா, மிஸ்டர்?''

''அப்படி நினைக்க எனக்கு ஒரு குறிப்பிட்ட காரணம் இருக்கு. இந்தக் கேஸைக் கையாண்ட மாவட்ட அரசு வக்கீல், எங்க அப்பாதான், மிஸ்டர் பொய்ரெட். மிஸஸ் ஆர்ம்ஸ்ட்ராங்கை நான் ஓரிரு முறை பார்த்திருக்கேன் - ஓர் அற்புதமான பெண்மணி. தளிரானவங்க. அவங்க மனசுடைஞ்சு, கதறி---'' அவனுடைய முகம் இருண்டது. ''யாராவது ஒருத்தனுக்குக் கிடைச்ச தண்டனை மிகவும் சரியானதுதான்னு நாம சொன்னால், அது கெஸட்டீக்கு கிடைச்சதாத்தானிருக்கும். இதனாலத்தான் இந்தச் சமாச்சாரம் எனக்கொரு கொடூரமான வன்மமா தெரியுது'' என்றான் சொன்னான். ''உங்க தகவல் எனக்கு மகிழ்ச்சியைத் தருது. இப்படிப்பட்ட கொடூரன்கள் மனிதர்களாய் வாழ லாயக்கற்றவர்கள்.''

''வாய்ப்பு கிடைச்சிருந்தால் நீங்களே அவரை மனப்பூர்வமா போட்டுத் தள்ளியிருப்பீங்கபோல பேசறீங்க?''

''நான் பண்ணியிருப்பேன்... நான்---'' இங்கு நிறுத்திக் கொண்டவன், வெளிறினான். ''என்ன, என்னையே வம்புல இழுத்து மாட்டி விடுவதுபோல பேசறீங்க?''

''உங்க முதலாளி மேல நீங்க தேவையற்ற பாசாங்கு பாசத்தைக் காட்டியிருந்தால்தான், மிஸ்டர் மெக்குயின், நான் உங்களைச் சந்தேகப்படும்படி ஆகியிருக்கும்.''

''என் தலை போனாலும் அப்படி நான் செய்வேன்னு எனக்குத் தோணல.'' பிறகு பேசினான்: ''கேட்பதற்கு

அனுமதி உண்டு என்றால், ஒரு பரபரப்புல கேட்கறேன்... இதை நீங்க எப்படிக் கண்டுபிடிச்சீங்க? அதாவது, ரேச்சட்தான் கெஸட்டீ என்பதைச் சொல்றேன்...''

''அவர் கம்பார்ட்மெண்ட்டுல கண்டெடுக்கப்பட்ட ஒரு சிறு துண்டுக் காகிதத்தை வெச்சு.''

''ஆனா அது - அதாவது, அது, அந்த ஓல்ட் மேன் மறதியா பண்ணிய செயலா இருக்கலாம், இல்லையா?''

''அது'' என்ற பொய்ரெட் சொன்னார்: ''பார்க்கப்படும் கோணத்தைப் பொறுத்தது.''

இந்தக் குறிப்பினால் வீழ்த்தப்பட்டவரைப்போல ஆனான் மெக்குயின். அவரைப் படிக்க நினைப்பவனைப் போல பொய்ரெட்டை ஆழ்ந்து கவனித்தான் அவன்.

''எனக்கு முன்னால வைக்கப்பட்டிருக்கும் பணி'' என்ற பொய்ரெட் சொன்னார்: ''நேற்று ராத்திரி ஒவ்வொருத்தரும் எங்கே இருந்தார்கள் என்பதைத் தீர்மானப்படுத்திக் கொள்வது. இது ஒரு வழக்கமான ஆரம்பப் பணி.''

''நிச்சயமா. என்னை என்ன கேட்கணுமோ கேட்டு, விளங்கிக்கங்க.''

''உங்க கம்பார்ட்மெண்ட் நம்பர்பற்றி நான் கேட்க வேண்டிய தேவையில்ல'' என்றார் பொய்ரெட். ''உங்ககூட ஒரு ராத்திரி அதுல நான் இருந்திருக்கேன். அது செகண்ட் க்ளாஸ் கம்பார்ட்மெண்ட் 6 மற்றும் 7. நான் அங்கிருந்து புறப்பட்ட பிறகு நீங்க மட்டும் இருக்கீங்க.''

''தட்ஸ் ரைட்.''

''இப்ப மிஸ்டர் மெக்குயின்... டைனிங் காரிலிருந்து நீங்க கிளம்பிட்ட பிறகு நேற்று ராத்திரி எங்கே இருந்தீங்க என்பதைப் பற்றிய முழு விவரம் தரணும்.''

''ரொம்ப சுலபமாச்சே. என் கம்பார்ட்மெண்ட்டுக்கே திரும்பிப் போனேன். கொஞ்சம் படிச்சேன். பெல்கிரேடுல

ப்ளாட்பாரத்துக்கு இறங்கினேன். குளிர் வெடவெடக்க, உடனே உள்ளே ஏறிட்டேன். எனக்கடுத்த கம்பார்ட் மெண்ட்டுல இங்கிலீஷ் லேடி இருந்தாங்க. பிறகு அந்த இங்கிலீஷ் கலோனல் ஆர்புத்ராட்டுடன் பேச்சுல இறங்கினேன். அப்பத்தான் நீங்க எங்களைக் கடந்து போனீங்கனு நினைக்கிறேன். பிறகு ஏற்கெனவே நான் சொல்லியிருந்ததைப்போல மிஸ்டர் ரேச்சட்டின் பெட்டிக்குப் போனேன். அவர் மறுபதில் போட வெச்சிருந்த கடிதங்களுக்கான விஷயங்களை எழுதிக்கிட்டேன். அவருக்கு குட் நைட் சொல்லிட்டுக் கிளம்பிட்டேன். காரிடர்லேயே அப்பவும் நின்னுக்கிட்டிருந்தார் கலோனல் ஆர்புத்ராட். அவர் படுக்கை ஏற்கெனவே ரெடி பண்ணப்பட்டதால என் பெட்டிக்கு வருமாறு அவரை நான் கூப்பிட்டேன். குடிக்க ஆர்டர் அனுப்பி வர வெச்சேன். அதுல ரெண்டு பேரும் இறங்கினோம். உலக அரசியல், இந்திய அரசாங்கம் இதுபற்றியெல்லாம் பேசினோம்.''

''அவர் உங்களை விட்டுட்டுக் கிளம்பியபோது மணி என்னனு தெரியுமா?''

''நல்லா நேரமாகியிருந்தது. ரெண்டு மணியை யொட்டினு சொல்லணும்.''

''ட்ரெயின் நின்று விட்டதை நீங்க கவனிச்சீங்களா?''

''ஓ, யெஸ். ஆச்சரியப்பட்டோம். வெளியே எட்டிப் பார்த்து, பனி கல்லுக்கல்லா கொட்டுவதைக் கவனிச்சோம். ஆனா இத்தனை சீரியஸான சமாச்சாரமா பனி இடைமறிக்கும்னு நாங்க நினைக்கல.''

''கலோனல் ஆர்புத்ராட் இறுதியா குட் நைட் சொன்னபோது என்ன நடந்தது?''

''அவருடைய கம்பார்ட்மெண்ட்டை நோக்கி அவர் போயிட்டார். நான் என் படுக்கையை ரெடி பண்ண கண்டக்டரை அழைச்சேன்.''

"அவன் ரெடி பண்ணும்போது நீங்க எங்கே இருந்தீங்க?"

"ஜஸ்ட் கதவுக்குப் பக்கத்துல காரிடார்ல இருந்தேன். சிகரெட் பிடிச்சுக்கிட்டு."

"இதுக்கப்புறம்?"

"இதுக்கப்புறம் படுக்கப் போயிட்டேன். காலைவரை தூங்கினேன்."

"சாயங்காலம் நீங்க ட்ரெயினை விட்டுட்டுப் போனீங்களா?"

"கொஞ்சம் காலார நடக்கலாமேனு - அந்த ஸ்டேஷன் பேர் என்ன... ஆங், வின்காவ்ஸீ - இதுல நானும் கலோனலும் இறங்கினோம். குளிர் ஆளை உருக்கிச்சு. உடனடியா உள்ளே எகிறி நுழைஞ்சுட்டோம்."

"எந்தக் கதவு வழியா இறங்கினீங்க?"

"அருகிலிருக்கும் கதவு வழியா."

"டைனிங் காருக்குப் பக்கத்துல இருக்கும் கதவு?"

"யெஸ்."

"அது தாழிடப்பட்டிருந்ததான்னு உங்களுக்கு ஞாபகமிருக்கா?"

யோசித்த மெக்குயின், "ஆமாம், தாழிடப் பட்டிருந்ததாத்தான் ஞாபகமிருக்கு" என்றான். "ஒரு பார் போடப்பட்டிருந்தது. இதைத்தான் குறிப்பிடறீங்களா?"

"யெஸ். கீழே இறங்கிட்டு ஏறும்போது அந்தக் கம்பியை மறுபடியும் போட்டுத் தாழிட்டீங்களா?"

"ஆஹ், நோ" என்றான். "நான் பண்ணினாப்பல நினைவில்லை. நான்தான் கடைசியா ஏறினது. அப்படிப் பண்ணினதா நினைவில்லை."

சட்டென்று அவன் கேட்டான்: "இதென்ன அவ்வளவு முக்கியமானதா?"

''இருக்கலாம். இப்ப கவனிங்க. நீங்களும் கலோனலும் உட்கார்ந்து பேசிக்கிட்டிருந்தபோது காரிடரைப் பார்த்திருக்கும் உங்க கம்பார்ட்மெண்ட் கதவு திறந்திருந்ததா நான் எடுத்துக்கறேன்...''

ஹெக்டர் மெக்குயின் ஆமோதிப்பாய்த் தலையசைத்தான்.

''நேற்றிரவு நீங்க ரெண்டு பேரும் குட் நைட் சொல்லிக்கொண்டு பிரிவதற்கு முன்னால், ட்ரெயின் வின்காவ்ஸீ நிறுத்தத்திலிருந்து கிளம்பிய பிறகு, காரிடர்ல யாராவது நடந்து போனாங்களானு சொல்ல முடியுமா?''

புருவங்களைக் குறுக்கினான் அவன். ''டைனிங் கார் திசையிலிருந்து வந்த கண்டக்டர், ஒருமுறை கடந்து போனான்னு நினைக்கிறேன்'' என்றான். ''இதுக்கு எதிர் திசையில, டைனிங் பகுதி நோக்கி ஒரு பொண்ணு போனா.''

''எந்தப் பொண்ணு?''

''என்னால சொல்ல முடியல. யார்னு நான் ரியலி கவனிக்கல. ஆர்டபுத்ராட்டுடன் விவாதத்துல இருந்தேன். கருஞ்சிகப்பு நிற உருவம் அப்படியே கடந்து போவதன் இயக்கத்தைத்தான் நான் பார்த்தேன் - என்ன சொல்றேன்னு விளங்கும்னு நினைக்கிறேன். நான் பார்க்கல. பார்த்திருந்தாலும் முகத்தை என்னால கவனிச்சிருக்க முடியாது. என் கேரேஜ் டைனிங் காரை நோக்கியிருக்கு. அதை நோக்கிப் போகும் ஒரு பெண்ணின் முதுகுதான் எனக்குத் தெரியுமே ஒழிய, முகம் தெரியாது.''

ஆமோதிப்பாய்த் தலையசைத்த பொய்ரெட், ''அவ டாய்லெட்டுக்குப் போயிருக்கலாம்'' என்றார்.

''அப்படித்தான் நானும் நினைக்கிறேன்.''

''அவ திரும்பினதை நீங்க பார்க்கல?''

‘‘நோ. நீங்க இப்ப கேட்கும்போதுதான் எனக்கே நினைவுக்கு வருது - நோ. ஆனா, அவ திரும்பியிருக்கணும்...’’

‘‘இன்னொரு கேள்வி. நீங்க பைப் பிடிப்பீங்களா, மெக்குயின்?’’

‘‘நோ, ஸார். கிடையாது.’’

பொய்ரெட் சற்று தாமதித்தார். ‘‘இப்போதைக்கு இவ்ளோதான்னு நினைக்கிறேன்’’ என்றார். ‘‘இப்ப நான் ரேச்சட்டின் பணியாளைச் சந்திக்க விரும்பறேன். ஆங், நீங்களும் பணியாளும் எப்பவும் செகண்ட் க்ளாஸ் வகுப்புலத்தான் பிரயாணம் செய்வீங்களோ?’’

‘‘அவர் அப்படித்தான். ஆனா நான் வழக்கமா முதல் வகுப்புலதான். முடிந்தால், மிஸ்டர் ரேச்சட்டுக்கு அடுத்த பெட்டியில. அவரோட லக்கேஜையெல்லாம் என் பெட்டியில வெச்சுடுவார். வேணுங்கிறபோது என்னைக் கூப்பிட்டுவார். இந்தத் தடவை, அவர் எடுத்துக்கிட்ட பெர்த் தவிர, ஏனைய அனைத்து முதல் வகுப்பு பெர்த்துகளும் ஏற்கெனவே புக் ஆகிடுச்சு.’’

‘‘எனக்கு விளங்குது. தேங்க் யூ, மிஸ்டர் மெக்குயின்.’’

அத்தியாயம் 3

பணியாளின் சாட்சி

அமெரிக்கனை அடுத்து வெளிறிப் போயிருந்த ஆங்கிலேயன் வந்தான். எவ்வித பாவமும் அற்றிருந்த இந்த முகத்தை முந்தைய நாளே பொய்ரெட் கவனித்திருந்தார். வந்தவன், மரியாதை பொதிந்து காத்திருந்தான். அவனை உட்காரும்படி சைகை காட்டினார் பொய்ரெட்.

"நீங்கதான் ரேச்சட்டின் பணியாளா?" - பொய்ரெட்.

"யெஸ், ஸார்."

"உங்க பெயர்?"

"எட்வர்ட் ஹென்றி மாஸ்டர்மேன்."

"வயசு?"

"முப்பத்தொம்பது."

"உங்க வீட்டு முகவரி?"

"21, ஃப்ரையர் தெரு, க்ளர்க்கென்வெல்."

"உங்க முதலாளி கொல்லப்பட்டிருப்பதைக் கேள்விப் பட்டீங்களா?"

"யெஸ் ஸார். அதிர்ச்சியூட்டும் சமாச்சாரம்."

"எத்தனை மணிக்கு நீங்க கடைசியா ரேச்சட்டைப் பார்த்தீங்கன்னு, ப்ளீஸ் சொல்ல முடியுமா?"

பணியாள் கேள்வியைக் கிரகித்துக் கொண்டு, "நேற்றிரவு ஒன்பது மணியையொட்டி இருக்கணும், ஸார்" என்றான். "இல்லேனா, இதைக் கடந்து கொஞ்ச நேரங்கழிச்சு."

"என்னதான் நடந்ததுனு, உங்க வார்த்தைகள்லேயே எக்ஸாக்டா சொல்லுங்களேன்..."

"அவர் தேவைகளைக் கவனிப்பதற்காக மிஸ்டர் ரேச்சட்டிடம் நான் போனேன், ஸார்."

"உங்க வேலைகள் என்னென்ன?"

"அவர் துணிகளை மடிப்பது அல்லது ஹேங்கர்ல தொங்க விடுவது, ஸார். அவருடைய பல் ஸெட்டைத் தண்ணியில போடுவது. அந்த இரவுக்கு அவருக்கு வேண்டிய அனைத்தையும் தயார் செய்து தருவது."

"அவருடைய நடவடிக்கை - அதாவது நடந்து கொண்ட விதம் - ஏனைய தினங்களைப் போலவேதான் இருந்ததா?"

பணியாள் கேள்வியை உள்வாங்கிக் கொண்டபின், "வெல் ஸார்... நோ" என்றான். "அவர் அப்-செட் ஆகியிருந்தார்'னு நினைக்கிறேன்."

"எந்த வகையில?"

"அவர் படிச்சுக்கிட்டிருந்த ஒரு கடுதாசியினால. அந்தக் கடிதத்தை அவரோட கம்பார்ட்மெண்ட்டுல கொண்டு வந்து போட்டது நானானு கேட்டார். அஃப்கொர்ஸ் அப்படிப்பட்ட எதையும் நான் பண்ணலேனு சொல்லிக்கிட்டிருந்தேன். ஆனா அவர் என்னைத் திட்டினார். கத்தினார். நான் செய்த எல்லாத்திலும் குற்றம் சொன்னார்."

"இது வாடிக்கையான அவர் குணத்துக்கு மாறானதா?"

"அப்படிச் சொல்லிட முடியாது ஸார். சட்டுனு கோபப்படக்கூடியவர்தான் அவர். பொறுமையிழந்துடுவார்.

ஆனா இதன் வீச்சு எதனால அவர் தன்னிலை இழந்தார் என்பதைப் பொறுத்தது.''

''உங்க முதலாளி தூக்க மாத்திரை எடுத்துப்பாரா?''

டாக்டர் கான்ஸ்டன்டைன் முன்னுக்கு வளைந்து வந்தார்.

''ட்ரெயின்ல போகும்போதெல்லாம் எடுத்துப்பார், ஸார். இல்லேனா பிரயாணத்தின்போது தூங்க முடியாதுனு சொல்வார்.''

''வழக்கமா என்ன மருந்து எடுத்துப்பார்னு உங்களுக்குத் தெரியுமா?''

''நிச்சயப்படுத்தி என்னால சொல்ல முடியும்னு தோணலே, ஸார். பாட்டில்ல எந்த பெயரும் இருக்காது. ஜஸ்ட், படுக்கும்போது எடுத்துக் கொள்ள வேண்டிய தூக்க மருந்து.''

''இதை நேற்றிரவு அவர் எடுத்துக்கிட்டாரா?''

''யெஸ் ஸார். அதை நான் ஒரு பாட்டில்ல போட்டு அவருக்காகத் தயார் நிலையில வைக்கப்பட்டிருந்த டேபிள்ல வெச்சேன்.''

''அதை அவர் குடிச்சதை நீங்க பார்க்கல?''

''நோ, ஸார்.''

''அடுத்து என்ன நடந்தது?''

''மேற்கொண்டு ஏதாவது நான் பண்ணித் தரணுமான்னு கேட்டேன்... காலைல எத்தனை மணிக்கு அவரை எழுப்பணும்னும் கேட்டேன். அவர் அழைப்பு மணியை அடிக்கும்வரை அவரைத் தொந்தரவு பண்ண வேண்டாம்னு சொன்னார்.''

''இதுவும் வாடிக்கையா நடப்பதுதானா?''

''வாடிக்கையா நடப்பதுதான், ஸார். கண்டக்டரை முதல்ல கூப்பிடுவார். அவர் மூலமா, தான் எழுந்தாச்சு எனும் தகவலை எனக்குச் சொல்லி அனுப்புவார்.''

''சீக்கிரமே எழுந்திருப்பாரா? அல்லது விடிஞ்ச பிறகு எழுந்திருக்கும் வழக்கமுள்ளவரா?''

''இது அவருடைய மூடைப் பொறுத்தது, ஸார். சில சமயங்கள்ல காலைச் சிற்றுண்டியின்போது எழுந்திருப்பார். மனநிலை சுமூகமாயிருந்தால், லஞ்ச் வரைக்கும்கூட தூங்கிடுவார்.''

''இதனாலதான், காலை விடிந்தும், எவ்விதமான அழைப்பும் அவரிடமிருந்து உங்களுக்கு வராததால, நீங்க கவலைப்படலே, ஆங்?''

''ம்.''

''உங்களுடைய முதலாளிக்கு எதிரிகள் இருந்தார்கள் என்பது உங்களுக்குத் தெரியுமா?''

''யெஸ், ஸார்.'' பணியாள் எவ்விதமான முகபாவமும் காட்டாமல் சொன்னான்.

''உங்களுக்கு எப்படித் தெரியும்?''

''அவர் சில கடிதங்கள் பற்றி மிஸ்டர் மெக்குயின்கிட்டே விவாதிச்சுக்கிட்டிருக்கும்போது நான் கேட்டிருக்கேன், ஸார்.''

''உங்க முதலாளிமீது உங்களுக்கு அன்பு இருந்திருக்கா, மாஸ்டர்மேன்?'

சொல்லப்போனால், வழக்கமாய் இருந்ததைவிடவும் இப்போது மாஸ்டர்மேனின் முகம் மேலும் உணர்ச்சியற்று ஆனது.

''இருந்ததாக நான் சொல்ல மாட்டேன், ஸார். அவர் ஒரு தாராளமான முதலாளி. அவ்ளோதான்.''

''ஆனா உங்களுக்கு அவரைப் பிடிக்கலே?''

"இப்படி வேணும்னா சொல்லலாம், ஸார்: எனக்கு வழக்கமா அமெரிக்கர்களைப் பிடிக்காது."

"நீங்க எப்போதாவது அமெரிக்கா போயிருக்கீங்களா?"

"நோ, ஸார்."

"பேப்பர்கள்ல பரபரப்பா வெளியான ஆர்ம்ஸ்ட்ராங் கடத்தல் விவகாரம்பற்றி நீங்க படிச்சிருக்கீங்களா?"

அவனது முகவாயில் சிறு நிறம் கூடியது. "யெஸ், ஸார்." என்றான். "சின்ன பொண்கொழந்தை, இல்லையா? பேரதிர்ச்சி தந்த சேதி."

"இந்தக் கடத்தல் விஷயத்துல உங்களுடைய முதலாளி ரேச்சட்தான் அச்சாணி என்பது உங்களுக்குத் தெரியுமா?"

"நோ, ஸார் நோ. அப்படியா?" பணியாளின் குரலில் நடந்துள்ள சம்பவத்துக்கு வருந்தும் தொனி முதன்முறையாய்த் தென்பட்டது. "என்னால இதை நம்பவே முடியலே, ஸார்."

"ஆனா இதுதான் உண்மை. இனி, நேற்று ராத்திரி நீங்க ட்ரெயின்ல எங்கெல்லாம் போய் வந்தீங்க என்பதைப் பற்றிய விசாரணை. இது வழக்கமா எல்லோரிடமும் கேட்க வேண்டிய ஒரு விஷயந்தான், ஓ கே. உங்க முதலாளியை விட்டு அகன்ற பிறகு நீங்க என்ன செஞ்சீங்க?"

"உங்களை முதலாளி கூப்பிடுவதாய் மிஸ்டர் மெக்குயினிடம் போய்ச் சொன்னேன். அப்புறம் என்னுடைய கம்பார்ட்மெண்ட்டுக்குப் போனேன். படித்தேன்."

"உங்க கம்பார்ட்மெண்ட்---?"

"இரண்டாம் வகுப்பு, ஸார். டைனிங் பெட்டிக்கு அடுத்தது."

பொய்ரெட், அவரிடமிருந்த ப்ளானைப் பார்த்தார். கேட்டார்: "நம்பர் 4?"

''யெஸ், ஸார்.''

''உங்ககூட யாராவது இருக்காங்களா?''

''ஆமாம், ஸார். ஒரு பெரிய இத்தாலிய ஆசாமி.''

''அவர் ஆங்கிலம் பேசறாரா?''

''வெல், அது ஒரு மாதிரியான இங்கிலீஷ், ஸார். அவர் அமெரிக்காவுல, சிக்காகோவுல இருந்திருக்கார்னு கேள்விப்பட்டேன்.''

''நீங்க ரெண்டு பேரும் நிறைய பேசிக்கிறீங்களா?''

''நோ, ஸார். நான் வாசிக்கத்தான் விரும்பறேன்.''

''கேட்கலாம்னா, தெரிஞ்சுக்க விரும்பறேன். நீங்க படிச்சுக்கிட்டிருக்கும் புக் என்ன?''

''காதல், வசப்படுத்தும். அரபெல்லா ரிச்சர்ட்சன் எழுதியது.''

''ஒரு நல்ல கதை?''

''எனக்கு, படிக்கச் சுவாரசியமா இருக்கு.''

''வெல், நாம தொடருவோம். நீங்க உங்க கம்பார்ட் மெண்ட்டுக்கு வந்து காதல், வசப்படுத்தும் படிக்கிறீங்க - எவ்ளோ நேரம் வரைக்கும்?''

''பத்தரை மணி வாக்குல இந்த இத்தாலியன் தூங்கணும்னு சொன்னான், ஸார். கண்டக்டர் வந்து அவன் படுக்கையைத் தயார் பண்ணித் தந்தான்.''

''அப்புறம் நீங்க தூங்குவதற்காகப் படுக்கப் போயிட்டீங்க?''

''நான் படுக்கப் போனேன், ஸார். ஆனா தூங்கலே.''

''ஏன் நீங்க தூங்கலே?''

''எனக்குப் பல்வலி இருந்தது, ஸார்.''

''ஓ, லா லா! ரொம்ப வலி இருந்திருக்குமே!''

''ரொம்ப, ஸார்.''

''வலி குறைய ஏதாவது செஞ்சீங்களா?''

''க்ளவ் ஆயில் போட்டேன். வலி கொஞ்சமா குறைஞ்சது. ஆனாலும் என்னால தூங்க முடியலே. என் தலைக்கு மேலேயிருந்த சின்ன விளக்கை எரிய விட்டுக்கிட்டு, வலியிலிருந்து கவனத்தைத் திசை திருப்ப, படிக்க மறுபடியும் ஆரம்பிச்சேன்.''

''அப்படினா நீங்க தூங்கவே இல்லையா?''

''தூங்கினேன், ஸார். காலை நாலு மணிவாக்குல.''

''உங்க பெட்டித்தோழன்?''

''ஓ, அந்த இத்தாலியன்? செம குறட்டையில இருந்தார்.''

''ராத்திரி அவர் உங்களோட கம்பார்ட்மெண்ட்டை விட்டுட்டு நகரவே இல்லையா?''

''நோ, ஸார்.''

''நீங்க?''

''நோ, ஸார்.''

''ராத்திரி நீங்க ஏதாவது கேட்டீங்களா?''

''அப்படி எதுவும் எனக்குத் தெரியலே ஸார். அதாவது அசாதாரணமா எதுவும் கேட்கலேனு சொல்ல வரேன். ட்ரெயின் நகராம நின்னுட்டதால எல்லாமுமே அப்படியே அமைதியாத்தான் இருந்தது.''

பொய்ரெட் சில கணங்கள் அமைதியாகிப் போனார். பிறகு சொன்னார்: ''மேற்கொண்டு நீங்க உதவ எதுவும் இல்லேனு தோணுது. உங்களால இந்தச் சமாச்சாரத்துக்கு எந்த வகையிலாவது வெளிச்சம் போட்டுக் காட்ட முடியுமா?''

''மன்னிக்கணும், ஸார்.''

''நீங்க அறிந்த வரைக்கும், உங்க முதலாளிக்கும் மிஸ்டர் மெக்குயினுக்கும் இடையே ஏதாவது கடுமையான விவாதங்கள், சண்டைகள் நடந்ததுண்டா?''

''ஓ, நோ ஸார். மிஸ்டர் மெக்குயின் ஒரு விரும்பத்தக்க ஜென்டில்மேன்.''

''மிஸ்டர் ரேச்சட்கிட்டே வருவதற்கு முன்னால நீங்க எங்கே வேலையில இருந்தீங்க?''

''சர் ஹென்றி டாம்லின்சன்-னிடம். க்ராஸ்வெனர் சதுக்கம்.''

''அங்கிருந்து ஏன் வெளியேறினீங்க?''

''அவர் கிழக்கு ஆப்பரிக்காவுக்குக் கிளம்பினார், ஸார். என் பணிவிடை அவருக்குத் தேவைப்படலே. அவர் நிச்சயமா என்னைப் பற்றி நல்லபிப்ராயம் தருவார், ஸார். நான் அவர்கிட்டே சில வருடங்கள் இருந்தேன்.''

''மிஸ்டர் ரேச்சட்கிட்டே நீங்க எத்தனை காலமா இருக்கீங்க?''

''ஜஸ்ட் ஒன்பது மாதங்களா, ஸார்.''

''தேங்க் யூ, மாஸ்டர்மேன். ஆங், நீங்க என்ன ஒரு பைப் ஸ்மோக்கரா?''

''கிடையாது ஸார். நான் சிகரெட் பிடிப்பேன்.''

''தேங்க் யூ. அவ்ளோதான்.''

பணியாள் சில கணங்கள் தயங்கினான்.

''எக்ஸ்க்யூஸ் மீ, ஸார். அந்த முதிய அமெரிக்கன் லேடி ஒருவித பரபரப்புல இருக்காங்க. கொலைகாரனைப்பற்றித் தனக்கு எல்லாம் தெரியும்னு சொல்லிக்கிட்டு அலையறாங்க. அவங்க கிளர்ச்சியான நிலைமையில இருக்காங்க, ஸார்.''

"அப்படின்னா" என்ற பொய்ரெட், "நாம அடுத்து அவங்களையே பார்த்துடலாம்" என்றார் புன்னகைத்தபடி.

"நான் அவங்ககிட்டே போய் வரச் சொல்லிடட்டுமா, ஸார்? இந்தக் கொலையைக் கவனிச்சுக்கிட்டிருக்கும் அதிகாரி ஒருத்தரைப் பார்த்தே ஆகணும்னு குதிச்சுக்கிட்டிருக்காங்க, அவங்க. பாவம் கண்டக்டர்தான் அவங்களை அடக்கி ஒடுக்கி வெச்சுக்கிட்டிருக்கார்."

"அவங்களை எங்ககிட்டே அனுப்புங்க, ஃப்ரண்ட். அவங்க கதையை இப்ப நாங்க கேட்கிறோம்."

அத்தியாயம் 4

அமெரிக்கப் பெண்மணியின் சாட்சி

பேச வேண்டிய வார்த்தைகளைக்கூட கோவையாய்ப் பிடிக்க முடியாத அளவுக்கு மூச்சிரைக்க ஓடோடி வந்து விழுந்தார் மிஸஸ் ஹப்பார்ட்.

"எனக்கு ஒரு விஷயத்தை முதல்ல சொல்லிடுங்க. இங்கு யார் அத்தாரிட்டி? நான் ஒரு முக்கிய தகவலை வெச்சிருக்கேன். சொல்லப் போனால், அது ஒரு மிக முக்கிய தகவலாக்கும்! எத்தனை சீக்கிரம் முடியுமோ அத்தனை சீக்கிரத்துல இதை நான் உங்க உளவுத் தலைவரிடம் சொல்லிடணும். உங்கள்ல யார் அது?"

அவருடைய அலைபாயும் கண்கள் ஒவ்வோர் ஆடவராக மாறிமாறி அல்லாடின. பொய்ரெட் வளைந்து முன்னுக்கு வந்தார்.

"என்கிட்டே சொல்லுங்க, மேடம்" என்றார். "ஆனா முதல்ல, ப்ளீஸ்... உட்காருங்க."

அவருக்கு முன்னாலிருந்த இருக்கையில் தன்னை ஒரு மூட்டையாய்ப் போட்டுக்கொண்டு விழுந்தார் மிஸஸ் ஹப்பார்ட். "நான் உங்ககிட்டே சொல்ல வெச்சிருக்கும் சமாச்சாரம் ஜஸ்ட் இதுதான்: நேற்று ராத்திரி இந்த ட்ரெயின்ல ஒரு கொலை நடந்திருக்கு... அந்தக் கொலைகாரன் என் கம்பார்ட்மெண்ட்ல இருந்தான்!"

தனது வார்த்தைகள் புயலென ஒரு வீரியத்தைக் கிளப்பிவிட சிறு இடைவெளி கொடுத்தார்.

''இதுல நீங்க நிச்சயமாத்தான் இருக்கீங்களா, மேடம்?''

''இல்லாமலா இவ்ளோ தூரம் வந்து மெனக்கெட்டுச் சொல்லிக்கிட்டிருக்கேன்! என்ன ஒரு கண்டுபிடிப்பு! என்ன பேசறேன்னு தெரிஞ்சுதான் பேசிக்கிட்டிருக்கேன்! உங்ககிட்டே என்ன சொல்ல வேண்டியிருக்கோ, அனைத்தையும் சொல்றேன்... கேளுங்க. நான் படுக்கைல படுத்தேன். தூங்கிட்டேன். அப்புறம் திடுமுனு நான் விழிச்சேன் - கும்மிருட்டுல. அப்படியொரு மையிருட்டு இருந்தது அப்ப. என் கம்பார்ட்மெண்ட்டுல ஓர் ஆள் இருக்கான்னு தெரிஞ்சுக்கிட்டேன். அப்படியொரு கிலி என்னைக் கவ்விச்சு - குரலெடுத்துக் கத்தக்கூட முடியாம ஆனேன். அப்படியே மரம்போல கிடந்த நான், ''கடவுளே... இப்ப நான் கொல்லப்படப் போறேன்'' அப்படினு சொல்லிக்கிட்டேன். அப்ப என் மனமிருந்த குரூரமான நிலைமையை என்னால உங்களுக்கு வார்த்தைகள் போட்டு விவரிக்க முடியாது. ரயில் கொள்ளை, கொலை, அதுஇதுனு நான் படிச்ச அனைத்துச் சேதிகளும் மண்டைக்குள்ளே ஓடிச்சு. என்ன ஆனாலும் அந்தக் கடங்காரனால என் நகைகளை எடுத்துட முடியாது - அவையனைத்தையும் நான் ஒரு சிறு மூட்டையா என் தலையணைக்கு அடியில புதைச்சு வெச்சிருந்தேன்! இதனால தலையணை கொஞ்சம் தூக்கலா தெரிஞ்சது - படுக்கக்கூட வசதியில்லாத ஒரு நிலை... இருந்தாலும், நகை மூட்டையாலத்தான் இப்படித் தூக்கிக்கிட்டு இருக்குனு யாராலும் சொல்லிட முடியாது, ஆங்! அது சரி, நான் எங்கே விட்டேன்?''

''உங்க கம்பார்ட்மெண்ட்டுல மேடம், ஓர் ஆசாமி இருப்பதை நீங்க உணர்ந்தீங்க...''

“கரெக்ட், கரெக்ட். அப்படியே கண்களை மூடிக்கிட்டு நான் கிடந்தேன். நல்லவேளை என் பொண்ணுக்கு நான் இருக்கும் நிலைமை தெரியாதுனு சந்தோஷமும் பட்டுக்கிட்டேன். அப்புறமா எப்படியோ வராத தைரியத்தை நான் இழுத்துப் பிடிச்சு வரவழைச்சுக்கிட்டேன். அப்போதைக்கு என் கையை மட்டும் அசைக்கும் தெம்பைப் பிரயத்தனப்பட்டு ஏற்படுத்திக்கிட்ட நான் கண்டக்டருக்கான அழைப்பு மணியை அடிச்சேன். வந்தானா அவன் - இல்லையே. அமுக்கிக்கிட்டேயிருந்தேன். மறுபடியும் அமுக்கினேன். யாரும் வரலே. என் இதயமே நின்னுட்ட மாதிரி ஆச்சு. “கடவுளே”னு சொல்லிக்கிட்ட நான், “இந்தக் கொலைகார பயலுங்க ட்ரெயினிலிருக்கும் எல்லோரையும் கொன்னுட்டாங்க”னுதான் நினைச்சுக்கிட்டேன். ட்ரெயினோ ஓடலே. அச்சுறுத்தும் அப்படியொரு நிசப்தம். விடாம மறுபடியும் மணியை நானடிச்சபோது, ஓஹ்... ஆறுதல் தென்பட்டது. யாரோ ஓடிவரும் சப்தம். தொடர்ந்து கதவு தட்டப்படும் டொக், டொக். “வந்து தொலைங்க”னு கத்திய நான் உடனே, விளக்குகளையும் போட்டு விட்டேன். இப்ப நான் சொல்வதை நீங்க நம்புவீங்களா? அங்கே உள்ளே வேற ஒரு நாதி கிடையாது!”

இது ஒரு தேவைப்படாத திருப்பம் என்பதைவிட ஓர் உச்சகட்ட திருப்பமாய் மிஸஸ் ஹப்பார்டுக்குத் தென்பட்டது.

“ம், அப்புறம் என்ன நடந்தது, மேடம்?”

“என்ன நடக்கணும்... வந்தவன்கிட்டே உள்ளே என்ன நடந்ததுனு சொன்னேன். அவன் நான் சொன்னதுல ஒரு துரும்பைக்கூட நம்பலே. அத்தனையையும் நான் கனவு கண்டிருக்கணும்னு அவன் நினைச்சுக்கிட்டமாதிரி தெரிஞ்சது. படுக்கைக்கு அடியில பார்க்கும்படி நான்

சொன்னேன். அங்கே ஓர் ஆள் தன்னை மடக்கி ஒளிச்சுக்கும் அளவுக்கு இடம் கிடையாதுன்னான் அவன். அந்த ஆள் தப்பிச்சு வெளியில போயிட்டான் என்பது ஊர்ஜிதமாச்சு. ஆனா அங்கே என் கம்பார்ட்மெண்ட்டுல ஓர் ஆசாமி இருந்தான். இந்தக் கட்டத்துல என்னை அந்தக் கண்டக்டர் பய சமாதானப்படுத்த முயற்சித்ததுதான் பத்திக்க வெச்சது! நான் கற்பனை பண்ணிக்கிட்டுப் பேசும் வகை கிடையாது மிஸ்டர்--- உங்க பேர் எனக்குத் தெரியலியே...''

''பொய்ரெட் மேடம். இது மிஸ்டர் பௌக். இந்த ட்ரெயின் கம்பெனியின் டைரக்டர். இது டாக்டர் கான்ஸ்டன்டைன்.''

முணுமுணுப்பாய், ''உங்க அனைவரையும் பார்த்ததுல சந்தோஷம்'' என்று மெதுவாய்ச் சொல்லி விட்டு, பிறகு தனது கச்சேரிக்குள் சப்தமாய் நுழைந்து கொண்டார் மிஸஸ் ஹப்பார்ட்.

''நான் என்னை ஒண்ணும் பெரிய புத்திசாலியா காட்டிக்க விரும்பலே. பெட்டிக்குள் இருந்தது, அடுத்த பகுதியிலிருந்து வந்த ஆசாமியாத்தானிருக்கணும்னே நான் முதல்ல நினைச்சேன் - அதாவது கொல்லப்பட்ட ஆசாமியைச் சொல்றேன். இந்த ரெண்டு கம்பார்ட் மெண்ட்டுக்கும் இடைப்பட்ட கதவை நான் பார்க்கச் சொன்னேன். கண்டக்டர்கிட்டே. ஓ, நிச்சயமா அது தாழிடப்படலே. நானே அதைப் பார்த்தேன். அப்பவே உடனே அதைத் தாளிடுமாறு அவன்கிட்டே சொன்னேன். அவன் போனதும் என் சூட்கேஸ்ல ஒண்ணை எடுத்து அதுக்கு முன்னாடி வெச்சுட்டேன்.''

''இதெல்லாம் எத்தனை மணிக்கு, மிஸஸ் ஹப்பார்ட்?''

''என்னால நிச்சயப்படுத்திச் சொல்ல முடியல. மணியெல்லாம் நான் பார்க்கல. துடிதுடிச்சுப் போயிருந்தேன் நான்.''

''சரி... நீங்க இப்ப சொல்ல விரும்புவது என்ன?''

''வெளிப்படையா ஒரு சமாச்சாரம் எப்படி இருக்கணுமோ, அந்த அளவுக்கு வெளிப்படையா இல்லையா நான் சொன்னது?! என் கம்பார்ட்மெண்ட்டுல இருந்த ஆசாமிதான் கொலைகாரன். வேற எவனா அது இருக்க முடியும்?''

''பிறகு, அடுத்து இருக்கும் கம்பார்ட்மெண்ட்டுக்குள்ளே அவன் போயிட்டான்னா நீங்க நினைக்கிறீங்க?''

''அவன் எங்கே போய் ஒழிஞ்சான்னு எனக்கெப்படித் தெரியும்? நான்தான் என் கண்களை இறுக்க மூடியிருந்தேனே...''

''நுழைவுக்கதவு வழியா அவன் வராண்டாக்குள்ளே நழுவியிருக்கணும்.''

''வெல், எனக்குத் தெரியாது. நான் கண்களை இறுக்கி மூடிக்கிட்டிருந்தேன்.'' மிஸஸ் ஹப்பார்ட் நரம்புத் திருகியவரைப்போல ஆனார். ''கடவுளே... நான் அப்படியொரு கிலியில கிடந்தேன். என் மக இருந்திருந்தால் அவளுக்குத் தெரிஞ்சிருக்கும் நான் படும்பாடு...''

''மேடம்... நீங்க கேட்ட ஓசைகளெல்லாம் அடுத்த கம்பார்ட்மெண்ட்டுல - அதாவது கொலையானவருடைய கம்பார்ட்மெண்ட்டுல - உருவான ஓசைகள்னு நீங்க நினைக்கவேயில்லையா?''

''நோ. இல்லை. நான் நினைக்லே. என்னது உங்க பேர் - ஆங், மிஸ்டர் பொய்ரெட். அந்த ஆசாமி, என்னோடகூட, என் கம்பார்ட்மெண்ட்டுலேயேதான் இருந்தான். வேணும்னா, என்கிட்டே அதுக்கான சாட்சி இருக்கு.''

வெற்றிமுழக்கமாய் ஒரு கைப்பையை முன்னால் எடுத்து விரித்த அவர், அதனுள்ளிருக்கும் சமாச்சாரங்களைக் களைய ஆரம்பித்தார்.

இரண்டு பெரிய சுத்தமான கைக்குட்டைகளை வெளியிலெடுத்தார். இரு மூக்குக்கண்ணாடிகள். ஆஸ்பிரின் கொண்ட பாட்டில் ஒன்று. சிறு உப்புப் பெட்டி. பிரகாசமான பச்சைநிறத்தில் மிட்டாய்கள். சாவிக்கொத்து. ஒரு ஜோடி கத்திரிக்கோல். அமெரிக்கன் எக்ஸ்பிரஸ் காசோலைப் புத்தகம். அசாதாரண வெகுளித்தனம் பொங்கும் ஒரு சிறுகுழந்தையின் புகைப்படம். சில கடிதங்கள் மற்றும் முத்துக்கள். ஒரு சிறு உலோகப் பட்டன்.

''இந்த பட்டனைப் பார்த்தீங்களா? வெல், இது என்னுடைய பட்டன் கிடையாது. என் துணிமணிகளிலிருந்து விழுந்த பட்டனும் அல்ல. இன்னிக்குக் காலைல எழுந்தபோது இதை நான் பார்த்தேன்.''

அதை அவர் டேபிளில் வைத்தபோது ஓர் ஆச்சரியத் துணுக்குறலோடு முன்னுக்கு வந்தார் பௌக்.

''இது ட்ரெயின் பணியாளனுடைய சட்டையிலிருந்து விழுந்துள்ள பட்டன்!''

''இதுக்கு ஓர் ஒப்புக்கொள்ளக்கூடிய விளக்கமும் இருக்கலாம்'' என்றார் பொய்ரெட். பிறகு பெண்மணியை நோக்கி மிருதுவாய்த் திரும்பினார். ''இந்த பட்டன் மேடம், கண்டக்டருடைய யூனிபார்மிலிருந்து விழுந்திருக்கலாம். உங்க கேபினை அவர் தேடியபோதோ அல்லது நேற்றிரவு படுக்கையை அவர் தயாராக்கியபோதோ.''

''உங்க எல்லாருக்கும் என்ன ஆகிடுச்சுனு எனக்கு விளங்கலே. சொல்வதற்கெல்லாம் மறுப்பு சொல்வதைத் தவிர வேற வேலையே இல்லையா உங்களுக்கு! நல்லா கவனிங்க. நேற்றிரவு தூங்குவதற்கு முன்னால நான் ஒரு சஞ்சிகையைப் படிச்சுக்கிட்டிருந்தேன். விளக்கை அணைப்பதற்கு முன்னால, ஜன்னலுக்கு அருகில் இருந்த ஒரு சின்ன பெட்டியின்மீது அந்த சஞ்சிகையை நான் வெச்சேன். இதுவாவதும் உங்க மண்டைகள்ல ஏறுதா?''

ஏறுகின்றது என்று மூவரும் வாக்குறுதி தந்தார்கள்!

''ரொம்ப நல்லது. கதவுக்குப் பக்கத்திலிருந்தபடியே ஸீட்டுக்கு அடியில குனிஞ்சு பார்த்தான் கண்டக்டர். பிறகு எனக்கும் அடுத்த கம்பார்ட்மெண்ட்டுக்குமான கதவுக்கான தாழ்ப்பாளை அவன் போட்டான். ஆனா ஜன்னல் அருகாமை வரைக்கும் அவன் போகவே இல்லை. வெல், இன்னிக்கு காலைல, இந்த பட்டன், அந்த சஞ்சிகையின் மேலே மிகச் சரியா இருந்தது. இதை நீங்க என்னனு சொல்வீங்கனு நான் தெரிஞ்சுக்க ஆசைப்படறேன்.''

''இதை மேடம், ஒரு சிறந்த சாட்சினு நான் சொல்வேன்'' என்றார் பொய்ரெட்.

இந்தப் பதில் அப்பெண்மணியைக் குளிரச் செய்வதைப் போல அமைந்தது.

''இது என்னைப் பைத்தியமாக்குது'' என்றார் மிஸஸ் ஹப்பார்ட்.

''இண்டட்ரஸ்ட்டிங்கான மற்றும் ஒரு விலைமதிப்பற்ற சாட்சியத்தை நீங்க எங்களுக்குத் தந்திருக்கீங்க'' என்றார் பொய்ரெட் மிருதுவாய். ''இப்ப நான் உங்களை ஒரு சில கேள்விகள் கேட்கலாமா?''

''தடையில்லாமல்.''

''நீங்க ஏற்கெனவே இந்த ரேச்சட் ஆளைப் பார்த்து நரம்பதிர்வுல இருந்திருக்கீங்க. அப்படியிருக்கும்போது, உங்க ரெண்டு கம்பார்ட்மெண்ட்டுகளுக்கும் இடைப்பட்ட கதவின் தாழ்ப்பாளை நீங்க போடாம விட்டது - எப்படி?''

''நான் போட்டேன்'' என்றார் மிஸஸ் ஹப்பார்ட், பொறுப்பாய்.

''ஓ, நீங்க போட்டீங்களா?''

''அதாவது சரியா சொல்லணும்னா - அந்த ஸ்வீடன் படைப்பு இருக்கு இல்ல... அருமையான ஜீவன் -

அவங்ககிட்டே கதவு தாளிடப்பட்டிருக்கானு நான் கேட்டேன். அவங்க தாளிடப்பட்டிருக்குனு சொன்னாங்க.''

''அது ஏன் உங்களால பார்க்க முடியாமப் போச்சு?''

''ஏன்னா, நான் படுத்துக்கிட்டிருந்தேன்... மேலும் என்னுடைய ஸ்பாஞ்சு கைப்பை அந்தக் கதவின் கைப்பிடியில தொங்கிக்கிட்டிருந்தது.''

''இந்த உதவியை நீங்க அவங்ககிட்டே கேட்டபோது மணி எத்தனை இருக்கும்?''

''யோசிக்கிறேன். பத்தரை இருக்கும். இல்லேனா, பத்தே முக்கால். என்கிட்டே ஆஸ்பிரின் இருக்கானு கேட்க அவ வந்திருந்தா. அது எங்கே இருக்குனு நான் காட்டினேன். என் கண்முன்னாலேயே அதை அவ எடுத்துக்கிட்டா.''

''நீங்க படுக்கையிலேயே இருந்தீங்க?''

''யெஸ்.''

திடுமென்று மிஸஸ் ஹப்பார்ட் சிரித்தார். ''பைத்தியக்காரப் பொம்பிளை அவங்க. வளவளனு பேசிக்கிட்டே இருந்தாங்க. அடுத்த கம்பார்ட்மெண்ட் கதவைப் போய் அவங்க தெரியாமத் திறந்திருக்காங்க.''

''மிஸ்டர் ரேச்சட் கதவு?''

''யெஸ். எல்லாக் கதவும் மூடியிருக்கும்போது எது யார் கதவுனு ஒரு குழப்பம் வரத்தானே செய்யும்? தெரியாமத் திறந்திருக்காங்க. இதனால அவங்க ரொம்பவும் கலங்கிப் போயிருந்தாங்க. அவங்களைப் பார்த்துச் சிரிச்சாராம் அவர். சொன்னாங்க. வேற ஏதாவது அசிங்கமாக்கூட அவர் சொல்லியிருக்கலாம். பாவம் அவங்க, நொறுங்கியிருந்தாங்க. 'ஓ, நான் தப்பு பண்ணிட்டேன்'னாங்க. 'தப்பு பண்ணிட்டேன்! ச்சே... அவன் நல்ல ஆள் இல்ல!'' என்றார். 'வயசான நீங்களுமா'னு கேட்டாராம் அவர்.''

டாக்டர் கான்ஸ்டன்டைன் தொண்டையைக் கமற, உறைந்துபோய் அவரைப் பார்த்தார் மிஸஸ் ஹப்பார்ட்.

"அவர் ஒண்ணும் நல்ல ஆசாமி கிடையாது" என்றார் மிஸஸ் ஹப்பார்ட். "ஒரு பொண்ணுக்கிட்டே அப்படியா பேசுவது? இதைச் சொன்னா, என்ன கமறல் வேண்டிக்கிடக்கு?"

டாக்டர் கான்ஸ்டன்டைன் அவசரமாய் மன்னிப்பு கோரினார். "வெச்சுக்கங்க" என்றார் மிஸஸ்.

"அப்புறமா நீங்க மிஸ்டர் ரேச்சட் கம்பார்ட் மெண்ட்டுல ஏதாவது அரவங்கள் கேட்டீங்களா?" - கேட்டார் பொய்ரெட்.

"வெல் - எக்ஸாக்டா, இல்ல."

"இந்தப் பதில்ல நீங்க என்ன உணர்த்தறீங்க, மேடம்?"

"வெல்----" என்ற அவர், "அவர் குறட்டை விட்டார்" என்றார்.

"ஆஹ்! அவர் குறட்டை விட்டார் - அப்படித்தானே?"

"பயங்கரமா. அந்த ராத்திரி முழுக்க நான் விழித்திருக்கும் அளவுக்கு."

"உங்க கம்பார்ட்மெண்ட்டுல ஓர் ஆசாமி இருக்கான் எனும் சம்பவம் முடிஞ்சுட்ட பிறகு, அந்தக் குறட்டை ஒலியை நீங்க கேட்கலியா?"

"எப்படி மிஸ்டர் பொய்ரெட்? அது எப்படி முடியும்? அவர் செத்துட்டாரே."

"ஆஹ், யெஸ், நிச்சயமா" என்றார் பொய்ரெட். அவர் குழம்பியவராய் ஆனார்.

"ஆர்மஸ்ட்ராங் கடத்தல்பற்றிய சேதிகள் உங்களுக்குத் தெரியுமா, மிஸஸ் ஹப்பார்ட்?"

''யெஸ். தெரியும், தெரியும். எப்படிப்பட்ட கொடூரமான மனுஷங்களுக்கு நடுவுல நாம வாழ வேண்டியிருக்கு பாருங்க. என் கைல மட்டும் மகனே அவன் கிடைச்சிருந்தான்னா--- தப்பிச்சிருக்கவே முடியாது.''

''அவன் தப்பிக்கலே. அவன் செத்துட்டான். நேற்று ராத்திரி.''

''என்ன சொல்ல வரீங்க---?'' ஏற்பட்ட கிளர்ச்சியால், தன்னுடைய இருக்கையிலிருந்து பாதி எழுந்து விட்டார் மிஸஸ் ஹப்பார்ட்.

''யெஸ். ரேச்சட்தான் அந்த ஆள்.''

''அய்யோ! அய்யய்யோ! இதை முதல்ல நான் என் பொண்ணுக்கு எழுதித் தெரியப்படுத்திடணும். அவன் முகரை ஒரு பேய்போல இருக்குனு நான் நேத்து ராத்திரியே சொல்லலே! நான் சொன்னதுதான் சரி, விளங்குதா! என் பொண்ணு எப்பவுமே சொல்லுவா: நீ எப்பம்மா தப்பா சொல்லியிருக்கே!''

''ஆர்ம்ஸ்ட்ராங் குடும்பத்தினர் யாருடனாவது உங்களுக்குப் பரீச்சயம் இருக்கா, மேடம்?''

''நோ. அவங்க ஒரு குறிப்பிட்ட வட்டத்தினருடன் மட்டுமே தொடர்பு வெச்சுக்கிட்டு வாழ்ந்து வந்தவங்க. ஆனா, மிஸஸ் ஆர்ம்ஸ்ட்ராங், ஓர் அமெரிக்கையான நல்ல பெண்மணினு நான் அடிக்கடி கேள்விப்பட்டிருக்கேன். அவ கணவன் அவங்களை ஆராதிச்சிருக்கார்.''

''வெல் மிஸஸ் ஹப்பார்ட்... நீங்க எங்களுக்கு உதவி பண்ணியிருக்கீங்க - ரொம்பவுமே! பெரிய உதவி பண்ணியிருக்கீங்க. உங்க முழுப் பெயரைத் தரலாமே...''

''நிச்சயமா. கரோலின் மர்த்தா ஹப்பார்ட்.''

''உங்க முகவரியை இங்கே எழுதித் தர முடியுமா?''

எழுதித் தந்தார் - பேச்சினை நிறுத்திக்கொள்ளாமல்.

‘‘என்னால இன்னமும் நம்ப முடியலே. கெஸட்டீ, இந்த ட்ரெயின்ல. அந்த ஆளைப்பற்றி எனக்கு ஆரம்பத்திலிருந்து அபிப்ராயம் கிடையாது, என்ன சொல்றீங்க, பொய்ரெட்?’’

‘‘ஆமாம், மேடம். ஆங்... இரத்தச்சிகப்பு ட்ரெஸ்ஸிங் கவுன் உங்ககிட்டே இருக்கா?’’

‘‘கடவுளே, என்ன ஒரு கண்றாவியான கேள்வி! கிடையாது. என்கிட்டே ரெண்டு டிரெஸ்ஸிங் கவுனுங்க இருக்கு. ஒண்ணு பிங்க். இன்னொண்ணு பர்ப்பிள் கலர். என்னோட ட்ரெஸ்ஸிங் கவுன்பற்றியெல்லாம் நீங்க தெரிஞ்சுக்க வேண்டிய அவசியம் என்ன, மிஸ்டர் பொய்ரெட்?’’

‘‘வெல்... நேற்றிரவு, சிகப்பு நிறக் கவுன் போர்த்திக்கிட்டிருந்த யாரோ ஒருத்தர் உங்களுடைய அல்லது ரேச்சட்டுடைய கம்பார்ட்மெண்ட்டுக்குள்ளே நுழைஞ்சிருக்காங்க, மேடம். நீங்களே இப்ப சொன்னது மாதிரி, எல்லா கதவுகளும் மூடியிருக்கும்போது யாருடைய கம்பார்ட்மெண்ட் எதுன்னு கண்டுபிடிப்பது மிகவும் கடினம்.’’

‘‘வெல், இரத்தச்சிகப்பு கவுன் போட்டுக்கிட்டு யாரும் என்னோட கம்பார்ட்மெண்ட்டுக்குள்ளே வரலே.’’

‘‘அப்படின்னா அவ மிஸ்டர் ரேச்சட்டுடைய கம்பார்ட்மெண்ட்டுக்குள்ளே நுழைஞ்சிருக்கணும்.’’

தன்னுடைய உதடுகளை இறுக்கமாக்கிக் கொண்ட மிஸஸ் ஹப்பார்ட் கடுப்பாய்ச் சொன்னார்: ‘‘இது ஒண்ணும் என்னை ஆச்சரியப்படுத்தாது.’’

பொய்ரெட் முன்னால் வளைந்து வந்தார்: ‘‘அப்ப நீங்க அடுத்த கம்பார்ட்மெண்ட்டுல பெண் குரலைக் கேட்டிருக்கீங்க?’’

‘‘இதை எப்படி நீங்க ஊகிச்சு பிடிச்சீங்கன்னு எனக்கு விளங்கலே, மிஸ்டர் பொய்ரெட். எனக்கு விளக்க

தெரியலே. ஆனா - சொல்லப் போனால் - *யெஸ்*, நான் கேட்டேன்.''

''ஆனா கொஞ்ச நேரத்துக்கு, முன்னாடி நீங்க ஏதாவது அரவத்தை அவருடைய கம்பார்ட்மெண்ட்டிலிருந்து கேட்டீங்களானு நான் உங்களைக் கேட்டபோது, ஜஸ்ட் ரேச்சட்டுடைய குறட்டை ஒலியை மட்டுமே கேட்டதா நீங்க சொன்னீங்க?''

''வெல், அதுவும் நிஜந்தான். அவர் குறட்டை விட்டுக்கிட்டே இருந்தார். ஆனா அந்த இன்னொரு விஷயத்தைப் பொறுத்தமட்டில்---'' இங்கு சிகப்பானார் ஹப்பார்ட். ''அதைப்போய் நாலு ஆம்பிளைங்கக்கிட்டே லஜ்ஜையின்றிப் பேசுவது சரியா, சொல்லுங்க...''

''பெண்ணுடைய குரலை நீங்க கேட்டபோது மணி எத்தனை?''

''சொல்வது கடினம். திடீர்னு எழுந்தேன். அப்ப ஒரு பெண்குரலைக் கேட்டேன். அவ எங்கேயிருக்கா என்பது நல்லாவே விளங்கிச்சு. 'அவன் அப்படிப்பட்ட ஆசாமிதான். இதுல ஆச்சரியப்பட என்னயிருக்கு'னு எனக்கு நானே சொல்லிக்கிட்டேன். மறுபடியும் தூங்க ஆரம்பிச்சுட்டேன். இந்த சமாச்சாரத்தைத் தூண்டில் போட்டு என் வாயிலிருந்து நீங்க மூணு பேரும் பிடுங்காம இருந்திருந்தால், நிச்சயமா இதைப்பற்றி நான் பேசியிருக்கவே மாட்டேன்.''

''இது, உங்க கம்பார்ட்மெண்ட்டுல ஓர் ஆசாமி இருக்கான் எனும் பயக்கலவரத்துக்கு முன்னாடியா, அல்லது பிறகா?''

''என்ன கேள்வி இது. நீங்களே கொஞ்ச நேரத்துக்கு முன்னாடி குறிப்பிட்டுக் காட்டியதைப்போல, அவர் இறந்திருந்தால், அவர்கூட உட்கார்ந்து ஒரு பொம்பிளை பேசிக்கிட்டிருந்திருக்க மாட்டாளே, இல்லையா?''

''மன்னிக்கணும். நான் ஒரு முட்டாளா நடந்துக்கிட்டேன்.''

''அப்பப்ப நீங்க குழம்பறீங்க, மிஸ்டர் பொய்ரெட். அந்தக் கிராதகன் கெஸட்டீ விஷயத்திலிருந்து இன்னும் நான் மீளலே. என் பொண்ணு மட்டும் இப்ப இருந்தால்---''

மேற்கொண்டு அப்பெண்மணியைப் பேச விடாமல் பார்த்துக் கொண்ட பொய்ரெட், அவரது கைப்பை சமாச்சாரங்களை அதனுள் அடக்க உதவியபடியே அவரைக் கம்பார்ட்மெண்ட் கதவு வரை ஓட்டிச் சென்றார்.

அங்கு கடைசியாய் பொய்ரெட் சொன்னார்: ''நீங்க உங்க கைக்குட்டையைத் தவற விட்டுட்டீங்க, மேடம்.''

அவரை நோக்கிக் கையில் பொய்ரெட் தூக்கிப் பிடித்திருந்த ஒரு சின்ன கஞ்சிப்போட்ட துண்டுத் துணியைப் பார்த்தார் மிஸஸ் ஹப்பார்ட்.

''அது என்னுடையது கிடையாது, பொய்ரெட். இதோ, என்னுடையது.''

''ஓ, மன்னிக்கணும். இதுல H அப்படினு இனீஷியல்ஸ் இருந்ததால உங்களுடையதோனு நினைச்சேன்.''

''வெல், விளங்குது. ஆனா அது என்னுடையது இல்ல. என்னுடையதுல C M H அப்படினு இருக்கும். மேலும் இவை உபயோகப்படுத்த வசதியா இருக்கும். நீங்க தூக்கிக் காட்டுவதைப்போன்ற கைக்குட்டைகளெல்லாம் யாருடைய மூக்குக்கு என்ன புண்ணியம் செஞ்சுடப் போகுது?''

இக்கேள்விக்கு அங்கிருந்த மூன்று ஆண்மகன்களிடமும் உகந்த விடை இருப்பதைப்போல தெரியவில்லை... ஆகவே வெற்றி முழக்கமாய் வெளியேறினார் மிஸஸ் ஹப்பார்ட்.

அத்தியாயம் 5

ஸ்வீடன் பெண்மணியின் சாட்சி

மிஸஸ் ஹப்பார்ட் அவருக்குப் பின்னால் விட்டுவிட்டுப் போயிருந்த பட்டனை கையாண்டுக் கொண்டிருந்தார் பௌக்.

"இந்த பட்டன். இதை என்னால புரிஞ்சுக்கவே முடியலே. இதுல மிச்சல் கையும் இணைந்திருக்கு எனும் தகவலையா இந்த பட்டன் சொல்லுது?" - கேட்டார் அவர். கேட்டுவிட்டுத் தாமதித்தார், பொய்ரெட்டிடமிருந்து விடையை எதிர்பார்த்து. பிறகு தொடர்ந்தார்: "என்ன ஃப்ரண்ட்... ஏதாவது சொல்ல இருக்கா?"

"அந்த பட்டன் சில சாத்தியக்கூறுகளைக் காட்டுது" என்றார் பொய்ரெட் சிந்தித்தபடி. "நாம விசாரித்து அறியும் சாட்சிகளைப் பற்றியெல்லாம் விவாதிப்பதற்கு முன்னாடி ஸ்வீடன் பெண்மணியைக் கூப்பிட்டு அவங்க என்ன சொல்றாங்கனு கேட்போம்."

அவருக்கு முன்னால் அடுக்கப்பட்டிருந்த பாஸ்போர்ட்டுகளை நாடினார். "ஆஹ், இதோ. க்ரீட்டா ஒல்ஸன். வயது நாற்பத்தி ஒன்பது."

பௌக் பணியாளிடம் கட்டளைகளைத் தர, தற்போது, மஞ்சள்-சாம்பல் நிறம் கொண்ட கொண்டையுடனும் ஆடுபோன்ற தொங்கு முகத்துடனுமிருந்த பெண்மணி உள்ளே அனுமதிக்கப்பட்டார். அவர் அணிந்திருந்த

கண்ணாடியினூடே பொய்ரெட்டை அவர் துளைத்தாலும், சாந்தமாகவே இருந்தார்.

வந்தவருக்குப் பிரெஞ்சு மொழியைப் பேசவும், விளங்கிக்கொள்ளவும் முடியும் என்பது புலப்படவே, உரையாடல் முழுவதும் அதே மொழியிலேயே இடம்பெற்றது. தனக்கு எற்கெனவே பதில்கள் தெரிந்த கேள்விகளையே பொய்ரெட் கேட்டார்: பெயர், வயது, முகவரி. பிறகு அவர் செய்யும் வேலைபற்றிக் கேட்டார்.

ஸ்டாம்பூல் பகுதியிலுள்ள ஓர் அறக்கட்டளையில் தலைமைச்செவிலியாக இருந்ததாகச் சொன்னார். முறையாய்ப் பயிற்சி பெற்ற ஒரு நர்ஸ் அவர்.

‘‘நேற்று ராத்திரி என்ன நடந்திருக்குனு உங்களுக்குத் தெரியும்னு நினைக்கிறேன், மேடம்?’’

‘‘நேச்சுரலி. பயங்கரமானது அது. கொலைகாரன் தன்னுடைய கம்பார்ட்மெண்ட்டுலேயே இருந்ததா சொல்றாங்களே, இந்த அமெரிக்கன் லேடி...’’

‘‘கொலையுண்ட ஆடவரைக் கடைசியாய்ப் பார்த்த நபர் நீங்கனு கேள்விப்படறோம், மேடம்.’’

‘‘அதைபற்றி எனக்குத் தெரியாது. இருக்கலாம். அவருடைய கம்பார்ட்மெண்ட் கதவை நான் தவறுதலா திறந்துட்டேன். அதுக்கு ரொம்ப வெட்கப்பட்டுப் போனேன் நான். நான் பண்ணியிருக்கக் கூடாத தப்பு அது.’’

‘‘அவர் அங்கே உள்ளே இருப்பதை நீங்க உங்க கண்களால பார்த்தீங்களா?’’

‘‘யெஸ். அவர் ஒரு புத்தகம் படிச்சுக்கிட்டிருந்தார். மன்னிப்பு கேட்டுக்கிட்டு உடனே நான் நகர்ந்துட்டேன்.’’

‘‘உங்ககிட்டே அவர் ஏதாவது சொன்னாரா?’’

தரமான அப்பெண்மணியின் கன்னங்களில் சிகப்பு நிறம் அடித்தடங்கியது. ‘‘யெஸ் - சிரிச்சுட்டுச் சில வார்த்தைகள்

சொன்னார். எ-என்னால அதன் அர்த்தங்களை உடனடியா பிடிக்க முடியல."

"அதுக்கப்புறம் நீங்க என்ன செஞ்சீங்க, மேடம்" - தான் முதலில் கேட்ட கேள்வியிலிருந்து அழகாய் நழுவிவிட்டார் பொய்ரெட்.

"அமெரிக்கன் லேடி, மிஸஸ் ஹப்பார்ட்கிட்டே போனேன். சில ஆஸ்பிரின் கேட்டேன் அவங்ககிட்டே... அவங்களும் தந்தாங்க."

"அவங்க கம்பார்ட்மெண்ட் மற்றும் மிஸ்டர் ரேச்சட் கம்பார்ட்மெண்ட் ஆகிய இரண்டுக்கும் வழிபண்ணித் தரும் கதவு தாளிடப்பட்டிருக்கானு அவங்க உங்களைக் கேட்டாங்களா?"

"யெஸ்."

"அது தாளிடப்பட்டிருந்ததா?"

"யெஸ்."

"இதுக்கப்புறம்?"

"இதுக்கப்புறம் நான் என் கம்பார்ட்மெண்ட்டுக்குப் போறேன்... ஆஸ்பிரின் எடுத்துக்கறேன்... படுத்துக்கறேன்."

"இதெல்லாம் நடக்கும்போது மணி எத்தனை?"

"நான் படுக்கப் போகும்போது மணி பதினொண்ணடிக்க ஐந்து நிமிஷம். இறுதியா படுப்பதற்கு முன்னால வாட்சைப் பார்ப்பது என் வழக்கம்."

"சீக்கிரத்திலேயே நீங்க தூங்கிட்டீங்களா?"

"அப்படியெல்லாம் கிடையாது. தலைவலி கொஞ்சம் தேவலையாச்சு. ஆனாலும் நான் கொஞ்சநேரம் முழிச்சுக்கிட்டே படுத்திருந்தேன்."

"நீங்க தூங்குவதற்கு முன்னாடியே ட்ரெயின் நின்னுடுச்சா?"

"அப்படித் தோணலே. நான் தூக்கத்துக்குள்ளே மயக்கமா நுழைஞ்சுக்கிட்டிருந்தபோது ஒரு ஸ்டேஷன்ல நின்னதா ஞாபகம்."

"அது வின்காவ்ஸீ ஸ்டேஷனா இருக்கலாம். இப்ப உங்க கம்பார்ட்மெண்ட்பற்றி, மேடம்... இதுதானே?" - தன் முன்னாலிருந்த ப்ளானைச் சுட்டிக்காட்டிக் கேட்டார்.

"அதேதான், யெஸ்."

"நீங்க மேல் பர்த்ல படுத்தீங்களா அல்லது கீழ்ப் படுக்கையா?"

"கீழே. நம்பர் 10."

"உங்ககூட யாராவது?"

"யெஸ், ஓர் இங்கிலீஷ் லேடி. ரொம்ப நல்ல லேடி. அனுசரணையானவங்க. பாக்தாதிலிருந்து வந்த பெண்."

"வின்காவ்ஸீயை விட்டு ட்ரெயின் நகர்ந்ததும் அவங்க கம்பார்ட்மெண்ட்டை விட்டு எங்கேயாவது போனாங்களா?"

"கிடையாது. அவங்க நிச்சயமா எங்கேயும் போகலே."

"நீங்க தூங்கிப் போயிருக்கீங்க... ஆனாலும் எப்படி நிச்சயமா சொல்றீங்க?"

"என் தூக்கம் எப்பவுமே கோழித்தூக்கம்தான். சின்ன சப்தத்திலேயும் நான் எழுந்திடுவேன். மேலேயிருந்து இறங்கி அவங்க கீழே வந்து பிறகு எங்கேயாவது போயிருந்தால், நான் நிச்சயமா விழித்திருப்பேன்."

"நீங்க உங்க கம்பார்ட்மெண்ட்டை விட்டுட்டு எங்கேயாவது வெளியே போனீங்களா?"

"இன்னிக்குக் காலைல வரை - இல்ல."

"இரத்தச்சிகப்பு பட்டினால் ஆன கவுன் உங்ககிட்டே இருக்கா?"

"நோ. என்னிடம் நல்ல ஜேகர் நூலால் செய்யப்பட்ட ட்ரெஸ்ஸிங் கவுன்தான் இருக்கு."

பொய்ரெட் ஆமோதித்துக் கொண்டார். பிறகு நட்புரீதியாய்க் கேட்டார்: "இந்தப் பிரயாணத்தை நீங்க மேற்கொள்வதற்கான காரணம், மேடம்? ஒரு விடுமுறை சுற்றுலா?"

"யெஸ். விடுமுறைக்காக நான் என் சொந்த ஊருக்குப் போய்க்கிட்டிருக்கேன். ஆனா முதல்ல ஒரு ஸிஸ்டர்கிட்டே ஒருவாரம்போல தங்கியிருப்பதற்காக, முதல்ல லௌஸேன் பகுதிக்குப் போறேன்."

"அந்த உங்க ஸிஸ்டர் பெயரையும் முகவரியையும், ப்ளீஸ் இதுல எழுதித் தர முடியுமா?"

"வித் ப்ளஷர்."

பொய்ரெட் கொடுத்த பேப்பர் மற்றும் பென்சிலை வாங்கிக்கொண்ட அவர் கேட்கப்பட்ட தகவல்களை எழுதித் தந்தார்.

"நீங்க எப்போதாவது அமெரிக்கா போயிருக்கீங்களா, மேடம்?"

"நோ. ஊனமுற்ற ஒரு பெண்கூட போகும் வாய்ப்பு கிடைச்சது, ஆனா அது கடைசிக் கட்டத்துல கேன்ஸலாயிடுச்சு. அதுக்கு நான் ரொம்ப வருந்தினேன். அவங்க ரொம்ப நல்லவங்க - அமெரிக்கர்களைச் சொல்றேன். பள்ளிகள் மற்றும் மருத்துவமனைகள் துவங்க நிறைய நிதி தராங்க. ரொம்பவும் ப்ராக்டிகலான மக்கள்."

"ஆர்ம்ஸ்ட்ராங் கடத்தல் கேஸ்பற்றிக் கேள்விப்பட்ட நினைவிருக்கா, உங்களுக்கு?"

"இல்லை. என்னது அது?"

பொய்ரெட் விளக்கி முடித்தார்.

க்ரீட்டா ஓல்ஸன் கடுங்கோபம் கொண்டார். அவருடைய உணர்ச்சிப் பெருக்குக்கு ஏற்ப அவரது மஞ்சள் கொண்டையும் நடுங்கியது.

''இந்த உலகத்துல இப்படிப்பட்ட ராட்சஸர்களும் இருக்காங்களே! ஒருத்தருடைய தர்ம நம்பிக்கையையே இதுபோன்ற சம்பவங்கள் சோதிச்சுப் பார்க்குது. அந்தத் தாயார்... ஓ, அவங்களுக்காக என் நெஞ்சு விம்முது.''

கருணை வாய்ந்த அந்த ஸிவீடன் பெண்மணி, முகமெங்கும் சோகத்துடனும், கண்களெங்கும் சோகநீருடனும் வெளியேறினார்.

பொய்ரெட் ஒரு தாளில் எதையோ வேகமாய் எழுதினார்.

''அதுல என்ன எழுதிக்கிட்டிருக்கீங்க, மை ஃப்ரண்ட்?'' என்றார் பௌக்.

''ஒழுங்காகவும் முறையாகவும் இருப்பது என் வாடிக்கை. இதுவரை வரிசையாய் நடந்த நிகழ்வுகளை இங்கே நான் ஒரு சிறு பட்டியலா ஆக்கியிருக்கேன்.''

எழுதி முடித்த அவர் அத்தாளை பௌக்கிடம் தந்தார்.

9.15	*ட்ரெயின் பெல்கிரேடிலிருந்து கிளம்பியது*
9.40-ஐ ஒட்டி	*ரேச்சட்டுக்கு அருகில் தூக்கமருந்தினைக் கலந்து வைத்துவிட்டு வெளியேறுகிறார் அவரது பணியாள்.*
10.00 மணியை ஒட்டி	*ரேச்சட்டை விட்டுவிட்டு வெளியேறுகிறார் மெக்குயின்.*
10.40-ஐ ஒட்டி	*கடைசியாய் ரேச்சட்டை உயிருடன் பார்த்தவராகின்றார்*

அகதா கிறிஸ்டி 151

	க்ரீட்டா ஓல்ஸன். (கவனிக்க:அவர் விழித்துக்கொண்டு புத்தகம் படித்துக் கொண்டிருந்திருக்கின்றார்.)
0.10	*ட்ரெயின் (காலந்தாழ்த்தி) வின்காவ்ஸீயிலிருந்து புறப்படுகின்றது*
0.30	*ட்ரெயின், பனிச்சரிவில் அகப்பட்டுக் கொள்கின்றது.*
0.37	*ரேட்சட்டின் அழைப்பு மணி அடிக்கின்றது. அதற்குப் பதில்தர கண்டக்டர் வருகின்றான். ரேட்சட் சொல்கின்றார்:* *ce n'est rien. Fe me suistrompe*
1.17-ஐ ஒட்டி	*தனது கம்பார்ட்மெண்ட்டில் ஆசாமி இருப்பதாய் உணர்கிறார் மிஸஸ் ஹப்பார்ட். மணியை அடிக்கிறார்.*

ஒப்புக்கொள்வதாய்த் தலையசைத்தார் பௌக்.

''எல்லாம் க்ளியரா எழுதப்பட்டிருக்கு.''

''இதுல எதுவுமே உங்களுக்கு விசித்திரமா தட்டுப்படவேயில்லையா?''

''இல்லை. இதுல எல்லாமும் க்ளியராகவும் சந்தேகமில்லாமலும் இருக்கே. கொலை 1.15க்கு நடத்தப்பட்டிருக்குனு துல்லியமா விளங்குது. கைக்கடியார சாட்சியம் இதைத்தான் நமக்குச் சொல்லுது. மிஸஸ் ஹப்பார்டின் சாட்சியும் பொருந்துது. என் மூளைக்குக் கொலைகாரன் யார் எனும் ஓர் ஊகம் வருது. அது அந்தக் குண்டு இத்தாலியன்தான். அவன் அமெரிக்காவிலிருந்து வரான் - சிக்காகோ. இத்தாலியர்களின் ஆயுதம் கத்தி

என்பதை மறந்துட வேண்டாம். அவன் அதை வெச்சு ஒரு தடவை இல்ல... பல தடவை குத்தியிருக்கான்.''

''உண்மைதான்.''

''சந்தேகத்துக்கு அப்பாற்பட்டு, இந்த மிஸ்டரியின் விடை இதுதான். இவனும் அந்த ரேச்சட்டும் கடத்தல் விவகாரத்துல ஒண்ணா ஈடுபட்டிருக்காங்க. கெஸட்டீ ஓர் இத்தாலி பெயர். ஏதோவொருவகையில இத்தாலியன்கூட வம்பு பண்ணியிருக்கார் ரேச்சட். அதனால இத்தாலியன் அவரைப் பின்தொடர்ந்து வந்து கண்டுபிடிச்சிருக்கான். எச்சரிக்கை கடுதாசிகள் போடறான். கடைசியில கொடூரமான வகையில பழிதீர்த்துக்கறான். எல்லாம் ஸிம்பிளா விளங்குது.''

பொய்ரெட், சந்தேகமாய் மறுத்துத் தலையசைத்தார்.

''இத்தனை ஸிம்பிளா இது இருக்காது என்பது என் கணிப்பு'' என்று முணுமுணுத்தார்.

''எனக்கு இதுதான் நிஜம்னு திருப்தி ஏற்பட்டாச்சு'' என்றார் பௌக். தனது தியரியின்மீது அவருக்கு மேலும் மேலும் நம்பிக்கை வளர்ந்தது.

''பல்வலியுடன் தூங்காதிருந்த பணியாள், இத்தாலியன் கம்பார்ட்மெண்டடை விட்டு நகரவேயில்லைன்னு தரும் சாட்சியத்துக்கு உங்க பதில்?''

''இது கஷ்டமான கேள்வி.''

பொய்ரெட் கண்ணடித்தார். ''யெஸ். இது குழப்புது. ரேட்சட்டின் பணியாளுக்குப் பல்வலி வந்தது - உங்களுக்குத் துரதிர்ஷ்டம்... இத்தாலியனுக்கு அதிர்ஷ்டம்.''

''இது விளக்கப்படும்'' என்றார் பௌக் இறுக்கமாய்.

மறுப்பாய் மீண்டும் தலையசைத்தார் பொய்ரெட். முணுமுணுப்பாய்ச் சொன்னார்: ''நீங்க நினைப்பதைப்போல அது ஒண்ணும் அத்தனை சுலபமானது கிடையாது.''

அத்தியாயம் 6

ரஷ்ய இளவரசியின் சாட்சி

"இந்த பட்டன்பற்றிப் பியாரி மிச்சல் என்ன சொல்லப் போறான்னு கேட்போம்."

வாகன் லிட் எனும் இந்த ட்ரெயினின் கண்டக்டர் அழைக்கப்பட்டான். மூவரையும் கேள்விக்குறியாய்ப் பார்த்தான் அவன்.

பௌக் தொண்டையைச் செருமிக் கொண்டார். "மிச்சல்" என்றழைத்தார். "உன்னுடைய சட்டையிலிருந்து விழுந்துள்ள பட்டன் இதோ இங்கேயிருக்கு. இது அமெரிக்கன் லேடியுடைய கம்பார்ட்மெண்ட்டிலிருந்து எடுக்கப்பட்டிருக்கு. இதைப்பற்றி நீ என்ன சொல்ல விரும்பறே?"

தன்னிச்சையாக அவனது கை, அவனுடைய யூனிபார்முக்குப் போனது. "என் சீருடையில எந்தவொரு பட்டனும் தொலையலையே, மாஸ்டர்" என்றான் அவன். "எங்கேயோ தப்பு நடந்திருக்கணும்."

"விளங்கலியே..."

"என்னுடையது இல்ல மாஸ்டர் அது."

ஆச்சரியப்பட்டவனாய்த் தோன்றினானே தவிர, குற்றவுணர்வோ குழப்பமோ அவனிடம் தெரியவில்லை.

"இந்த பட்டன் கண்டெடுக்கப்பட்ட சூழ்நிலையை வெச்சுப் பார்க்கும்போது, நேற்றிரவு மிஸஸ் ஹப்பார்ட்

அழைப்புமணியை அடிச்சபோது அதுக்குப் பதில் சொல்ல அங்கே போனவனுடைய சட்டையிலிருந்து இது விழுந்திருக்கணும்னு நினைக்க வெச்சது'' என்று அழைத்ததற்கான அர்த்தத்தை விளக்கினார் பௌக்.

''ஆனா ஒண்ணு சொல்லிக்க விரும்பறேன், ஸார். அங்கே அவங்களைத் தவிர வேற ஒருத்தரும் இல்ல. அந்தம்மாவே கற்பனை பண்ணிக்கிட்டுக் கலாட்டா பண்ணுது.''

''அவங்க கற்பனை பண்ணிக்கலே, மிச்சல். மிஸ்டர் ரேச்சட்டைக் கொன்னவன் அந்தப் பக்கமா போயிருக்கான் - இந்த பட்டனையும் போட்டிருக்கான்.''

பௌக் சொன்ன வார்த்தைகளின் முக்கியத்துவம் மிச்சலுக்குப் பிடிபட்டதும், அவன் கலவரத்தின் உச்சத்துக்குத் தூக்கியடிக்கப்பட்டான்.

''அது உண்மை கிடையாது ஸார், உண்மை கிடையாது!'' - அலறினான் அவன். ''என்னை நீங்க குற்றவாளின்னு சொல்றீங்க. நானா? நான் வெகுளி - இந்தக் குற்றத்துடன் சம்பந்தமே இல்லாதவன்! இதுக்கு முன்னாடி பார்த்ததேயில்லாத ஒருத்தரைப் போய் நான் எதுக்காகக் கொல்லணும்?''

''மிஸஸ் ஹப்பார்ட் மணி அடித்தபோது நீங்க எங்கே போயிருந்தீங்க?''

''சொல்லியிருந்தேனே ஸார்... என் நண்பனுடன் அடுத்த கோச்சுல பேசிக்கிட்டிருந்தேன்.''

''இப்ப அவனைக் கூப்பிட்டுக் கேட்போம்.''

''செய்ங்க ஸார் செய்ங்க. ப்ளீஸ் செய்ங்க.''

அடுத்த கோச்சின் கண்டக்டர் வந்தான். உடனடியாய் அவன் பியாரி மிச்சல் சொன்ன வாக்குமூலத்தை ஆமோதித்துப் பேசினான். புகாரெஸ்ட் கோச் கண்டக்டரும்

கூட இருந்ததாக அவன் கூடுதல் தகவலளித்தான். பனியால் ஏற்பட்டுள்ள இக்கட்டினைப்பற்றி மூன்று பெரும் பேசியிருக்கின்றார்கள். பத்து நிமிடம்போல இவர்கள் பேசிக்கொண்டிருந்த சமயத்தில்தான் ஏதோ மணியடிப்பதைப்போல உணர்ந்திருக்கிறான் மிச்சல். இரு கோச்சுக்கும் இடைப்பட்ட கதவினைத் திறந்தபோது, மணியோசையைச் சந்தேகமின்றி மூவரும் கேட்டிருக்கின்றார்கள். திரும்பத் திரும்ப அடித்த ஒரு பெல். அதற்குப் பதிலளிக்க வேகமாய் ஓடியிருக்கின்றான் மிச்சல்.

''பார்த்தீங்களா, ஸார் பார்த்தீங்களா... நான் குற்றமற்றவன் ஸார்'' - படபடப்பாய்க் கதறினான் மிச்சல்.

''வாகன் லிட் சீருடையிலிருந்து விழுந்துள்ள இந்த பட்டன் - இதுக்கு நீங்க என்ன விளக்கம் தரப் போறீங்க?''

''என்னால விளக்க முடியாது, ஸார். இது எனக்கு ஒரு மர்மம். என்னுடைய அனைத்துப் பட்டன்களும் சரியா இருக்கு.''

மற்ற இரு கண்டக்டர்களும்கூட அவர்களது பட்டன்கள் ஏதும் காணாமல் போகவில்லை என்று சொன்னார்கள். எந்தவொரு நேரத்திலும் அவர்களிருவரும் மிஸஸ் ஹப்பார்டின் கம்பார்ட்மெண்ட்டுக்குள் செல்லவில்லை.

''அமைதியாகு மிச்சல்'' என்ற பௌக், ''மிஸஸ் ஹப்பார்டின் மணியோசைக்குப் பதில் தர நீ அவங்க பெட்டிக்கு ஓடிய கட்டத்துக்கு நிதானமா இப்ப போ. போற வழியில காரிடார்ல நீ யாரையாவது பார்த்தியா?'' எனக் கேட்டார்.

''இல்லையே, ஸார்.''

''உன் திசையிலிருந்து விலகி, காரிடாரின் எதிர்ப்பக்கமா போன யாரையாவது நீ பார்த்தியா?''

''மறுபடியும் - இல்லையே, ஸார்.''

''ப்ச்... புரியலே'' என்றார் பௌக்.

''அப்படி ஒரேயடியா சொல்லிட முடியாது'' என்றார் பொய்ரெட். ''நேரம் சம்பந்தப்பட்ட சமாச்சாரம் இது. மிஸஸ் ஹப்பார்ட் விழிக்கிறாங்க. அவங்க கம்பார்ட்மெண்ட்ல யாரோ இருப்பதைப் பார்த்துடறாங்க. ஓரிரு நிமிடங்கள் செய்வதறியாம கிடக்கிறாங்க. கண்கள் மூடிய நிலைமையில. ஒருவேளை அந்தச் சமயத்துல அந்த ஆசாமி காரிடாருக்குள்ளே நழுவியிருக்கலாம். அப்புறமா அவங்க மணியடிக்கிறாங்க. கண்டக்டர் உடனடியா வரல. மூணாவது முறையோ அல்லது நாலாவது முறையோ மணியடிக்கும்போதுதான் அவனுக்கே கேட்குது. யெஸ்... நிச்சயமா நிறைய அவகாசம் இருந்திருக்கு---''

''எதுக்கு? எதுக்கு அவகாசம் நிறைய இருந்திருக்கு? ட்ரெயினினைச் சுற்றிலும் பாறை பாறையா பனிக்கொட்டிக் கிடந்திருக்கு, நினைவிருக்கட்டும்...''

''நம் கொலைகாரனுக்கு இரண்டு வழிகள் திறந்து இருந்திருக்கு'' என்றார் பொய்ரெட் மெதுவாய். ''ஏதாவது ஒரு டாய்லெட்டுக்குள்ளே அவன் ஒடுங்கியிருக்கலாம்... அல்லது ஏதாவது ஒரு கம்பார்ட்மெண்ட்டுக்குள்ளே அவன் ஒதுங்கியிருக்கலாம்.''

''ஆனா அவை எல்லாவற்றிலும் ஆட்கள் இருக்காங்க.''

''யெஸ்.''

''அப்படின்னா, அவனுடைய கம்பார்ட்மெண்ட்டுக் குள்ளேயே அவன் போயிருக்கலாம்னு சொல்ல வரீங்களா?''

பொய்ரெட் ஆமோதித்தார்.

''அப்படித்தான், அப்படித்தான்'' என முணுமுணுத்தார் பௌக். ''கண்டக்டர் இல்லாத அந்தப் பத்து நிமிடங்கள்ல, கொலைகாரன் அவனுடைய கம்பார்ட்மெண்ட்டிலிருந்து

வெளியே வரான்... ரேச்சட் பெட்டிக்குள்ளே நுழையறான்... கொல்றான்... கதவை உள்பக்கமா தாழிட்டு அதன் செயினையும் மாட்டிடறான்... ஹப்பார்டின் கம்பார்ட்மெண்ட் வழியா வெளியேறி, கண்டக்டர் வரும்போது தன்னுடைய கம்பார்ட்மெண்ட்டுக்குள்ளேயே மறுபடியும் பதுங்கிடறான்.''

பொய்ரெட் முணுமுணுப்பாய்ச் சொன்னார்: ''நீங்க சொல்வதைப்போல இதெல்லாம் அத்தனை சுலபமானது கிடையாது. நான் சொல்வது சரின்னு நம்ம நண்பர் டாக்டர் கான்ஸ்டன்டைனும் ஒத்துப்பார்...''

மூன்று கண்டக்டர்களும் வெளியேறலாம் என சைகை காட்டினார் பௌக்.

''நாம பார்க்க வேண்டிய பிரயாணிகள், இன்னும் எட்டு பேர் இருக்காங்க. ஐந்து முதல் வகுப்புப் பிரயாணிகள் - இளவரசி ட்ரகோ-மிராஃப், பிரபு ஆன்ட்ரநேயீ மற்றும் அவருடைய மேடம், கலோனல் ஆர்புத்ராட் மற்றும் மிஸ்டர் ஹார்ட்மேன். மூன்று இரண்டாம் வகுப்பு பிரயாணிகள்: மிஸ் டெபன்ஹாம், ஆன்டானியோ ஃபோஸ்கரெல்லி மற்றும் பணிப்பெண் ஃப்ராலின் ஷ்மிடிட்.''

''யாரை முதல்ல பார்க்கப் போறீங்க - இத்தாலியன்?''

''அந்த இத்தாலியன் மேல எப்படிப் பாயறீங்க! நோ, நாம மரத்தின் உச்சியிலிருந்து ஆரம்பிப்போம். இளவரசி மேடம் அவங்களுடைய பொன்னான நேரத்தைச் சற்று நமக்கு ஒதுக்கித் தரணும். இந்தச் சேதியை அவங்ககிட்டே தெரிவி, மிச்சல்.''

வெளியேறிக் கொண்டிருந்த கண்டக்டர் யெஸ் சொன்னான்.

"அவங்க இங்கே வருவதற்குச் சிரமப்பட்டாங்கன்னா நாங்க அங்கே வரோம்னு சொல்லிடு மிச்சல்" என்றார் பௌக்.

ஆனால் இளவரசி ட்ரகோ-மிராஃப் இந்த வசதியினை மறுத்து விட்டார். டைனிங் காருக்கே வந்த அவர் பொய்ரெட்டுக்கு எதிராய் உட்கார்ந்து கொண்டார்.

நேற்று இருந்ததை விடவும் அவருடைய சின்ன முகம் இன்று அதிக மஞ்சளாய்த் தெரிந்தது. நிச்சயம் அழகற்றவள்தான்... ஆயினும் அவளுடைய கண்கள் சுறுசுறுப்பான சக்தியையும், சாதுர்யமான புத்திசாலித்தனத்தையும் தாமதமின்றிப் பிரதிபலித்தன.

அவளது குரல் ஆழமானதாய், தனித்துவம் மிக்கதாய், சற்று கர்ணகொடூரமாய் இருந்தது.

பௌக்கிடமிருந்து வந்த மன்னிப்பினை வளரவிடாமல் அறுத்தார். "எதுக்கு நீங்க எக்ஸ்க்யூஸ் கேட்கணும்? ஒரு கொலை நடந்து விட்டதாகக் கேள்விப்பட்டேன். அனைத்துப் பிரயாணிகளையும் விசாரிக்க வேண்டியது இயற்கை. என் சக்திக்குட்பட்ட அனைத்து உதவிகளையும் தருவதில் எனக்கு மகிழ்ச்சியே."

"நீங்க உதவிகரமா இருக்கீங்க, மேடம்" என்றார் பொய்ரெட்.

"அப்படிக் கிடையாது. இது கடமை. உங்களுக்கு என்ன தெரியணும்?"

"உங்க முழு பெயர், முகவரி மேடம். நீங்களே எழுதித் தரலாம்."

ஒரு தாளையும் பென்சிலையும் பொய்ரெட் இளவரசியின் பக்கமாய் நீட்ட அவற்றை அவர் ஒதுக்கி விட்டார்.

"நீங்களே எழுதிக்கலாம்" என்றார் அவர். "பெயர், நடாலியா ட்ரகோ-மிராஃப். 17, க்ளபர் அவென்யூ, பாரீஸ்."

"கான்ஸ்டன்டைன்புல்லிலிருந்து பிரயாணம் பண்றீங்க, இல்லையா மேடம்?"

"யெஸ். ஆஸ்ட்ரியன் தூதரகத்திலே தங்கியிருந்தேன். என்கூட, என் பணிப்பெண்ணும்."

"நேற்றிரவு டின்னருக்கு அப்புறம் உங்களுடைய நகர்த்தல்களைப்பற்றிய ஒரு சிறு குறிப்பு தர முடியுமா, ப்ளீஸ்?"

"மறுப்பில்லாமல். நான் டின்னர் சாப்பிட்டுக் கொண்டிருக்கும்போதே என் படுக்கையைத் தயார் செய்துவிடும்படி கண்டக்டருக்கு நான் டைரக்ஷன்ஸ் கொடுத்திருந்தேன். டின்னர் முடிஞ்சதுமே நான் படுக்கைக்குத் திரும்பிட்டேன். பதினோரு மணி வரைக்கும் படிச்ச நான், அப்புறமா விளக்கை அணைச்சேன். சில மூட்டுவலிகளின் உபாதை காரணமாக என்னால உடனடியா தூங்கிட முடியல. பன்னிரெண்டே முக்கால் மணிவாக்குல நான் என் பணிப்பெண்ணை அழைச்சேன். எனக்கு அவ மசாஜ் பண்ணி விட்டா. எனக்குத் தூக்கம் வரும்வரை சத்தம் போட்டு அவ படிச்சா. அவ எப்போ என்னை விட்டுட்டுக் கிளம்பினானு என்னால சொல்ல முடியாது. அரைமணி நேரம் கழிச்சுப் போயிருக்கலாம். இல்லேனா அதையும் தாண்டி."

"அப்போ ட்ரெயின் நின்றிருந்ததா?"

"ட்ரெயின் நின்றிருந்தது."

"அந்தச் சமயத்துல நீங்க எதையும் கேட்கலியா மேடம், அதாவது அசாதாரணமா எதையும்?"

"அசாதாரணமா எதையும் நான் கேட்கல."

"உங்க பணிப்பெண்ணின் பெயர் என்ன?"

''ஹில்டே-கார்டே ஷ்மிடிட்.''

''எத்தனைக் காலமா அவங்க உங்ககிட்டே வேலைல இருக்காங்க?''

''பதினைந்து வருடங்கள்.''

''அவங்களை நீங்க நம்பிக்கைக்கு உகந்தவங்களா கருதறீங்களா?''

''முழுமையா. ஜெர்மனியில், என் மறைந்த கணவருடைய எஸ்டேட்டிலிருந்து வருபவர்கள், இவளுடைய மக்கள்.''

''நீங்க அமெரிக்காவில இருந்திருப்பதா அறிகிறேன், மேடம்?''

திடுதிப்பென்று தடம்மாறிய உரையாடல், அந்த முதிய பெண்மணியின் புருவங்களை உயர்த்த வைத்தது. ''பல முறை.''

''எப்போதாவது ஒரு முறை, நீங்க, அந்தத் துயரம் சம்பவித்த குடும்பமான ஆர்ம்ஸ்ட்ராங் குடும்பத்துடன் தொடர்பு வெச்சுக்கிட்டதுண்டா?'

குரலில் உணர்ச்சி தெரிய முதியவள் சொன்னார்: ''என் நண்பர்களைப்பற்றியா குறிப்பிடறீங்க, ஸார்?''

''அப்போ உங்களுக்குக் கலோனல் ஆர்ம்ஸ்ட்ராங்கை நல்லா தெரியுமா?''

''அவரை எனக்குக் கொஞ்சமாத்தான் தெரியும் ஆனா அவரோட மனைவி சோனியா ஆர்ம்ஸ்ட்ராங்... அவ என்னுடைய மகளைப் போன்றவ. அவளோட அம்மா நடிகை லிண்டா ஆர்டனுடன் எனக்கு நல்ல பழக்கமிருந்தது. லிண்டா ஆர்டன், ஒரு நடிகையர் திலகம். சோகக்காட்சிகளில் பின்னி எடுத்துவிடும் நடிகை. மேக்பத்தின் மனைவி மகதாவாக நடிக்க அவங்களை விட்டால் வேற ஒருத்தரை உலகமெங்கும் சல்லடை

போட்டுச் சலிச்சாலும் கண்டெடுக்க முடியாது. அவங்க கலைத்திறமைக்கு மட்டும் நான் அடிமை கிடையாது... அவங்களுடைய நெருக்கமான தோழியும்கூட.''

''அவங்க இறந்துட்டாங்களா?''

''நோ, நோ. அவங்க உயிரோடத்தான் இருக்காங்க. ஆனா அனைத்திலிருந்தும் ஒதுங்கி அவங்க வாழ்ந்துக்கிட்டிருக்காங்க. அவங்க ஆரோக்கியம் குறைஞ்சுடுச்சு. நாள் முழுமைக்கும் ஒரு சோபாவிலேயே கிடக்க வேண்டியிருக்கு.''

''ரெண்டாவது பெண்ணும் இருக்குனு நினைக்கிறேன்...''

''யெஸ். மிஸஸ் ஆர்ம்ஸ்ட்ராங்கை விடவும் ரொம்ப இளையவள்.''

''அவங்களும் உயிரோட இருக்காங்களா?''

''நிச்சயமா.''

''எங்கே இருக்காங்க அவங்க?''

''இந்தக் கேள்விகளுக்கெல்லாம் என்ன காரணம்னு எனக்குத் தெரியணும். நம்ம கையில இருக்கும் சமாச்சாரத்துக்கும் - அதாவது ட்ரெயினில் நடந்துள்ள கொலைக்கும் - இக்கேள்விகளுக்கும் என்ன சம்பந்தம்?''

''கொலையான நபர்தான், ஆர்ம்ஸ்ட்ராங்கின் குழந்தை கடத்தப்பட்டுக் கொல்லப்பட்டதற்கு முழு காரணம்.''

''ஆஹ்!''

நேர்க்கோடாயிருந்த புருவங்கள் குறுகிக் கூடின. இளவரசி ட்ரகோ-மிராஃப் நெட்டுக்குத்தலாய் உட்கார்ந்தார்.

''அப்படின்னா, என்னைப் பொறுத்தவரைக்கும், இந்தக் கொலை, ஓர் அற்புதமான நிகழ்வு! இப்படி நான் அபிப்ராயம் தருவதற்கு என்னை நீங்க மன்னிக்கணும்.''

‘‘இயற்கையா இப்படித்தான் தோணும், மேடம். இப்ப, நீங்க பதில் சொல்லாமல் விட்டு வைத்திருக்கும் கேள்விக்குத் திரும்புவோம். லிண்டா ஆர்டனின் கடைக்குட்டியும் மிஸஸ் ஆர்ம்ஸ்ட்ராங்கின் தங்கையுமான அந்தப் பெண் எங்கே இருக்கா?’’

‘‘இதுக்கு என்னால சரியா பதில் தர முடியாது, மை டியர் ஸார். இளைய தலைமுறையுடன் எனக்குத் தொடர்பு விட்டுப்போயிருச்சு. சில வருடங்களுக்கு முன்னாடி ஓர் ஆங்கிலேயனை அவ மணந்துகிட்டு இங்கிலாந்துக்குப் போயிட்டானு நினைக்கிறேன். ஆனா இப்ப அவர் பெயரை என்னால நினைவு படுத்த முடியலே.’’

சில கணங்கள் தாமதித்து விட்டு அவர் சொன்னார்: ‘‘மேற்கொண்டு என்னைக் கேட்க ஏதாவது இருக்கா, ஜென்டில்மென்?’’

‘‘ஒரேயொரு சமாச்சாரம் மேடம். சற்றே அந்தரங்கமானது. உங்க டிரெஸ்ஸிங் கவுனுடைய வண்ணம்?’’

தனது புருவங்களைச் சற்று உயர்த்தினார் அவர். ‘‘இப்படிப்பட்ட கேள்விக்கு ஒரு காரணம் உங்ககிட்டே இருக்கும்னு நம்பறேன். என்னுடையது, ஸாட்டின் நீலநிறம்.’’

‘‘இனி ஒன்றும் கிடையாது, மேடம். என் கேள்விகளுக்கு இத்தனை சாந்தமாகவும் சரியாகவும் நீங்க பதில் தந்தமைக்கு, நன்றிகள் மேடம்.’’

முழுக்கவும் வளையல் போட்டிருந்த கைகளைக் கொண்டு விடைபெறுவதாய் எழுந்தார். மற்றவர்களும் அவருடன் எழுந்தார்கள். அப்போது இளவரசி கேட்டார்: ‘‘எக்ஸ்க்யூஸ் மீ, ஸார். உங்க பேர் என்னன்னு சொல்ல

முடியுமா? உங்களுடைய முகம் எனக்கு ரொம்ப பரிச்சயமான ஒன்றா தோணுது.''

''என் பேர், மேடம், அது: ஹெர்குல் பொய்ரெட். உங்கள் சேவைக்காக.''

ஒரு நிமிடம் அமைதியான அவர், ''ஹெர்குல் பொய்ரெட்'' என்று சொன்னார். ''யெஸ். எனக்கு இப்ப நினைவுக்கு வருது. விதி.''

இறுக்கமான தோரணையில் அவர் நடந்து வெளியேறினார்.

''அவங்களைப்பற்றி என்ன நினைக்கிறீங்க, மை ஃப்ரண்ட்?'' என்றார் பௌக்.

பொய்ரெட் வெறுமனே தலையை மறுப்பாய் அசைத்தார். ''விதி அப்படின்னு சொல்லி அவங்க எதனை உணர்த்தினாங்கனு நான் வியந்துகிட்டிருக்கேன்...''

அத்தியாயம் 7

பிரபு ஆன்ட்ரநேயீ மற்றும் அவரது மனைவியின் சாட்சிகள்

பிரபு ஆன்ட்ரநேயீ மற்றும் அவருடைய மனைவி ஆகிய இருவரும் அடுத்து அழைக்கப்பட்டிருந்தாலும், ஆன்ட்ரநேயீ மட்டும் டைனிங் காருக்குள் வந்தார்.

நேருக்கு நேராய்ப் பார்க்கும்போது இவர் ஓர் அழகான ஆடவன் என்பதில் மறுப்பே சொல்ல முடியாது. ஆறடிக்கு மேல் உயரம். அகண்ட தோள்களும் வழுக்கும் ஓடிசலான இடுப்பும் கொண்டிருந்தார். ஆங்கிலேயர்கள் பார்த்துப் பார்த்துத் தைத்துக் கொள்வதைப்போன்ற உயர்ரக ஆடையலங்காரத்திலிருந்த இவருக்கு மீசை மட்டும் இல்லாமலிருந்திருந்தால் நிச்சயமாய் இவரை ஓர் ஆங்கிலேயன் என்றுதான் கருத வேண்டியிருக்கும். முகவாயின் அமைப்பும்கூட இங்கிலீஷ்காரனை ஞாபகப்படுத்தியது...

''வெல், ஜென்டில்மென்'' என்ற அவர், ''என்னால என்ன உதவி ஆகணும்?'' என்று கேட்டார்.

''இங்கே நடந்திருக்கும் ஒரு துர்சம்பவத்தினால, பயணிக்கும் அனைத்துப் பிரயாணிகளிடமும் நான் சில கேள்விகளைக் கேட்க வேண்டிய கட்டத்திலிருக்கேன்... இதை நீங்க புரிஞ்சுக்கணும்'' என்றார் பொய்ரெட்.

‘‘பர்ஃபெக்ட்லி, பர்ஃபெக்ட்லி’’ என்றார் பிரபு ஆர்ப்பரிக்காமல். ‘‘உங்க நிலைமையை என்னால நல்லா புரிஞ்சுக்க முடியுது. இருந்தாலும் என்னாலும் என் மனைவியாலும் உங்களுக்கு அதிக உதவி தர முடியும்னு தோணல. நாங்க தூங்கிக்கிட்டிருந்தோம். எதையும் கேட்கல.’’

‘‘கொல்லப்பட்டவருடைய அடையாளம்பற்றி உங்களுக்குத் தெரிய வந்ததா?’’

‘‘வாட்டமான ஓர் அமெரிக்கன்னு கேள்விப்பட்டேன் - நிச்சயமா அவலட்சணமானவன். சாப்பிடும்போது உட்கார்ந்திருந்தார்...’’

தலையை ஆமோதித்து அசைத்தபடி ரேச்சட்டும் மெக்குயினும் உட்கார்ந்திருந்த டேபிளை அவர் சுட்டிக்காட்டினார்.

‘‘யெஸ், யெஸ் ஸார். கரெக்டா சொல்லிட்டீங்க. ஆனா அவரோட பெயர் உங்களுக்கு தெரியுமானு நான் கேட்டேன்...’’

‘‘நோ.’’ பொய்ரெட்டின் கேள்வியால் விளங்காதவராய் ஆனார் பிரபு. ‘‘அவரோட பெயர் உங்களுக்குத் தெரியணும்னா’’ என்ற அவர், ‘‘அவரோட் பாஸ் போர்ட்டைப் பாரத்தால் தெரிஞ்சுடப் போகுது’’ என்று ஆலோசித்தார்.

‘‘பாஸ்போர்ட்டிலிருக்கும் பெயர், ரேச்சட்’’ என்றார் பொய்ரெட். ‘‘ஆனா, பிரபு... அது அவருடைய நிஜப்பெயர் கிடையாது. அவருடைய உண்மையான பெயர் கெஸட்டீ. அமெரிக்காவில் நடந்த கடத்தல் மற்றும் கொலை கேஸ் ஒன்றின் விமரிசையான பெயர்.’’

இந்தச் சேதியைத் தந்தபோது பிரபுவைக் கூர்மையாய்க் கவனித்தார் பொய்ரெட்... ஆனால் இதனால்

எவ்விதமாகவும் அவர் அசைக்கப்படவில்லை. வெறுமனே கண்களை மட்டும் சற்று அகலமாய் விரித்தார்.

''ஆஹ்!'' என்றார் அவர். 'இந்த சேதி, இக்கொலைக்குக் கொஞ்சமாய் வெளிச்சம் போட்டுக் காட்டணும். அமெரிக்கா ஓர் அசாதாரண நாடு.''

''நீங்களேகூட அங்கே இருந்திருக்கணும்போல தெரியுது, ஆங்?''

''வாஷிங்டன்ல ஒரு வருஷம் இருந்தேன்.''

''அப்போ உங்களுக்கு ஆர்ம்ஸ்ட்ராங் குடும்பம் தெரிஞ்சிருக்கணும்...''

அவர் புன்னகைத்தார். தோள்களைக் குலுக்கிக் காட்டினார். ''கைல இருக்கும் விஷயத்துக்கு வருவோமே...'' என்றார். ''உங்களுக்கு உதவ நான் மேலும் என்ன செய்யணும்?''

''நீங்க படுக்க - எப்ப போனீங்க, ஸார்?''

ஹெர்குல் பொய்ரெட்டின் கண்கள் முன்னாலிருந்த வரைபடத்தில் இருந்தன. பிரபுவும் அவருடைய மனைவியும் கம்பார்ட்மெண்ட் 12 மற்றும் அதனருகில் அடுத்து வரும் 13 ஆகியவற்றில் இருக்கின்றார்கள்.

''நாங்க டைனிங் கார்ல இருந்தபோது ஒரு கம்பார்ட்மெண்ட்ல படுக்கை தயாராக்கப்பட்டது. திரும்பியதும் மற்றொரு கம்பார்ட்மெண்ட்டுல நாங்க ரெண்டு பேரும் கொஞ்ச நேரம் உட்கார்ந்திருந்தோம்---''

''அது என்ன நம்பர்?''

''13. சீட்டு விளையாடினோம். பதினோரு மணியிருக்கும்... அப்ப என் மனைவி படுக்கக் கிளம்பினா. என் படுக்கையைக் கண்டக்டர் ரெடி பண்ணியிருந்ததால நானும் படுக்கப் போயிட்டேன். காலைவரை நல்லா தூங்கினேன் நான்.''

‘‘ட்ரெயின் நின்னதை நீங்க கவனிச்சீங்களா?’’

‘‘இன்னிக்குக் காலை வரை எனக்கு அது தெரியாது.’’

‘‘உங்க மனைவி?’’

பிரபு புன்னகைத்தார். ‘‘ட்ரெயின்ல பிரயாணிக்கும் போது அவ எப்பவுமே தூக்க மருந்து எடுத்துப்பா. வழக்கமா அவ எடுத்துக்கும் ட்ரையோனல் மருந்தை எடுத்துக்கிட்டா.’’

இங்கு அவர் நிறுத்திக் கொண்டார். ‘‘ஐ ஆம் ஸாரி. உங்களுக்கு எந்த வகையிலும் உதவியா என்னால இருக்க முடியல’’ என்றார்.

அவரை நோக்கி ஒரு பேப்பரையும் தாளையும் தள்ளினார் பொய்ரெட். ‘‘தேங்க் யூ, பிரபு. ஆங், இது ஒரு வழக்கமான சடங்கு. உங்க பெயர் மற்றும் முகவரி...’’

மெதுவாகவும் ஜாக்கிரதையாகவும் எழுதினார் அவர்.

‘‘இதை உங்களையே நான் எழுதச் சொல்லியிருக்கலாம்’’ என்றார் அவர் திருப்பித் தந்தபோது. ‘‘ஆனால் என் ஊரின் அட்சரங்களைச் சரியா எழுதப் பல பேருக்கு வராது.’’

எழுந்து கொண்ட அவர், ‘‘என் மனைவி இங்கே வருவது தேவையற்றது’’ என்றார். ‘‘நிச்சயமா அவளால மேற்கொண்டு வேறெந்தத் தகவலையும் தரமுடியாது.’’

பொய்ரெட்டின் கண்களில் ஒரு சிறு பிரகாசம் உண்டானது. ‘‘சந்தேகமில்லாமல், சந்தேகமில்லாமல்’’ என்றார் அவர். ‘‘இருந்தாலும் அவங்களோட ஒரு சின்ன சமாச்சாரம் நான் பேசியாகணும், பிரபு..’’

‘‘அது தேவையற்றதுனு நான் சொல்றேன்’’ என்றார் ஆன்ட்ரநேயீ. அவரது குரலில் அதிகாரம் தெறித்தது.

பொய்ரெட் அவரைப் பார்த்துக் கண்சிமிட்டினார். ‘‘இது வெறும் சடங்குதான்’’ என்றார். பிறகு சொன்னார்: ‘‘ஆனா

நான் தரவிருக்கும் இறுதி ரிப்போர்ட்டுக்கு இது அத்தியாவசியமானது."

"உங்க இஷ்டம்."

சபித்துக்கொண்டே சம்மதித்த பிரபு, துரிதமாய் டைனிங் பெட்டியை விட்டகன்றார்.

பொய்ரெட் கைகளை நீட்டி ஒரு பாஸ்போர்ட்டை எடுத்தார். அதில் பிரபுவின் பெயரிருந்தது. மேற்கொண்டு தகவல்களுக்குக் கண்களை மேயவிட்டார். மனைவியுடன் வருகின்றார். பெயர் எலினா மரியா. மற்றும் கோல்டன்பெர்க். வயது 20. கவனமற்ற ஓர் அதிகாரியின் நடவடிக்கையால் அதில் ஒரு சொட்டு மெழுகுக் கறை உருவாகியிருந்தது.

"அரசு சார்ந்தவர்களின் பாஸ்போர்ட்" என்றார் பௌக். "இதைக் கையாளுவதில் நாம ஜாக்கிரதையா இருக்கணும், மை ஃப்ரண்ட். வம்பு வேண்டாம். கொலைக்கும் இவங்களுக்கும் சம்பந்தமே இல்லாமல் இருக்கலாம்..."

"படபடப்பாகாதீங்க, ஸார். விசாரணையை நான் புத்திசாலித்தனமா நடத்துவேன். விசாரணையில இதெல்லாம் சில தவிர்க்க முடியாத கட்டங்கள்."

பிரபுவின் மனைவி டைனிங் பெட்டிக்குள் நுழைந்ததும் பேசிக்கொண்டிருந்தவரின் குரல் அப்படியே தணிந்தது. மிகவும் அழகாகத் தோன்றினாள் அவள்.

"என்னைப் பார்க்கணும்னு விரும்பினீங்களா, ஜென்டில்மென்?" என்றார் அவர்.

"ஜஸ்ட் சின்ன சந்திப்புதான், மேடம்" என்றபடி எழுந்துகொண்டு வணக்கம் சொன்ன பொய்ரெட், அவர் அமர ஓர் இருக்கையைக் காட்டினார். "இந்த வழக்குக்கு வெளிச்சம் போட்டுக் காட்டும்படியாக, நீங்க நேற்றிரவு ஏதாவது ஓசையைக் கேட்டீங்களா அல்லது யாரையாவது

பார்த்தீங்களா என்று தெரிஞ்சுக்க விரும்பறேன்... தட்ஸ் ஆல்.''

"நத்திங், ஸார். எதுவுமே கிடையாது. நான் நல்லா தூங்கிட்டேன்."

"உதாரணத்துக்கு... உங்களுக்கு அடுத்த கம்பார்ட்மெண்ட்ல குழப்பமா ஏதாவது பேச்சு சத்தம் கேட்டதா? அங்கிருக்கும் அமெரிக்க லேடி வெறி பிடிச்ச மாதிரி ஆகி கண்டக்டரின் உதவிக்காக அழைப்பு மணியை அடிச்சிருக்காங்க..."

"நான் எதையுமே கேட்கலே, ஸார். யூ ஸீ... நான் தூங்க மருந்து சாப்பிட்டிருந்தேன்."

"ஆஹ்! எனக்குத் தெரியும். வெல், உங்களை நான் அதிகநேரம் காக்க வைக்க விரும்பலே." அப்போது, துரிதமாய் அவர் எழுந்துகொண்டபோது, "ஜஸ்ட், ஜஸ்ட், ஒரேயொரு நிமிஷம்... இந்தத் தகவல்கள் - உங்க பேர், வயது முகவரி... இதெல்லாம் கரெக்ட்தானா?"

"ரொம்ப சரியானவை, ஸார்."

"அப்படித்தான்னு இதுல உங்க கையொப்பம் தரணுமே."

எலீனா ஆன்ட்ரநேயீ.

"உங்க கணவருடன் நீங்க அமெரிக்கா போனீங்களா, மேடம்?"

"நோ." புன்னகைத்தார் அவர் சிறு வெட்கத்துடன். "அப்போ எங்களுக்குத் திருமணம் நடக்கலே. எங்களுக்குத் திருமணம் ஆகி ஒரு வருடம்தான் ஆகுது."

"ஆஹ், யெஸ். தேங்க் யூ, மேடம். ஆங்... உங்க கணவர் புகைப்பாரா?"

"யெஸ்."

"பைப்?"

"இல்ல. சிகரெட்."

"ஆஹ்! நன்றி."

அவர் கண்கள் பொய்ரெட்டை ஆர்வமாய் நோட்டமிட்டன. அழகிய கண்கள் அவை... கருமையும் நாவல்பழம்போன்ற அகலமும். நல்ல நீண்ட இமைகள். கருஞ்சிகப்பில் தவழ்ந்தன அவருடைய இதழ்கள். அவை சற்றே திறந்த நிலையிலேயே இருந்தன. பிரமாதமாகவும் அழகு நிறைந்தும் தோன்றினார் அவர்.

"இந்தக் கேள்வியை நீங்க ஏன் என்னிடம் கேட்டீங்க?"

"மேடம்..." என்று நாடகப் பாணியில் கையை அசைத்துக்காட்டிய பொய்ரெட், "துப்பறியும் ஆசாமின்னா அவர் எல்லா வகையான கேள்விகளையும் கேட்கணும். உதாரணத்துக்கு இன்னொண்ணு... நீங்க உங்களுடைய ட்ரெஸ்ஸிங் கவுனுடைய கலர் என்னனு இப்ப எனக்குச் சொல்லணும்!" என்றார்.

பொய்ரெட்டைப் பார்த்து முறைத்தார் அவர். பிறகு, புன்னகைத்துக் கொண்டிருந்த அவரைப் பார்த்துப் புன்னகைத்தார். சொன்னார்: "அது சோளநிறக் கவுன். இது என்ன அத்தனை முக்கியமா?"

"ரொம்ப முக்கியம், மேடம்."

இப்போது ஆர்வம் பொங்க அவர் கேட்டார்: "நீங்க நிஜமாகவே ஒரு துப்பறியும் அதிகாரிதானா?"

"உங்க சேவைக்காக, மேடம்."

"யூகோ-ஸ்லோவியாவைக் கடந்தபோது ட்ரெயின்ல துப்பறியும் ஆட்கள் யாரும் இல்லேன்னுதான் நான் நினைச்சிருந்தேன்."

"நான் யூகோஸ்லோவியா டிடெக்டிவ் கிடையாது, மேடம். நான் ஒரு சர்வதேசத் துப்பறியும் மேதை."

"எந்த நாட்டைச் சேர்ந்தவர்?"

"உலகம்." பிறகு சொன்னார்: "முக்கியமா லண்டன்லதான் வேலை செய்றேன். நீங்க இங்கிலீஷ் பேசுவீங்களோ?"

"லிட்டில்."

சொன்ன விதம் கவர்ந்திழுக்கும்விதமாய் இருந்தது.

பொய்ரெட் இன்னொருமுறை வணக்கம் தெரிவித்துக் கொண்டார். "இன்னமும் உங்களை நான் தங்க வைப்பது சரியல்ல. கவனிச்சீங்களா... விசாரணை ஒண்ணும் அவ்ளோ இறுக்கமா அமையல."

அவர் சிரித்தார். தலைவணங்கி வணக்கம் வைத்தார். கிளம்பிப் போனார்.

"இது நம்மளை ஒண்ணும் சிறப்பான ஒரு கட்டத்துக்கு நகர்த்திக்கிட்டுப் போகலே" - சொன்னார் பௌக்.

"நோ" என்றாமோதித்தார் பொய்ரெட். "எதையும் பார்க்காத மற்றும் எதையும் கேட்காத இரண்டு ஆசாமிகள்."

"இப்ப நாம இத்தாலியனைப் பார்க்கலாமா?"

பொய்ரெட் இதற்கு உடனே பதிலளிக்கவில்லை. ஹங்கேரியன் ராஜாங்க பாஸ்போர்ட்டில் படிந்திருந்த மெழுகுக்கறையை அவர் உள்வாங்கிக் கொண்டிருந்தார்.

அத்தியாயம் 8

கலோனல் ஆர்புத்ராட்டின் சாட்சி

பொய்ரெட் சிறு திடுக்கலுடன் சகஜமானார். அவரது கண்கள், ஆர்வமாய்ப் பார்த்துக் கொண்டிருந்த பௌக்கின் கண்களைச் சந்தித்தன.

''ஆஹ், டியர் ஓல்ட் ஃப்ரண்ட்'' என்றார். ''எனக்கென்னவோ செகண்ட் க்ளாஸைக் கவனிப்பதற்கு முன்னால முதல்ல ஃபர்ஸ்ட் க்ளாஸைப் பார்த்துடணும்னு தோணுது. அடுத்து, குட் லுக்கிங் கலோனலைப் பார்த்துடலாமே...''

கலோனலின் பிரெஞ்சினை விளங்கிக் கொள்வது கடுமையாக இருந்தபடியால், ஆங்கிலத்திலேயே விசாரணையை நடத்தினார் பொய்ரெட்.

ஆர்புத்ராட்டின் பெயர், வயது, முகவரி, இராணுவத்தில் தற்போதுள்ள சரியான நிலைமை என அனைத்தும் சரிபார்க்கப்பட்டன. பொய்ரெட் தொடரலானார்:

''நீங்க லீவுக்கு இந்தியாவிலிருந்து உங்க தாய்நாட்டுக்குப் போய்க்கிட்டிருக்கீங்க, இல்லையா?''

''ம்.''

''நீங்க கப்பல்ல வரலே, ஆங்?''

''இல்ல.''

''ஏன்?''

''தரைவழி பிரயாணத்தையே நான் தெரிந்தெடுத்தேன் - என் சொந்தக் காரணங்களுக்காக.''

''இந்தியாவிலிருந்து நேரா வரீங்களா?''

கலோனல் வறட்சியாய்ப் பதிலளித்தார்: ''உர் பகுதியில் ஒரு நாளும் பாக்தாதில் என் பழைய நண்பனைக் காண மூன்று நாட்களும் தங்கினேன்.''

''மூன்று நாட்கள் நீங்க பாக்தாதில் இருந்திருக்கீங்க. அந்த யங் லேடி மேரியும் பாக்தாதிலிருந்து வருவதாய்த் தெரியுது. ஒருவேளை நீங்க அவங்களை அங்கே சந்திச்சிருக்கலாம்...''

''நோ. நான் சந்திக்கல. கிர்குக் பகுதியிலிருந்து நிஸ்ஸிபின் வரை ரயில்வே கார்ல நாங்க பிரயாணிச்ச போதுதான் மிஸ் டெபன்ஹாமை நான் முதன்முதலா சந்திச்சேன்.''

பொய்ரெட் முன்னுக்கு வளைந்து வந்தார். இதுவரை இருந்ததைப்போல இல்லாமல் சற்று அந்நியத்தனமானார்... விடாமல் கேட்கும் தொனிக்குள் புகுந்து கொண்டார்.

''ஸார்... உங்க முன்னாடி ஒரு வேண்டுதலை நான் வைக்கப் போறேன். ட்ரெயின்ல இருக்கும் ரெண்டே ரெண்டு ஆங்கில மக்கள், நீங்களும் மிஸ் டெபன்ஹாமும்தான். உங்க ரெண்டு பேரிடமும், மற்றவரைப்பற்றிய கருத்தைக் கேட்டறிய வேண்டிய அவசியம் எனக்கிருக்கு.''

''கொஞ்சங்கூட விவஸ்தையில்லை'' என்று முகத்திலறைந்தார் கலோனல்.

''அப்படிக் கிடையாது. இந்தக் கொலை, ஒரு பெண்ணால செய்யப்பட்டிருக்கும் சாத்தியக்கூறு நிறைய இருக்கு. கொலையானவர் 12 தடவைகளுக்கு மேலே குத்தப்பட்டிருக்கார். ட்ரெயினின் தலைமை பணியாளன்கூட 'செய்தது ஒரு பொம்பிளைதான்'னு உடனே சொன்னான்.

இந்த நிலைமையில எனக்கு முன்னாலிருக்கும் முதல் வேலை என்ன? ஸ்டான்பூல்-கேலீஸ் கோச்சுல பிரயாணிக்கும் அனைத்துப் பெண்களையும் ஒருமுறை விசாரித்துப் பார்ப்பது. ஆனா ஆங்கிலேயப் பெண்களைக் கணிப்பது ரொம்பவுமே கஷ்டம். ஆங்கிலேயப் பெண்கள், மிகவும் ரிஸர்வ்ட் வகை. சீக்கிரத்துல பேசா வகையினர். ஆகையினால உங்ககிட்டே, தர்மத்தை நிலைநாட்ட வேண்டிய இக்கட்டுல நின்னுக்கிட்டு நான் வேண்டிக் கேட்கிறேன், கலோனல்: இந்த மிஸ் டெபன்ஹாம், எப்படிப்பட்ட பொண்ணு? அவங்களைப்பற்றி நீங்க என்ன நினைக்கிறீங்க?"

"மிஸ் டெபன்ஹாம்" என்று ஆரம்பித்த கலோனல், கதகதப்பாய்ச் சொன்னார்: "ஒரு பொண்ணு."

"ஆஹ்!" என்றார் பொய்ரெட், இந்தப் பதில் மிகச் சரியானது என்ற மனநிறைவை அங்குலம் அங்குலமாய்க் காட்டியபடி. "ஆக, அவங்க இந்தக் கொலைல எவ்வகையிலும் சம்பந்தப்பட்டிருக்க மாட்டாங்கன்னு நீங்க நினைக்கிறீங்க?"

"இந்த ஐடியாவே முட்டாள்தனமானது" என்றார் ஆர்புத்ராட். "அந்த ஆசாமி முழுக்கவும் ஒரு புது ஆளு... அந்நியன் - அவனை இவங்க முன்னபின்னே பார்த்ததே கிடையாது."

"அப்படி அவங்க உங்ககிட்டே சொன்னாங்களா?"

"யெஸ், சொன்னாங்க. அவருடைய அவலட்சமணமான தோற்றத்தைப் பார்த்த கணத்திலேயே அவங்க சொன்னாங்க. இதுல ஒரு பெண் ஈடுபட்டிருப்பாங்கன்னு நீங்க நினைச்சீங்கன்னா, நிச்சயமா அது மிஸ் டெபன்ஹாமாக இருக்க முடியாதுனு நான் உறுதியா சொல்வேன்."

"இந்தச் சமாச்சாரத்தை நீங்க ரொம்ப மிருதுவா எடுத்துக்கறீங்க" என்றார் பொய்ரெட் சிரித்தபடி.

பொய்ரெட்டைக் கலோனல் கடுமையாய் முறைத்தார். ''நீங்க என்ன சொல்ல வரீங்கன்னு என்னால புரிஞ்சுக்க முடியல.''

கடும்பார்வை பொய்ரெட்டைச் சற்று அசௌகரியமாக்கியிருக்க வேண்டும். தனது கண்களை அவர் தாழ்த்திக் கொண்டு அவருக்கு முன்னாலிருந்த பேப்பர்களைக் களைய ஆரம்பித்தார்.

''நாம ப்ராக்டிக்கலா நடந்துப்போம்... கையிலிருக்கும் சில நிஜங்களில் இறங்குவோம். இந்தக் கொலை, நேற்றிரவு ஒன்றேகால் மணிக்கு நடந்திருக்கு என்று நம்ப எங்களுக்குக் காரணங்கள் கிடைச்சிருக்கு. அந்த நேரத்துல பிரயாணிகள் ஒவ்வொருவரும் என்ன பண்ணிக்கிட்டிருந்தாங்க என்று கேட்பது, ஆரம்பக்கட்ட விசாரணையின் தவிர்க்க முடியாத ஓர் அங்கம்.''

''இருக்கலாம். நல்லது. ஒன்றே கால் மணிக்கு, என் நினைவுக்குத் தெரிஞ்சு, நான் அந்த யங் அமெரிக்கன்... அதாவது மரணமடைந்தவரின் காரியதரிசி, அவருடன் பேசிக்கிட்டிருந்தேன்.''

''ஆஹ்! நீங்க அவருடைய கம்பார்ட்மெண்ட்ல இருந்தீங்களா, இல்ல அவர் உங்க கம்பார்ட்மெண்ட்ல இருந்தாரா?''

''நான் அவருடையதுல இருந்தேன்.''

''அதாவது மெக்குயின் என்பவருடைய கம்பார்ட் மெண்ட்ல?''

''யெஸ்.''

''உங்க நண்பரா அவர்? அல்லது உங்களுக்கு முன்னாடியே அவருடன் பரீச்சயம் இருக்கா?''

''கிடையாது. இந்தப் பிரயாணத்துக்கு முன்னாடி அவரை நான் பார்த்ததே இல்ல. இந்தியாவின் நிலைமைபற்றி

அவருக்குச் சில முட்டாள்தனமான ஐடியாக்களெல்லாம் இருக்கு. ரொம்ப செண்டிமெண்ட்டானவங்க... பழமைவாதிகள். இதைப் பற்றி நான் என்ன சொல்ல விரும்பறேன் என்பதுல அவருக்கு ஈடுபாடு இருந்தது. நான் அந்த நாட்டுல 30 வருட அனுபவம் போட்டவன். எனக்கும், அமெரிக்காவின் நிதிநிலைமைபற்றி அவர் என்ன சொல்வார்னு கேட்க ஆர்வமாயிருந்தது. இதெல்லாம் முடியும்போது மணி ஒண்ணே முக்கால்னு என் வாட்ச்ல நான் பார்த்தபோது, எனக்கு அத்தனை ஆச்சரியம்.''

"இதுதான் நீங்க உரையாடலை முடிச்சுக்கிட்ட நேரமா?"

"ஆமாம்."

"அப்புறம் நீங்க என்ன பண்ணினீங்க?"

"என் கம்பார்ட்மெண்ட் நோக்கி நடந்து உள்ளே போனேன்."

"உங்க படுக்கை தயாராகியிருந்ததா?"

"ஆமாம்."

"அதாவது, ஆங்... எண் 15. டைனிங் பெட்டிக்கு எதிர்த்திசையில, கடைசி கம்பார்ட்மெண்ட்டுக்கு முந்தையது - சரிதானே?"

"யெஸ்."

"நீங்க உங்க கம்பார்ட்மெண்ட்டுக்குப் போனபோது கண்டக்டர் எங்கிருந்தார்?"

"கடைசியில, ஒரு சின்ன டேபிள்ல உட்கார்ந்துக்கிட்டிருந்தார். சொல்லப் போனால், நான் என்னுடைய கம்பார்ட்மெண்ட்டுக்குப் போன பிறகு மிஸ்டர் மெக்குயின் அவரை அழைச்சார்."

"அவர் எதுக்காகக் கண்டக்டரைக் கூப்பிட்டார்?"

''அவருடைய படுக்கையை ரெடி பண்ண இருக்கலாம். அந்தக் கம்பார்ட்மெண்ட் ராத்திரி படுக்கத் தயார் நிலையில இல்லை.''

''இப்ப, கலோனல்... ஜாக்கிரதையா யோசிச்சு சொல்லுங்க. மிஸ்டர் மெக்குயினுடன் நீங்க பேசிக்கிட்டிருந்த காலகட்டத்துல, கதவுக்கு வெளியே காரிடார்ல, யாராவது நடந்து போனாங்களா?''

''நிறைய பேர். அதுல நான் என் கவனத்தை வெக்கல.''

''ஆஹ்! ஆனா நான் கடைசி ஒன்றரை மணிநேரக் காலகட்டத்துல கேட்கறேன். நீங்க வின்காவ்ஸீயில இறங்கினீங்க, இல்லையா?''

''யெஸ். ஆனா அது ஒரேயொரு நிமிஷம்தான் இருக்கும். பனி கொன்னுடுச்சு. அச்சுறுத்தும் குளிர்.''

''குட். இப்ப இன்னும் உங்க நினைவாற்றலைக் கூர்மையாக்குங்க'' என்றார் பொய்ரெட் அவரை உற்சாகப்படுத்தும் விதமாய். ''வெளியில தாளா குளிர். நீங்க ட்ரெயினுக்குள்ளேயே திரும்பி வந்துட்டீங்க. நீங்க மறுபடியும் உட்கார்ரீங்க. புகைக்கறீங்க. ஒரு சிகரெட், இல்லேனா பைப்---''

இங்கு ஒரு நொடிபோல நிறுத்தினார் பொய்ரெட்.

''எனக்கு பைப். மெக்குயின்தான் சிகரெட் பிடிக்கிறார்.''

''ட்ரெயின் மறுபடியும் கிளம்புது. நீங்க உங்க பைப்பை மறுபடியும் இழுக்கறீங்க. யூரோப் மற்றும் உலக நிலைமை பற்றியெல்லாம் பேசறீங்க. நேரம் ரொம்ப ஆகிடுது. ஏறத்தாழ எல்லாரும் தூங்கியாச்சு. இப்போ - யாராவது கதவுப் பகுதியைக் கடந்து காரிடார்ல போனாங்களா - யோசிங்க.''

நினைவுபடுத்தும் ஈடுபாட்டில் ஆர்புத்ராட்டின் முகம் நெளிந்தது.

"சொல்வது கஷ்டம்" என்றார். "நான் அதுல கவனத்தையே வெக்கலியே."

"ஆனா நீங்க ஒரு இராணுவ சேனை. அதுக்கான கவனிப்புத் திறன், உங்களையும் அறியாம தானா இயங்கிக்கிட்டு இருந்திருக்கணும். நீங்க கவனிப்பதை அறியாமலே கவனிப்பீங்க - இராணுவத் திறமை அது."

கலோனல் மறுபடியும் சிந்தித்தார். மறுப்பாய்த் தலையசைத்தார்.

"என்னால சொல்ல முடியல. கண்டக்டரைத் தவிர வேற யாரும் அந்த வழியா போனதா ஞாபகத்துக்கு வரல. ஆங், ஒரு நிமிஷம், ஒரு நிமிஷம். ஒரு பொண்ணு போனதா ஞாபகம் - யெஸ்."

"நீங்க அவளைக் கவனிச்சீங்களா? அவ இளையவளா, முதியவளா?"

"அவளை நான் பார்க்கல. அந்தத் திசையைப் பார்த்துக்கிட்டு நான் உட்காரல. ஜஸ்ட் ஓர் அரவம்... செண்ட் போன்ற ஒரு வாசனை."

"செண்ட்? நல்ல செண்ட்டா?"

"வெல், பழ வாசைன. நூறு கஜம் தள்ளி நீங்க இருந்தாலும் அந்த வாசைன வரும். ஆனா நினைவு வெச்சுக்குங்க" என்ற கலோனல் ஜாக்கிரதையாய்ச் சொன்னார்: "இது நீங்க குறிப்பிடும் காலத்துக்கு முன்னாடியேகூட நடந்திருக்கலாம். நீங்க இப்ப சொன்னது போல, நாம கவனிப்பது நமக்குத் தெரியமலே நாம கவனிக்கும் வகை இது! அந்தச் சாயங்கால வேளையில நான் எனக்கு நானே சொல்லிக்கிட்டேன்: 'பொம்பிளை - செண்ட் - ரொம்ப போட்டிருக்கா.' ஆனா இது எப்போனு என்னால குறிப்பிட்டுச் சொல்ல முடியாது. இருந்தாலும், யெஸ், இது, வின்காவ்ஸீக்கு அப்புறமாதான் இருக்கணும்."

"ஏன்?"

"அப்போ ரஷ்யாவில பெண்கள் நிலைமைபற்றிப் பேசிக்கிட்டிருந்தோம். அதனால."

"இது நடந்த நேரத்தைப்பற்றி இதைவிட இன்னும் நுணுக்கமா உங்களால சொல்ல முடியாதா?"

"மு-முடியாது. கடைசி அரைமணி நேரத்துக்குள்ளே தான் இது நடந்திருக்கணும்."

"இது, ட்ரெயின் நின்னதுக்கு அப்புறமா?"

"யெஸ். இதுல நான் நிச்சயமா இருக்கேன்."

"இதை இப்போதைக்கு விட்டு வெப்போம். நீங்க எப்போதாவது அமெரிக்காவுக்குப் போயிருக்கீங்களா, கலோனல்?"

"நெவர். போக விரும்பலே."

"உங்களுக்குக் கலோனல் ஆர்ம்ஸ்ட்ராங்பற்றித் தெரியுமா?"

"ஆர்ம்ஸ்ட்ராங் - ஆர்ம்ஸ்ட்ராங் - எனக்கு ரெண்டு மூணு ஆர்ம்ஸ்ட்ராங்குகள் தெரியும். 60 வயதில் இருந்த டாமி ஆர்ம்ஸ்ட்ராங். அவரையா சொல்றீங்க? செல்பி ஆர்ம்ஸ்ட்ராங் - போர்ல இவர் கொல்லப்பட்டுட்டார்."

"நான் குறிப்பிடும் ஆர்ம்ஸ்ட்ராங், அமெரிக்கப் பெண்மணியை மணந்துக்கிட்டவர்... இவருடைய குழந்தை கடத்தப்பட்டது... கொல்லப்பட்டது."

"ஆஹ், யெஸ்... இதைப்பற்றிப் படிச்சது எனக்கு நினைவிருக்கு. ஷாக்கிங் சமாச்சாரம். இவரை நான் சந்திச்சதா நினைவில்ல. ஆனா இவரை எனக்குத் தெரியும். டோபி ஆர்ம்ஸ்ட்ராங். நல்ல மனுஷன். எல்லாருக்கும் அவரைப் பிடிச்சது. தனித்துவம்மிக்க இராணுவ வாழ்க்கை இருந்தது இவருக்கு."

‘‘நேற்றிரவு இறந்த ஆசாமிதான், கலோனல் ஆர்ம்ஸ்ட்ராங்கின் சின்ன மகள் கடத்தப்பட்டுக் கொல்லப்பட்டதற்கான காரணகர்த்தா.’’

ஆர்புத்ராட்டின் முகம் இறுகியது. இராணுவ இறுக்கம். ‘‘எனில், அந்த நாய்க்குக் கிடைத்துள்ள தண்டனை சரியானதுதான். இருந்தாலும் அவனைச் சட்டரீதியா தூக்கிலேற்றியிருக்கணும்... இல்லேனா மின்சார நாற்காலியில ஏற்றிக் கொன்னிருக்கணும்.’’

‘‘சட்டரீதியான தண்டனைதான், தனிப்பட்ட வஞ்சனையைவிடச் சிறந்தது என்பது உங்க கருத்தோ?’’

‘‘வெல், கொரில்லாக்களைப்போல நாமே நமக்குள்ளே குத்திக்கிட்டு வெட்டிக்கிட்டு இரத்தம் சிந்தக் கூடாது. என்ன வேணும்னாலும் சொல்லுங்க... கோர்ட் வழியா நீதி வெளியாவதே சிறந்தது.’’

பொய்ரெட் சிந்தனையுடன் ஓரிரு நிமிடங்கள் பார்த்தார். ‘‘யெஸ்’’ என்றார். ‘‘இதுதான் உங்க அணுகுமுறையா இருக்கும் என்பது எனக்குத் தெரியும். வெல், கலோனல் ஆர்புத்ராட்... இதுக்கு மேல உங்ககிட்டே கேட்க ஏதாவது இருப்பதா தோணலே. நேற்றிரவு நடந்ததுல சந்தேகத்துக்கு இடம் கொடுக்கும் விதமாய் எதுவும் உங்களுக்கு ஞாபகத்துக்கு வரலியா? அட்லீஸ்ட், இப்ப ஆழமா நீங்க நினைவுபடுத்திப் பார்த்த பிறகு, ஏதாவது தளந்தொடுதா?’’

கலோனல் ஓரிரு நிமிடங்கள் யோசித்தார். ‘‘நோ’’ என்றார். ‘‘ஒண்ணுமில்ல. அது மட்டும் இல்லேனா...’’

‘‘ம், யெஸ்... தொடருங்க. கெஞ்சிக் கேட்கறேன், விடாதீங்க. என்னது அது?’’

‘‘வெல், அது ஒண்ணும் அப்படி முக்கியமானது இல்லை’’ என்றார் கலோனல். ‘‘ஆனா நீங்க ஏதாவது இருக்கானு கேட்கறீங்க...’’

''ஆமாம், ஆமாம், ஆமாம். சொல்லுங்க. விழுங்கிடாதீங்க. ப்ளீஸ்.''

''ஓ, அது ஒண்ணுமில்லேங்கறேன். ஒரு சின்ன தகவல். நான் என் கம்பார்ட்மெண்ட்டுக்குத் திரும்பிய பிறகு, என்னுடையதைத் தாண்டியிருந்த கதவு, அதாவது கடைசிக் கதவு, அது---''

''யெஸ், எண் 16.''

''வெல், அந்தக் கதவு முழுக்க மூடாமலிருந்தது. அதுக்குள்ளிருந்த மனுஷன் திருட்டுத்தனமா அந்த இடுக்கு வழியா பார்த்தான். அப்புறம் உடனே கதவை இழுத்துக்கிட்டான். அஃப்கொர்ஸ், இதுல அப்படி ஒண்ணும் கிடையாதுனு எனக்குத் தெரியும். ஆனா எனக்கென்னவோ இது விசித்திரமா தென்பட்டது. கதவைச் சின்னதா திறந்து அதுல தலையைப் பதிச்சு வெளியில பார்ப்பது வாடிக்கைதானே. ஆனா அதை அவன் திருட்டுத்தனமா பண்ணினதுதான் என் கவனத்தை ஈர்த்தது.''

''யெஸ்'' என்றார் பொய்ரெட் சந்தேகமாய்.

''நான்தான் சொன்னேனே, இதுல ஒண்ணும் பெரிய க்ளூ இல்லைனு'' என்றார் கலோனல் மன்னிப்புக்கோரும் விதமாய்.

அவர் எழுந்து கொண்டார்.

''வெல், மேற்கொண்டு நான் இங்கு தேவையில்லைனா---''

இராணுவ சேனை கணம் தாமதித்தார். வெளிநாட்டவர் அவரைக் கேள்விகேட்பதால் அவருக்குள் உண்டாகும் அதிருப்தி வடிந்திருந்தது.

''டெபன்ஹாம்பற்றி'' என்று அவசரமாய் ஆரம்பித்தவர், ''அவ நல்லவ எனும் சான்றிதழை நீங்க என்கிட்டேயிருந்து

வாங்கிக்கலாம். இந்திய மொழியில சொல்லணும்னா - அவங்க ஒரு பக்கா ஸாஹிப்."

சிறு வெட்கத்துடன் அவர் வெளியேறினார்.

இங்கு ஈடுபாட்டோடு கேட்டார் டாக்டர் கான்ஸ்டன்டைன்: "என்னது அது? பக்கா ஸாஹிப்?"

"இதுக்கு" என்ற பொய்ரெட் விளக்கமளித்தார்: "மிஸ் டெபன்ஹாமின் தந்தையாரும் சகோதரர்களும் கலோனல் ஆர்புத்ராட் படிச்ச பள்ளிக்கூடத்தைப்போன்ற ஒரு பள்ளிக்கூடத்துலதான் இருந்திருக்காங்கனு அர்த்தம்."

"ஓஹ்!" என்றார் டாக்டர் ஏமாற்றமாய். "அப்படின்னா அந்தக் காமெண்ட் இந்தக் கொலைக் குற்றத்துடன் எந்த வகையிலும் சம்பந்தப்படாதது."

"எக்ஸாக்ட்லி" என்றார் பொய்ரெட்.

டேபிளில் தாளம் தட்டுவதில் இறங்கினார் அவர். பிறகு அவர் நிமிர்ந்து பார்த்தார்.

"கலோனல் ஆர்புத்ராட், பைப் பிடிக்கிறார்" என்றார். "ரேச்சட்டின் கம்பார்ட்மெண்ட்டுல ஒரு பைப் க்ளீனரை நான் கண்டெடுத்தேன். மிஸ்டர் ரேச்சட்டோ சிகரெட் மட்டுமே புகைப்பவர்."

"அப்ப நீங்க என்ன நினைக்கிறீங்க---?"

"இவர் ஒருத்தர்தான் இதுவரைக்கும் பைப் பிடிப்பதாய் ஒப்புக்கொண்டுள்ள ஒரே ஆள். இவருக்குக் கலோனல் ஆர்ம்ஸ்ட்ராங்கைத் தெரியும் - இவர் ஒப்புக்கொள்ளா விட்டாலும் சொல்றேன், நல்லாவே தெரியும்."

"அப்படின்னா நீங்க நினைக்கும் சாத்தியக்கூறு---"

பொய்ரெட் வேகமாய்த் தன் தலையை மறுத்து அசைத்தார். "நான் நினைக்கும் அசாத்தியக்கூறு இது. ஒரு மதிப்புமிக்க, சற்றே முட்டாள்தனமான, நேரடியான

இங்கிலீஷ்மேன், தனது எதிரியைக் கத்தியால் 12 முறை குத்துவதென்பது, நிச்சயம் நடக்க முடியாதது! உங்களுக்கும் இது விளங்கலையா, மை ஃப்ரண்ட்ஸ்?''

''இது உளவியல் சம்பந்தப்பட்டது'' என்றார் பௌக்.

''உளவியலை மதிக்கக் கத்துக்கணும். இந்தக் கொலைல ஒரு கையொப்பமிருக்கு, அது நிச்சயமா கலோனல் ஆர்புத்ராட்டுடையது கிடையாது. ஆனா இப்போ நாம நம்முடைய அடுத்த நேர்முக உரையாடலுக்குப் போவோம்.''

இம்முறை இத்தாலியனைப்பற்றிப் பௌக் குறிப்பிட வில்லை. ஆனால் அவரை நினைத்துக் கொண்டார்.

அத்தியாயம் 9

மிஸ்டர் ஹார்ட்மேனின் சாட்சி

முதல் வகுப்பு பிரயாணிகளில் கடைசியாய் வந்தவர் ஹார்ட்மேன். இத்தாலியன் மற்றும் பணியாள் ஆகியோருடன் அன்று உணவு எடுத்துக் கொண்டவர்.

அகலஅகலமாய்க் கட்டம் போட்ட கோட்டும், பிங்க நிற சூட்டும் அவர் அணிந்திருந்தார். பளபளக்கும் டை-பின் போட்டிருந்த அவர் டைனிங் பெட்டிக்குள் நுழையும்போது வாயில் என்னத்தையோ போட்டு உருட்டிக் கொண்டிருந்தார். பெரிய, சதைப்பற்றான முகம். கலகலப்பான போக்கு.

"குட் மார்னிங், ஜென்டில்மென்" என்றார். "என்னால என்ன உதவி ஆகணும்?"

"இந்தக் கொலைபற்றி நீங்க கேள்விப்பட்டீங்களா, ஹார்ட்மேன்?"

"ஆமாம்." துரிதமாய் வாயிலிருந்த சூயிங்-கம்மைச் சுழற்றிக் கொண்டார் அவர்.

"ட்ரெயினிலிருக்கும் அனைத்துப் பிரயாணிகளையும் சந்திக்க வேண்டிய அவசியத்திலிருக்கோம்."

"அதனால எனக்குப் பிரச்சினையில்ல. இந்தப் பிரச்சினையைச் சமாளிக்க உள்ள ஒரேவழி இதுதான்னு நினைக்கிறேன்."

தனக்கு முன்னாலிருந்த பாஸ்போர்ட்டைப் பார்த்துக் கொண்டார் பொய்ரெட்.

"நீங்க, ஸைரஸ் பெத்மேன் ஹார்ட்மேன். யுனைடெட் ஸ்டேட்ஸ். 41 வயது. டைப்ரைட்டிங் ரிப்பனுக்கான சேல்ஸ்மேன்."

"ஓ கே. நாந்தான் அது."

"நீங்க ஸ்டாம்பூலிலிருந்து பாரீஸுக்கு பிரயாணமாகிக் கிட்டிருக்கீங்க?"

"யா."

"காரணம்?"

"பிஸினஸ்."

"நீங்க எப்பவுமே முதல் வகுப்பிலதான் பிரயாணம் செய்வீங்களா, ஹார்ட்மேன்?"

"ஆமாம், ஸார். என் பிரயாணச் செலவுகளைக் கம்பெனி கொடுத்துடும்."

"சரி... இப்ப நாம நேற்று ராத்திரி நடந்த சம்பவத்துக்கு வரோம்."

அமெரிக்கன் ஒப்புக்கொண்டார்.

"அதைப் பற்றி உங்களால எங்களுக்கு என்னென்ன தகவல்கள் தர முடியும்?"

"ஒரு தகவலும் தர இயலாத நிலை."

"ஓ, துரதிர்ஷ்டம். இருந்தாலும் ஹார்ட்மேன்... நேற்று டின்னருக்கு அப்புறம் நீங்க என்னல்லாம் பண்ணினீங்கன்னு கரெக்டா சொல்லலாமே..."

முதன்முறையாய், உடனடியாய்ப் பதிலளிக்க முடியாத நிலைக்கு உள்ளானார் அவர். பிறகு சொன்னார்: "எக்ஸ்க்யூஸ் மீ, ஜென்டில்மேன். நீங்க யார்? முதல்ல இதை எனக்கு விளக்கிடுங்க..."

''இது மிஸ்டர் பௌக். இந்த ட்ரெயின் கம்பெனியின் டைரக்டர். இந்த ஜென்டில்மேன்தான் பாடியைப் பரிசோதித்த டாக்டர்.''

''நீங்க?''

''நான் ஹெர்குல் பொய்ரெட். இந்தக் கொலையைத் துப்பறிய வாகன் லிட் கம்பெனியால் நியமிக்கப் பட்டிருக்கும் துப்பறியும் அதிகாரி.''

''உங்களைப்பற்றி நான் கேள்விப்பட்டிருக்கேன்'' என்றார் அமெரிக்கன். ஓரிரு நிமிடங்கள் சிந்தனையில் இருந்தார். ''துல்லியமா சொல்லிடணும்னு நினைக்கிறேன்.''

''உங்களுக்குத் தெரிஞ்சிருக்கும் எல்லாத்தையும் என்கிட்டே நீங்க சொல்லிவிடுவதுதான் நல்லது'' என்றார் பொய்ரெட் வறட்சியாய்.

''எனக்கு ஏதாவது தெரிஞ்சிருந்தால் இதுக்குள்ளேயே அதெல்லாம் உங்களுக்கு முன்னால கொட்டியிருக்கும். ஆனா எனக்கு ஒண்ணும் தெரியாது. ஒண்ணுமே தெரியாது. ஆனா எனக்கு ஏதாவது தெரிஞ்சாகணும். இதுதான் என்னை வதைக்குது. எனக்குத் தெரிஞ்சாகணும்.''

''தயவுசெய்து விளக்கமா சொல்லுங்க, மிஸ்டர் ஹார்ட்மேன்.''

ஹார்ட்மேன் பெருமூச்செறிந்தார். வாயிலிருந்த சூயிங்-கம்மை எடுத்துச் சிறு பேப்பரில் சுற்றி அதையொரு பாக்கெட்டில் போட்டார். இவை நடக்கும்போது அவருடைய முழு குணாதிசயமே ஒரு மாற்றங்கண்டது. விளங்கிக்கொள்ள முடியாத ஓர் ஆசாமியாய் இருந்தது மாறி, ஒரு நிஜ ஆசாமியாய் ஆனார். மூக்கால் பேசிக்கொண்டிருந்த அவருடைய குரலின் போக்கும் மாறியது.

"அந்த பாஸ்-போர்ட், ஒரு போலி" என்றார். "நான் யார் என்கிற நிஜம், இதோ."

தன்னை நோக்கி நீட்டப்பட்ட கார்டை வாங்கிக் கொண்டார் பொய்ரெட். பௌக்கும் எட்டிப் பார்த்தார்.

Mr. Cyrus B. Hardman,

McNeil's Detective Agency,

New York

இப்பெயர் பொய்ரெட்டுக்குத் தெரியும். இது, நியூ யார்க்கிலுள்ள, பிரபலமான மற்றும் திறமை வாய்ந்த ஒரு துப்பறியும் நிறுவனம்.

"இப்ப நாங்க இதனுடைய அர்த்தத்தைக் கேட்கலாமா, மிஸ்டர் ஹார்ட்மேன்?"

"நிச்சயமா. சில குற்றவாளிகளைப் பின்தொடர்ந்துக்கிட்டு நான் யூரோப் வந்திருந்தேன். இந்தக் கொலையுடன் சம்பந்தப்பட்டது கிடையாது அது. பின்தொடர்தல் ஸ்டான்பூலில் முடிந்தது. என் அதிகாரிக்கு நான் தகவலனுப்பி மேற்கொண்டு என்ன செய்யனு கேட்டேன். திரும்பி வான்னார் அவர். என் நியூயார்க் பகுதிக்கே நான் திரும்பிப் போயிருப்பேன் - அப்ப இது எனக்கு வந்தது."

டியர் ஸார் - மெக்நீல் நிறுவனத்தால நீங்க எனக்கு உதவ நியமிக்கப்பட்டிருக்கீங்க. தயவுசெய்து என் அறைக்கு இன்று நாலு மணிக்கு வரவும்.

"இது எஸ். ஈ. ரேச்சட் என்று கையொப்பமாகியிருந்தது."

"அப்படியா?"

"அவர் சொன்ன நேரத்துக்குப் போயிருந்தேன். அவருக்கு வந்திருந்த ஓரிரு கடிதங்களை அவர் எனக்குக் காண்பிச்சார்."

"அவர் அலறலில் இருந்தாரா?"

''அப்படி அவர் காட்டிக்கல. ஆனா அவர் அடிவரை உலுக்கப்பட்டிருந்தார். எனக்கு ஒரு தொகையை அவர் பேசினார். அவர் பிரயாணிக்கும் ட்ரெயின்லேயே நானும் பிரயாணிச்சு, அவரை யாரும் நெருங்கிடாம நான் பார்த்துக்கணும். வெல் ஜென்டில்மென்... நானும் அதே ட்ரெயின்ல பிரயாணிச்சேன்... இருந்தாலும்கூட யாரோ அவரை நெருங்கிக் கவ்வியிருக்காங்க. இதுக்கு நான் வெட்கப்படறேன்... வேதனைப்படறேன். எனக்கு இது ஒரு கரும்புள்ளி.''

''நீங்க எப்படி நடந்துக்கணும் என்பதைப் போன்ற ஏதாவது குறிப்புகளை அவர் உங்களுக்குத் தந்தாரா?''

''தந்தார். எல்லாம் அவர் சொன்னதுதான். அவர் ட்ரெயின்லேயே, அவருக்கு அடுத்து வரும்படி நானும் பிரயாணிக்கணும் என்பது அவரோட ஐடியா. ஆனா அடுத்து வரும்படி பிரயாணிக்க முடியலே. எனக்கு பெர்த் 16-தான் கிடைச்சது. இதுக்கே பிரயத்தனப்பட வேண்டி வந்தது. கண்டக்டர் அந்தக் கம்பார்ட்மெண்ட்டை அவனுக்குனு வெச்சுக்க நினைச்சிருக்கணும். எனக்கென்னவோ, நம்பர் 16 ஒரு சிறந்த இடமா தோணிச்சு. ஸ்டான்பூல் ஸ்லீப்பிங் பெட்டிக்கு முன்னால டைனிங் பெட்டி மட்டுந்தான். ப்ளாட்பாரத்துக்கு வழிபண்ணித்தரும் கதவோ ராத்திரி மூடப்பட்டுவிடும். ஆகவே யாராவது உள்ளே வருவதாயிருந்தால், ஒண்ணு ட்ரெயினின் பின்பக்கத்திலிருந்து வரணும்... இல்லேன்னா ப்ளாட்பாரத்துக்கு வழி பண்ணித்தரும் பின்புறக் கதவு வழியா வரணும். எப்படியானாலும், என் கம்பார்ட் மெண்ட்டைக் கடந்துதான் போயாகணும்.''

''யார் கொலை பண்ண வரலாம் எனும் அடையாளம் பற்றி உங்களுக்கு எந்த ஐடியாவும் இருக்கலியா?''

"வெல், அவன் எப்படி இருப்பான் என்பதுபற்றிய அறிதல் எனக்கு இருந்தது. மிஸ்டர் ரேச்சட் என்னிடம் சொல்லியிருந்தார்."

"என்னது அது?"

மூன்று ஆடவர்களும் முன்னுக்கு வளைந்து வந்தார்கள். ஹார்ட்மேன் தொடரலானான்:

"ஒரு குள்ள மனிதன். கருப்பு நிறம். பெண் போன்ற குரல். இவ்ளோதான் அந்த முதியவர் என்னிடம் சொன்னவை. முதல் நாள் இரவு நடக்க வாய்ப்பில்ல... ரெண்டாவது அல்லது மூணாவது நாள்தான் நடக்கும்னு சொன்னார் அவர்."

"அவருக்கு என்னவோ தெரிஞ்சிருக்கு" என்றார் பௌக்.

"அவருடைய செகரட்டரியிடம் சொல்லியிருப்பதை விடவும் அவருக்கு நிச்சயமா கூடுதல் தகவல்கள் தெரிஞ்சிருக்கு" என்றார் பொய்ரெட் சிந்தனையாய். "அவருடைய எதிரியைப்பற்றி ஏதாவது அவர் உங்ககிட்டே சொன்னாரா? உதாரணத்துக்கு, அவருடைய உயிர், என்ன காரணத்தால மிரட்டப்பட்டுக்கிட்டிருக்குனு சொன்னாரா?"

"நோ. இதைப் பொறுத்தமட்டில் அவர் மறைவிலேயே வெச்சுட்டார். தன்னை அவன் குறி வெச்சுட்டான்னும், அடையாமல் விடமாட்டான்னும் மட்டும் சொன்னார்."

"ஒரு குள்ள மனிதன் - கருப்பு நிறம் - பெண் போன்ற குரல்." சிந்தனையுடன் சொல்லிக் கொண்டார் பொய்ரெட். பிறகு, ஹார்ட்மேன்மீது கூர்மையான பார்வையைப் பதித்தவர், கேட்டார்: "அவர் உண்மையில யார்னு உங்களுக்குத் தெரியும், இல்லையா?"

"யாரைச் சொல்றீங்க?"

"ரேச்சட்."

''என்ன சொல்ல வரீங்கன்னு விளங்கலே.''

''ரேச்சட்தான் கெஸட்டீ. ஆர்ம்ஸ்ட்ராங்க் குழந்தையைக் கொன்றவன்.''

நீளமான விஸிலடித்தார் ஹார்ட்மேன்.

''இது எனக்கு ஓர் ஆச்சரிய சேதி!'' என்றார். ''ம்ம்... அவரை என்னால அடையாளம் காண முடியல. அந்த கேஸ் நடந்தபோது நான் மேற்கு திசை நாடுகளுக்குப் போயிருந்தேன். அவருடைய போட்டோக்களைச் செய்தித்தாள்கள்ல பார்த்திருக்கேன்னு நினைக்கிறேன்... ஆனா ஒரு ப்ரஸ் போட்டோகிராபர் என் தாயாரைப் புகைப்படம் எடுத்துப் போட்டாலும்கூட என்னால அடையாளம் காண முடியாது - அப்படியிருக்கும் அது! அப்படின்னா ஒரு சிலர் கெஸட்டீயை வெட்டிப்போட குறி வெச்சுக்கிட்டே இருந்திருக்கணும்...''

''ஒரு குள்ள மனிதன் - கருப்பு நிறம் - பெண் போன்ற குரல். இந்த வர்ணிப்புடன் ஒத்துவரும் ஆர்ம்ஸ்ட்ராங் குடும்பத்தினர் யாராவது உங்களுக்குத் தெரியுமா?''

ஹார்ட்மேன் சற்றுச் சிந்தித்தார். ''இதுக்குப் பதில் சொல்வது கடினம். அந்தக் கேஸுடன் தொடர்புள்ள அனைவரும் ஏறத்தாழ இப்ப இல்ல.''

''ஜன்னல் வழியா தன்னைத்தானே தூக்கியெறிஞ்சுக் கிட்ட பொண்ணு ஒருத்தி இருக்கா, நினைவிருக்கட்டும்.''

''ஓ, இது ஒரு நல்ல பாயிண்ட். வெளிநாட்டவனு நினைக்கிறேன். அவளுக்கு ஏதாவது தொடர்பிருக்கலாம். ஆனா ஆர்ம்ஸ்ட்ராங் கேஸைத் தவிரவும், இன்னும் பல கேஸ்கள் இருக்கு. இதுல மட்டும் நீங்க கவனத்தைப் பதிக்க முடியாது.''

''இருக்கலாம். ஆனா இக்கொலை ஆர்ம்ஸ்ட்ராங் கேஸுடன் தொடர்புள்ள ஒரு கொலைன்னு நாங்க நம்ப காரணங்கள் இருக்கு.''

ஹார்ட்மேனின் பார்வை விசாரிக்கும் தொனி கொண்டது. பொய்ரெட் அதற்குப் பதில் தராததால் அவர் தோள்களைக் குலுக்கிக் கொண்டார்.

''அந்த வர்ணிப்புக்கு இணையாய் வரும்படி, ஆர்ம்ஸ்ட்ராங் கேஸ்ல ஈடுபட்டிருந்த யாரும் என் நினைவுக்கு வரல'' என்றார் அவர் மெதுவாய். ''அஃப்கோர்ஸ், அந்தக் கேஸ்ல நான் சம்பந்தப்படல. ஆகவே அதைப் பற்றி எனக்கு நிறைய தகவல்கள் தெரியாது.''

''வெல், நீங்க சொல்லிக்கிட்டிருந்ததைத் தொடருங்க, ஹார்ட்மேன்.''

''சொல்றதுக்கு என்ன இருக்கு? மதியம் தூங்கினேன். கண்காணிச்சுக்கிட்டே இராத்திரியெல்லாம் உட்கார்ந்துக் கிட்டிருந்தேன். முதல் நாள் இரவன்று சந்தேகத்துக்கிடம் தரும்படி ஒண்ணும் நடக்கல. என்னைப் பொறுத்தவரை நேற்றிரவும் அப்படியே. என் கதவை ஒருக்களித்து வெச்சுக்கிட்டுக் கண்காணிச்சுக்கிட்டே இருந்தேன். எந்த அந்நியனும் அப்பக்கமா போகல.''

''இதுல நீங்க நிச்சயமா இருக்கீங்களா, ஹார்ட்மேன்?'

''தலை மேலடிச்சு சத்தியம். இந்த ட்ரெயின்ல யாரும் வெளியிலிருந்து உள்ளே வரல... பின்பக்கத்துப் பெட்டிகளிலிருந்து ஒருத்தரும் இந்த பெட்டிக்குள்ளே வரல. இது சத்தியம்.''

''உங்க இடத்திலிருந்து உங்களால கண்டக்டரைப் பார்க்க முடியுமா?''

''நிச்சயமா. சின்ன சேர்ல உட்கார்வான் அவன். என் கதவுக்குப் பக்கத்துல.''

''வின்காவ்ஸீயில் ட்ரெயின் நின்ற கட்டத்துக்கு அப்புறமா அவர் அந்த இருக்கையிலிருந்து எழுந்து விலகிப் போனாரா?''

"அதுதானே கடைசியில நின்ன ஸ்டேஷன்? யெஸ். ஆங்... சில அழைப்பு மணிகளுக்குப் பதில் தரப் போனார். ட்ரெயின் நின்னதுக்கப்புறம் இது நடந்தது. அப்புறமா, என்னைக் கடந்து, அவர் பின்பக்கத்து கோச்சுக்குப் போனார். அங்கே ஒரு கால்மணிநேரம் அவர் இருந்திருக்கலாம். ஏதோவொரு அழைப்பு மணி இடைவிடாம அடிக்க, அதுக்காக அவர் ஓடி வந்தார். எதனால இந்த அவசரம்னு பார்க்க நான் காரிடாருக்குள்ளே எட்டிப் பார்த்தேன். கொஞ்சம் படபடப்பானது எனக்கு. ஆனா எல்லாம் அந்த அமெரிக்க அம்மா பண்ணினது. எது குறித்தோ அமர்க்களம் பண்ணிக்கிட்டிருந்தாங்க அவங்க. பிறகு அவர் இன்னொரு கம்பார்ட்மெண்ட்டுக்கு ஓடினார். யாருக்கோ மினரல் வாட்டர் ஒரு பாட்டில் கொண்டு வந்தார். அப்புறம், கடைசியில இருக்கும் யாருக்கோ படுக்கையைத் தயார் பண்ண அவர் போகும்வரை, அங்கேயே அவரது ஸீட்டிலதான் இருந்தார். காலை 5 மணிவரை அவர் அங்கிருந்து நகரலேன்னுதான் நினைக்கிறேன்."

"தூங்கவேயில்லையா, அவர்?"

"அதை என்னால சொல்ல முடியாது. அவர் தூங்கியிருக்கலாம்."

பொய்ரெட் ஆமோதித்தார். டேபிளிலிருந்த தாளை அவரது கைகள் தன்னிச்சையாய் நேர்செய்தன. கொடுக்கப்பட்டிருந்த அலுவலக அட்டையை அவர் மீண்டுமொருமுறை கையிலெடுத்தார்.

"தயவுசெய்து இதுல உங்க கையொப்பத்தை வைக்க முடியுமா?" என்றார்.

செய்தார்.

"உங்களைப் பற்றி நீங்க தந்துள்ள இந்தத் தகவலை ஊர்ஜிதப்படுத்த இங்கே யாரும் கிடையாது, இல்லையா மிஸ்டர் ஹார்ட்மேன்?"

அகதா கிறிஸ்டி

"இந்த ட்ரெயின்லயா? வெல், இல்ல. மெக்குயின் தரலாம். அவரை எனக்கு நல்லா தெரியும் - அவருடைய அப்பாவுடைய ஆபூஸ்ல நியூயார்க்ல இவரைப் பார்த்திருக்கேன். அங்கிருந்த பலருக்கு மத்தியில என்னைப் பார்த்ததைப்போய் இவர் நினைவு வெச்சிருப்பார்னு சொல்ல முடியாது. நோ பொய்ரெட்... பனி விலகி நியூயார்க்குடன் தொடர்புகொண்டு தெளிவாக்கிக் கொள்ளும்வரை நீங்க பொறுத்துத்தான் இருக்கணும். நான் இங்கே ரீல் விடலே, ஓ கே! வெல் ஜென்டில்மென்... நன்றி. உங்களைச் சந்திச்சதுல மகிழ்ச்சி, மிஸ்டர் பொய்ரெட்."

தனது சிகரெட் பாக்கெட்டை இப்போது நீட்டிய பொய்ரெட், "ஒருவேளை பைப்தானோ?" என்றார்.

"பைப் கிடையாது."

ஒரு சிகரெட்டை எடுத்துக் கொண்டு விலகினார் அவர்.

மூவரும் ஒருவரை மற்றொருவர் பார்த்துக் கொண்டார்கள்.

"அவர் சொல்வது சரிதான்னு நினைக்கிறீங்களா?" - கேட்டார் கான்ஸ்டன்டைன்.

"யெஸ், யெஸ். இருந்தாலும், உடனடியா பொய்னு நிரூபிக்கத்தக்க கதை இது - இதையும் நாம கவனத்துல வெச்சுக்கணும்."

"நமக்கு இவர் ஓர் இண்ட்ரஸ்டிங் சாட்சியம் தந்திருக்கார்" என்றார் பௌக்.

"யெஸ், யெஸ்."

"ஒரு குள்ள மனிதன் - கருப்பு நிறம் - பெண் போன்ற குரல்" என்றார் பௌக் சிந்தனையுடன்.

"ட்ரெயினிலிருக்கும் யாருக்கும் பொருந்தாத ஒரு வர்ணனை" என்றார் பொய்ரெட்.

அத்தியாயம் 10

இத்தாலியனின் சாட்சி

"இப்போ" என்று கண்ணடித்த பொய்ரெட், "நம்ம பௌக்குடைய எண்ணத்தை நிறைவேற்றுவோம்" என்றார். "இத்தாலியன்."

ஆன் டானியோ ஃபோஸ்கரெல்லி, துரிதமாய்ப் பூனைபோல ஓசையின்றி நடந்து டைனிங் காருக்குள் வந்தார். சூரியனைப்போல பிரகாசமாய் ஒரு வழக்கமான இத்தாலியனின் முகமாய் அது இருந்தது.

பிரெஞ்சு மொழியைச் சரளமாகவும் சரியாகவும் அவர் பேசினார்.

"உங்க பேர், ஆன்டானியோ ஃபோஸ்கரெல்லி?"

"யெஸ், ஸார்."

"அமெரிக்கன்மாதிரி இருக்கீங்க."

அவருடைய முகம் இறுகினாலும், "என் பிஸினஸூக்கு இப்படித் தேவைப்படுது" என்றார்.

"ஃபோர்ட் மோட்டார் கார்களுக்கான ஏஜெண்ட்?"

"யெஸ். அதாவது---"

ஒரு பெரிய சுயவிளக்கம் வந்தது. இவருடைய பிஸினஸ் முறை, பிரயாணங்கள், வருவாய் எல்லாமும் வந்தன. அமெரிக்கா மற்றும் ஐரோப்பா பற்றிய இவருடைய கணிப்புகள் அதிகம் இருப்பதாய்த் தோன்றவில்லை.

இவரைப் பொறுத்தமட்டில் விஷயங்களைத் தோண்டித் துருவி எடுக்க வேண்டிய நிர்பந்தங்கள் இல்லை... அவை தானாய்க் கொட்டின.

குழந்தைத்தனமாய் அவர் பேசி ஓய்ந்ததில் சந்தோஷப்பட்டுக் கொண்டார். கைக்குட்டையால் முன்நெற்றியை ஒற்றியெடுத்தார்.

''நான் ஒரு பெரிய பிஸினஸ் பண்றேன்னு உங்களுக்கெல்லாம் இப்ப தெரிஞ்சிருக்கும்!'' என்றார். ''இன்னிக்குத் தேதி வரைக்கும் என் பிஸினஸின் நகர்த்தல்கள் எனக்குத் தெரியும். நானொரு கை தேர்ந்த சேல்ஸ்மேன்!''

''கடந்த பத்து வருடங்களாய் நீங்க அப்பப்போ அமெரிக்கா போய் வந்திருக்கீங்க?''

''யெஸ். கடல் கடந்திருக்கும் அமெரிக்கா போய்வர முதன்முறையாய் நான் கப்பல்ல ஏறிய தருணம்... ஓஹ்! என் அம்மா, என் சகோதரி...''

மறுபடியும் கொட்டத் துவங்கிய தகவல்களை வெட்டினார் பொய்ரெட்.

''நீங்க மேற்கொண்ட அமெரிக்க பிரயாணங்களின் போது மரணமடைந்த நபரை எப்போதாவது சந்திச்சதுண்டா?''

''நெவர். ஆனா அவர் எப்படிப்பட்டவர்னு தெரியும்.'' தனது விரல்களைச் சொடுக்கினார் அவர். ''சூப்பரா டிரஸ் செய்வார். ரொம்ப மதிப்பா நடந்துப்பார். ஆனா இதுக்கெல்லாம் அடியில, சாக்கடை. என் அனுபவத்தை வெச்சு சொல்றேன், அவர் ஒரு மாபெரும் அயோக்கியன். இது என் கருத்து - பதிஞ்சுக்கங்க.''

''உங்க கருத்து ரொம்ப சரி'' என்றார் பொய்ரெட். ''ரேச்சட்தான் கெஸட்டீ. பெரும் கிட்நாப்பர்.''

''நான் சொல்லலே, நான் சொல்லலே! முகங்களைப் படிப்பதில் நான் சமர்த்தன். வியாபாரத்துல இது முக்கியம். அமெரிக்காவுல மட்டுந்தான் விற்பதற்கான அனைத்து வழிமுறைகளையும் சரியா நுணுக்கமா சொல்லித் தராங்க.''

''ஆர்ம்ஸ்ட்ராங் கேஸ் உங்களுக்கு நினைவிருக்கா?''

''அப்படியொண்ணும் நினைவில் இல்ல. அது ஒரு சின்ன குழந்தை - பெண் குழந்தை - சரியா?''

''யெஸ். படுதுயரமான சம்பவம்.''

இந்தக் கருத்திலிருந்து விலகும் முதல் நபராய் ஆனார் இத்தாலியன். ''ஆஹ், இதெல்லாம் உலகத்துல நடந்துக்கிட்டுத்தானிருக்கு'' என்றார். ''அமெரிக்கா போன்ற பெரிய கலாச்சார நாடுகள்ல---''

இங்கு ஒரு வெட்டுப் போட்டார் பொய்ரெட். ''ஆர்ம்ஸ்ட்ராங் குடும்பத்தினருடன் நீங்க எப்போதாவது தொடர்பு வெச்சுக்கிட்டதுண்டா?''

''நோ. எனக்கு அப்படி தோணல. இதுக்குப் பதில் சொல்வதும் கடினம். போன வருடம் மட்டும் நான்---''

''தயவுசெய்து நாம பேச வந்துள்ள விஷயம்பற்றி மட்டுமே பேச முயற்சி செய்ங்க.''

மன்னிப்பு கோரினார் அவர்.

''நேற்று ராத்திரி நீங்க என்ன பண்ணிக்கிட்டிருந்தீங்க - இதைப் பற்றி, எதையும் விட்டுவிடாமல் சொல்லுங்க.''

''சந்தோஷமாய்! இங்கேயே எவ்ளோ நேரம் முடியுமோ அவ்ளோ நேரம் இருந்தேன். என்னுடனிருந்த அமெரிக்க ஜென்டில்மேனுடன் பேசினேன். பிறகு நான் என் கம்பார்ட்மெண்ட்டுக்குப் போனேன். அது காலி. என்னுடன் தங்கும் ஜான் புல் எப்போதும் அவனுடைய முதலாளியைக் கவனிக்கப் போயிடறான். கடைசியா அவன் வரான் - வழக்கப்படி மூஞ்சியைத் தூக்கி

வெச்சுக்கிட்டு. அவன் அதிகம் பேச மாட்டான் - ஆமாம், இல்லேனா இல்ல. அவ்ளோதான். ஆங்கிலேய மண்வாசனை இது - கருணையற்ற ஜென்மங்கள். கார்னர்ல, கஞ்சிக்குடிச்சவன் போல நெட்டைக்குத்தலா உக்காந்துப்பான். கைல ஒரு புத்தகம். அப்புறம் கண்டக்டர் வந்து எங்க படுக்கைகளை ரெடி செஞ்சு தந்தான்.''

''நெ. 4 மற்றும் 5.'' - முணுமுணுப்பாய்ச் சொன்னார் பொய்ரெட்.

''சரி. மூலைல வரும் கம்பார்ட்மெண்ட். என்னுடையது மேல இருக்கு. அங்கே நான் ஏறிக்கறேன். புகைபிடிச்சுக் கிட்டுப் படிக்கறேன். ஆங்கிலேயனுக்குப் பல்வலினு நினைக்கிறேன். ஸ்ட்ராங்கா வாடையடிச்ச ஒரு பாட்டிலைத் திறந்து முகர்ந்து பார்த்தான் அவன். படுக்கையில படுத்துக்கிட்டு முனகினான் அவன். தற்போதைக்கு நான் தூங்கிப்போயிடறேன். எப்பல்லாம் நான் எழுந்தேனோ அப்பல்லாம் அவன் முனகலை நான் கேட்டேன்.''

''ராத்திரி அவன் கேரேஜை விட்டுட்டு வெளியில போனானானு உங்களுக்குத் தெரியுமா?''

''அப்படித் தோணல எனக்குக். எனக்கு கேட்டிருக்கணுமே. காரிடார்ல இருக்கும் லைட் வெளிச்சம் பட்டதும் எழுந்திருவோமே - செக்கிங் வந்தாச்சோன்னு நினைச்சுக்கிட்டு!''

''அவனுடைய முதலாளியைப்பற்றிப் பேசியிருக்கானா? அவரைப்பற்றி ஏதாவது குற்றம் குறைகள் சொல்லியிருக்கானா?''

''எதுவும் அவன் பேசலே. மத்தவங்க மேல இரக்கம் கிடையாது அவனுக்கு. கழுவும் மீனுல நழுவும் வகை.''

''புகைபிடிச்சதா சொன்னீங்க - பைப் அல்லது சிகரெட்?''

''சிகரெட்.''

''நீங்க எப்போதாவது சிக்காகோ போயிருக்கீங்களா?'' - விசாரித்தார் பொய்ரெட்.

''ஓ, யெஸ் - ஒரு நல்ல ஸிட்டி. ஆனா எனக்கு நியூ யார்க், வாஷிங்டன், டெட்ராய்ட் இதெல்லாம்தான் நல்லா தெரியும். ஸ்டேட்ஸ்க்கு நீங்க போனது கிடையாது? நோ? அய்யய்யோ... நீங்க ஒரு முறையாவது போகணும். அங்கே---''

பொய்ரெட் ஒரு தாளை உருவி அவரை நோக்கி நகர்த்தினார். ''உங்க கையொப்பம் மற்றும் நிரந்தர முகவரி ப்ளீஸ்.''

எழுதிய இத்தாலியன் எழுந்தார். அவரது புன்னகை வழக்கம்போலவே கவர்வதாய் இருந்தது.

''அவ்ளோதானா? மேற்கொண்டு நான் வேண்டாமா? உங்க மூவருக்கும் குட் டே. பனியில மாட்டிக்கிட்டிருக்கும் நாம சீக்கிரம் விடுபடுவோம்னு வேண்டிக்கறேன். மிலன்ல எனக்கொரு அப்பாயிண்ட்மெண்ட் இருக்கு. அங்கே---''

அப்படியே அவர் போய்விட்டார்.

பொய்ரெட் தனது நண்பரைத் திரும்பிப் பார்த்தார்.

''அவர் ரொம்ப காலம் அமெரிக்காவில் இருந்திருக்கார்'' என்றார் பௌக். ''இவர் ஓர் இத்தாலியன். இத்தாலியர்கள் கத்தியைப் பயன்படுத்துவார்கள்! மேலும் மகாபுளுகன்கள்! எனக்கு இந்த இத்தாலியர்களைப் பிடிக்கவே பிடிக்காது.''

''நீங்க சொல்வதைப்போலவே இருக்கலாம், ஃப்ரண்ட்'' என்றார் பொய்ரெட். ''ஆனா ஒண்ணு சொல்லிக்க விரும்பறேன்: இவருக்கு எதிரா எந்த சாட்சியமும் இல்ல.''

''அவங்களுடைய உளவியல்பற்றி? இத்தாலியர்கள் குத்திக் கொல்ல மாட்டார்களா?''

''பண்ணுவாங்க'' என்றார் பொய்ரெட். ''அதுவும் கைகலப்புனு வந்துவிட்டால், நிச்சயமா. ஆனா இது - இது

ஒரு வித்தியாசமான கொலை. எனக்கு ஓர் ஐடியா இருக்கு ஃப்ரண்ட் - இக்கொலை, ஜாக்கிரதையாகத் திட்டமிடப்பட்டு அரங்கேற்றப்பட்டிருக்கு. எல்லாச் சாத்தியக்கூறுகளும் கணக்கில் கொள்ளப்பட்டு - கொல்லப்பட்டுள்ளார். இது ஒரு இலத்தீன் வகை கொலை கிடையாது. உளவியல் ரீதியா சொல்றேன் - நேரம் ஒதுக்கி, எல்லாச் சாத்தியக் கூறுகளும் நினைவில்கொண்டு, சாவகாசமாய்த் திட்டமிடப்பட்டுள்ள ஒரு புத்திசாலித்தனமான கொலை - ஆங்கிலோ-சாக்ஸன் மூளை!"

ஏனைய இருவரும் முழிக்கும்நிலையில் மீதமிருந்த இரண்டு பாஸ்போர்ட்டுகளை எடுத்துக் கொண்டார் பொய்ரெட். "மேரி டெபன்ஹாம்."

அத்தியாயம் 11

மேரி டெபன்ஹாமின் சாட்சி

டைனிங் காருக்குள் மேரி நுழைந்தபோது, அவளைப் பற்றிய பொய்ரெட்டின் முந்தைய கணிப்பை ஊர்ஜிதம் செய்தாள்.

கலையாத அவளது கேசத்தைப்போலவே அவளுடைய நடவடிக்கையும் அமைதியாகவும் ஆட்டங்காணாததாகவும் இருந்தது.

பொய்ரெட் மற்றும் பௌக்குக்கு எதிரில் உட்கார்ந்த அவர், கேள்விக்குறியாய்ப் பொய்ரெட்டைப் பார்த்தார்.

"உங்க பெயர், மேரி ஹெர்மியான் டெபன்ஹாம், மற்றும் உங்க வயது 26?" என்று துவங்கினார் பொய்ரெட்.

"ஆமாம்."

"ஆங்கிலேயர்?"

"யெஸ்."

"உங்க நிரந்தர முகவரியை இந்தத் தாள்ல எழுதித் தர முடியுமா, மேடம்?"

செய்தாள். அவளுடைய கையெழுத்து புரியும்படியும் அழகாகவும் இருந்தது.

"சொல்லுங்க மேடம்... நேற்று இரவு நடந்த விஷயங்களைப்பற்றி நீங்க என்ன சொல்ல விரும்பறீங்க?"

''எதுவும் சொல்லி உதவ முடியாத நிலையில இருக்கேன். நான் படுக்கப் போய்த் தூங்கிட்டேன்.''

''இந்த ட்ரெயின்ல ஒரு கொலை நடந்திருப்பது, உங்களை ரொம்பவும் கிலேசமாக்கிடுச்சா, மேடம்?''

இக்கேள்வி கொஞ்சமும் எதிர்பாராதது. அவளுடைய சாம்பல்நிற விழிகள் சற்று அகண்டன.

''உங்க கேள்வியை என்னால புரிஞ்சுக்க முடியல.''

''ரொம்பவும் சிம்பிளான ஒரு கேள்வி மேடம் நான் கேட்டது. திருப்பிச் சொல்றேன். இந்த ட்ரெயின்ல ஒரு கொலை நடந்துடுச்சேன்னு உங்க மனசு ரொம்பவும் கலங்கிடுச்சா?''

''அந்தக் கோணத்துல இந்தக் கொலையை நான் இன்னும் அணுகல. நோ, இக்கொலையால என் மனசு கலங்கும்படி ஆகிடுச்சுனு சொல்ல முடியாது.''

''ஒரு கொலை - அது, ஒரு தினசரி வேலைபோல உங்களுக்கு, ஆங்?''

''கொலை என்பது நிச்சயமா நடக்கக் கூடாத ஒரு துரதிர்ஷ்டமே'' என்றாள் அவள் சாந்தமாய்.

''நீங்க ஓர் ஆங்கிலோ-சாக்ஸன் மூளை வகை, மேடம்.''

சின்னதாய்ச் சிரித்தாள். ''என் உணர்வுகளை வெளியே கொட்ட, அழுது அமர்க்களம் பண்ணி ஹிஸ்டீரியாபோல என்னால கத்த முடியாது. இடைவெளியில்லாம, தினசரி மரணங்கள் நிகழ்ந்துக்கிட்டுத்தானிருக்கு.''

''மரணம், யெஸ். ஆனால் கொலை - இது மரணத்திலிருந்து வித்தியாசமானது.''

''ஓ, நிச்சயமா.''

''மரணித்தவருடன் உங்களுக்குப் பரீச்சயம் இருந்ததில்லையா?''

"நேற்று இங்கே லஞ்ச் எடுத்துக்கிட்ட போதுதான் அவரை நான் முதன்முறையா பார்த்தேன்."

"அப்ப அவர் உங்களுக்கு எப்படித் தென்பட்டார்?"

"நான் அவரைக் கவனிக்கவேயில்ல."

"அவர் ஒரு கொடூரமான ஆளா உங்களுக்குப் படலியா?"

தனது தோள்களைச் சின்னதாய்க் குலுக்கிக் காட்டினாள் அவள். "அப்படியெல்லாம் நான் நினைக்கவேயில்லை. ரியலி."

பொய்ரெட் அவளைக் கூர்மையாய்ப் பார்த்தார்.

"இந்தாளு என்ன விசாரணை நடத்தறான்னு உங்களுக்கு ஒரு வெறுப்பான எண்ணம் இருக்குனு நினைக்கிறேன்" என்றார் பொய்ரெட், சிறு கண்சிமிட்டலுடன். "ஆங்கிலேயர்கள் நடத்தும் விசாரணைபோல இது இல்ல. அப்படித்தானே? அங்கே எல்லாம் தோலுரிக்கப்பட்டு முன்னால வைக்கப்பட்டிருக்கும். அழகாய் வரிசைப்படுத்தப்பட்ட நிஜங்கள் முன்னாலிருக்கும். ஆனா, மேடம், எனக்குன்னு சில அணுகுமுறைகள் இருக்கு. என் சாட்சிகளை முதல்ல நான் பார்ப்பேன். அவருடைய குணாதிசயங்களைப் புரிஞ்சுப்பேன். அதற்கேற்றாற்போல என் கேள்விகளை நான் அமைப்பேன். ஓரிரு நிமிடத்துக்கு முன்னாடி ஒரு ஜென்டில்மேன்கிட்டே நான் கேள்விகள் கேட்டுக்கிட்டிருந்தேன். தனக்குத் தெரிஞ்ச எல்லா விஷயங்களைப்பற்றியும் கொட்டிக்கிட்டேயிருக்கும் வகை அவர். வெல், அவரை, எடுத்துக்கொண்ட சமாச்சாரத்துக்குள் மட்டுமே நான் வைப்பேன். யெஸ் அல்லது நோ... இது அல்லது அது என்று அவர் பதில் தந்தாலே எனக்குப் போதும். பிறகு இப்ப நீங்க வரீங்க. உங்களைப் பார்த்தவுடனேயே நீங்க ஒரு முறையான ஒழுங்கான நபர்னு எனக்கு தெரிஞ்சுடுது. எதைப்பற்றிப் பேசறோமோ அதுல மட்டுமே

நீங்க கவனம் வெப்பீங்க. விலக மாட்டீங்க. உங்க பதில்கள் சின்னதாகவும், கேட்கப்பட்டதற்கு உகந்ததாகவும் இருக்கும். மேலும் மேடம், மனித இயல்பு வக்கிரமானது. உங்ககிட்டே நான் சற்றே வித்தியாசமான கேள்விகளையும் கேட்கிறேன். நீங்க என்ன உணர்றீங்க? என்ன நினைச்சீங்க? இப்படி. இந்த முறை உங்களுக்குத் திருப்திகரமா படலே?''

''சொல்வதற்கு மன்னிக்க. எனக்கென்னவோ இது நேரத்தை வெட்டியா கொல்லும் ஒரு வேலையா படுது. எனக்கு ரேச்சட்டுடைய முகம் பிடிச்சதா இல்லையா எனும் கேள்விக்கான பதில், அவரை யார் கொன்னது என்பதைக் கண்டுபிடிக்க உதவும்னு எனக்குத் தோணல.''

''ரேச்சட் உண்மையில யார் என்பது உங்களுக்கு தெரியுமா, மேடம்?''

அவள் ஆமோதிப்பாய்த் தலையசைத்தாள். ''ஒவ்வொருத்தர்கிட்டேயும் மிஸஸ் ஹப்பார்ட் சொல்லிக்கிட்டிருந்தாங்க.''

''ஆர்ம்ஸ்ட்ராங்க் சமாச்சாரம்பற்றி நீங்க என்ன நினைக்கிறீங்க?''

''சகிச்சுக்கவே முடியாத ஒரு குற்றம்'' என்று சுருக்கமாய் விவரித்தாள் அவள்.

பொய்ரெட் அவளைச் சிந்தனையாய்ப் பார்த்தார். ''நீங்க பாக்தாதிலிருந்து வந்துக்கிட்டிருக்கீங்க, இல்லையா மேடம்?''

''யெஸ்.''

''லண்டனுக்கு?''

''யெஸ்.''

''பாக்தாதில் நீங்க என்ன பண்ணிக்கிட்டிருந்தீங்க?''

''ரெண்டு குழந்தைகளைக் கவனிச்சுக்கட்டிருந்தேன்.''

‘‘இங்கே வந்துட்ட பிறகு மறுபடியும் நீங்க அதே வேலைக்குத் திரும்பப் போறீங்களா?’’

‘‘எனக்கே தெரியல.’’

‘‘ஏன் அப்படி?’’

‘‘பாக்தாத், பின்தங்கியிருக்கு. லண்டன்லேயே ஒரு வேலை கிடைச்சுடுச்சுன்னா அதையே நான் எடுத்துப்பேன்.’’

‘‘ஓஹோ. ஒருவேளை கலியாணம் செஞ்சுப்பீங்களோனு நான் நினைச்சேன்...’’

மிஸ் டெபன்ஹாம் இதற்குப் பதில் தரவில்லை. கண்களை நிமிர்த்தி பொய்ரெட்டை முகம் முழுமைக்கும் பார்த்தாள். ‘சுத்த அதிகப்பிரசங்கி’ என்றது அப்பார்வை.

‘‘உங்க கம்பார்ட்மெண்ட்டுல உடனிருக்கும் அந்தப் பொம்பளைபற்றி - மிஸ் ஓல்ஸன்?’’

‘‘வசீகரமான, சிம்பிளான பெண்ணா தென்படறாங்க.’’

‘‘அவங்க ட்ரஸ்ஸிங் கவுனின் நிறம் என்ன?’’

மேரி டெபன்ஹாம் முறைத்தாள். ‘‘ப்ரவுன் நிறத்தைச் சார்ந்தது. கம்பளி வகை.’’

‘‘அலெப்போவிலிருந்து ஸ்டாம்பூல் வரும்போது உங்களுடைய ட்ரஸ்ஸிங் கவுனை நான் பார்த்ததா ஞாபகம்... ஒருவகை வெளிறிய நிறம்?’’

‘‘யெஸ்.’’

‘‘வேற ஏதாவது ட்ரஸ்ஸிங் கவுன் இருக்கா, மேடம்? உதாரணத்துக்கு, இரத்த சிகப்பு நிறத்துல?’’

‘‘நோ. அது என்னுடையது கிடையாது.’’

பொய்ரெட் முன்னுக்கு வளைந்து வந்தார். எலிமீது பாயவுள்ள பூனை போலானார். ‘‘அப்ப அது யாருடையது?’’

அகதா கிறிஸ்டி 205

சிறு அதிர்ச்சியுடன் பின்னுக்குத் தள்ளப்பட்டாள் அவள். ''எனக்குத் தெரியாது. இக்கேள்வியின் அர்த்தம் என்ன?''

''நீங்க, 'இல்ல... என்கிட்டே அப்படி ஏதும் கிடையாது'னு பதில் தரலே. மாறாக, 'அது என்னுடையது கிடையாது'னு பதில் தந்தீங்க. அதாவது அப்படிப்பட்ட ஒண்ணு யார்கிட்டேயோ இருக்கு என்று அர்த்தமாகுது.''

அவள் ஆமோதிப்பாய்த் தலையசைத்தாள்.

''யாரோ, இந்த ட்ரெயின்ல இருக்காங்களா?''

''யெஸ்.''

''யார்து அது?''

''இப்பத்தானே நான் உங்ககிட்டே சொன்னேன். எனக்குத் தெரியாது. ட்ரெயின் ரொம்ப நேரமா நின்னுக்கிட்டிருக்கோ எனும் உணர்வால, இன்னிக்குக் காலையில ஐந்து மணிவாக்குல நான் விழித்தேன். ஏதாவது ஸ்டேஷன்ல இருப்போமோ என்ற எண்ணத்தால கதவைத் திறந்து காரிடார்ல பார்த்தேன். காரிடாரின் ஆழத்துல யாரோ ஒருத்தர் இரத்தச்சிகப்பு கவுன் போட்டுக்கிட்டுப் போவதை நான் பார்த்தேன்.''

''அது யார்னு உங்களுக்குத் தெரியாது? அவ சிகப்பா, கறுப்பா, நரைத்த முடியா?''

''என்னால சொல்ல முடியல. தொப்பி ஒண்ணு போட்டிருந்த அவளுடைய பின்புறத்தை மட்டுமே என்னால பார்க்க முடிஞ்சது.''

''உடல்வாகு?''

''நெட்டை மற்றும் ஒல்லி. இருந்தாலும் சொல்வது கடினம். அதுல ட்ராகன் படங்கள் எம்பிராய்டரி பண்ணப்பட்டிருந்தது.''

''யெஸ், யெஸ். அது சரி. ட்ராகான்கள்.''

சில கணங்கள் அவர் மவுனமாய் இருந்தார். தனக்குள் முணுமுணுத்துக் கொண்டார்: ''என்னால புரிஞ்சுக்க முடியலே. என்னால புரிஞ்சுக்க முடியலே. பேசப்படும் எதிலுமே அர்த்தமில்லை.''

பிறகு நிமிர்ந்து பார்த்தவர், ''இனியும் உங்களை இங்கே இருக்க வைக்கத் தேவையில்ல, மேடம்'' என்றார்.

''ஓ!'' என்று பின்னுக்குத் தள்ளப்பட்டவளாய் அவள் உணர்ந்தாலும், எழுந்து கொண்டாள். கதவருகே போனதும் அங்கு சற்று தாமதித்தவள், திரும்பி வந்தாள்: ''ஸ்வீடன் பொம்பிளை - ஓல்ஸன்? - அவங்க ரொம்ப கவலையில இருப்பதைப்போல தெரியுது. அந்த ஆளைப் பார்த்த கடைசி நபர் அவங்கதான்னு நீங்க குறிப்பிட்டீங்க போலிருக்கு. இதனால அவங்களை நீங்க சந்தேகப்படுவதா அவங்க நினைப்பதா நான் நினைக்கிறேன். அதெல்லாம் ஒண்ணுமில்லைனு நான் அவங்ககிட்டே சொல்ல அனுமதி உண்டா? ஒரு சின்ன ஜீவனுக்குக்கூட தீங்கு நினைக்காதவங்க அவங்க.''

பேசும்போது சின்னதாய்ச் சிரித்துக் கொண்டிருந்தாள் அவள்.

''மிஸஸ் ஹப்பார்டிடமிருந்து அவங்க ஆஸ்பிரின் வாங்க போனபோது மணி, எத்தனை?''

''ஜஸ்ட், பத்தரையைத் தாண்டி.''

''எவ்ளோ நேரம் அவங்க வெளியிலிருந்தாங்க?''

''ஐந்து நிமிஷம்போல.''

''மறுபடியும் இரவுல அவங்க கம்பார்ட்மெண்ட்டை விட்டுட்டு எங்கேயாவது போனாங்களா?''

''நோ.''

பொய்ரெட் டாக்டர் பக்கமாய்த் திரும்பினார். "ரேச்சட், அத்தனை சீக்கிரமான நேரத்துல கொல்லப்பட்டிருக்க முடியுமா?"

டாக்டர் மறுப்பாய்த் தலையசைத்தார்.

"அப்படினா உங்க ஃப்ரண்டுக்கு நீங்க சொல்ல விரும்பிய ஆறுதலை தரலாம், மேடம்."

"தேங்க் யூ" என்று திடுமென்று சிரித்தாள் அவள். கருணையை வேண்டி நிற்கும் சிரிப்பு அது. "படபடப்பாயிட்டாங்க. நடுங்கறாங்க."

திரும்பியவள், வெளியேறினாள்.

அத்தியாயம் 12

ஜெர்மன் பெண்மணியுடைய பணிப்பெண்ணின் சாட்சி

தனது நண்பனை ஆர்வமாய்ப் பார்த்தார் பௌக். "என்னால உங்களைப் புரிஞ்சுக்க முடியல, பொய்ரெட். நீங்க இங்கே - என்ன பண்ணிக்கிட்டிருக்கீங்க?!"

"ஒரு சறுக்கலைத் தேடிக்கிட்டிருக்கேன், ஃப்ரண்ட்."

"ஒரு சறுக்கல்?"

"யெஸ் - சுயக்கட்டுப்பாடு எனும் ஆயுதத்துடன் இருந்த ஒரு பெண்ணிடம். அவளை அசைச்சுப் பார்க்க விரும்பினேன் - இயன்றதா? ஆனா ஒண்ணு மட்டும் எனக்குத் தெரியும் - இந்தச் சமாச்சாரத்தை நான் நடத்தின விதத்துல கையாள்வதை அவ எதிர்பார்ப்பல."

"அவளை நீங்க சந்தேகிக்கிறீங்க" என்றார் பௌக் மெதுவாய். "ஆனா ஏன்? அவ, ஒரு வசீகரமான யங் லேடியா தெரியறா. இதுபோன்ற குற்றத்துடன் பின்னிப்பிணையும் வகையில்ல அவ."

"நான் ஒத்துக்கறேன்" என்றார் கான்ஸ்டன்டைன். "அவ இறுக்கமா இருக்கா. உணர்ச்சிகளைக் காட்டல. ஓர் ஆளைப்போய் அவ குத்த மாட்டா. அவனை நீதிமன்றத்தின் கரங்களில் ஒப்படைச்சு கவனிச்சிருப்பா."

பெருமூச்செறிந்த பொய்ரெட், "நீங்க ரெண்டு பேருமே இது எதிர்பாராம சட்டுனு நடந்துட்ட ஒரு கொலை எனும்

நினைப்பிலிருந்து விடுபடணும்" என்றார். "டெபர்ஹாமை நான் சந்தேகப்பட இரண்டு காரணங்கள் இருக்கு. ஒண்ணு, நான் யதேச்சையா கேட்ட ஓர் உரையாடல் - இதுபற்றி உங்க ரெண்டு பேருக்குமே இதுவரை விவரம் தெரியாது."

அலெப்போவிலிருந்து வரும்போது பொய்ரெட் கேட்ட விசித்திரமான உரையாடலைச் சொன்னார்.

அவர் சொல்லி முடித்தபோது, "இது நிச்சயமா விசித்திரமானதுதான்" என்றார் பௌக். "இதுக்கு விளக்கம் தெரிஞ்சாகணும். உங்க சந்தேகத்துக்குள்ளே இது அடங்குதுனா, ரெண்டு பேருமே கூட்டாளிகள் என்பது தெரியுது - இவளும் அந்த இறுக்கமான ஆங்கிலேயனும்."

பொய்ரெட் ஒப்புதலாய்த் தலையசைத்தார்.

"இதுதான் நம்ம கைல இருக்கும் சாட்சிகளிலிருந்து நமக்கு இன்னும் தெரிய வரலே" என்றார் பொய்ரெட். தொடர்ந்தார்: "ரெண்டு பேருமே இதுல கூட்டாளிங்கனு வெச்சுப்போம் - அப்போ நாம எதை அறிய முயற்சிப்போம்? இவங்க ரெண்டு பேருமே ஒருத்தருக்கு மற்றவர் ஓர் அலீபியைத் - அதாவது வேறொரு இடத்துல இருந்ததற்கான சாட்சியைத் தருவாங்கனு எதிர்பார்ப்போம். அப்படித்தானே? ஆனா, நோ - அப்படி நடக்கவேயில்ல. டெபன்ஹாம் எங்கேயிருந்தாங்க என்பதைப் பற்றி, இவங்களை முன்பின் அறிந்திராத ஒரு ஸ்வீடன் பெண்மணி சொல்றாங்க. கலோனல் ஆர்புத்ராட் எங்கேயிருந்தார் என்பதற்கு இறந்தவரின் செகரட்டரி மெக்குயின் சத்தியம் செய்யறார்."

"அவளைச் சந்தேகப்பட உங்களுக்கு இன்னொரு காரணம் இருக்குனு சொன்னீங்க..."

"ஓ, அது உளவியல் சார்ந்தது. நான் எனக்குள்ளேயே கேட்டுக்கறேன்: மிஸ் டெபன்ஹாமால் இந்தக் கொலையைத் திட்டமிட்டிருக்க முடியுமா? இந்தக்

கொலைக்குப் பின்னால, ஒரு நிதானமான, புத்தி சாதுர்யம்மிக்க, அனுபவமுள்ள மூளை இருக்கு என்பதுல எனக்கு மாற்றுக்கருத்து கிடையாது. மிஸ் டெபன்ஹாம் இந்த வர்ணிப்புக்குப் பொருந்தறாங்க.''

பௌக் மறுப்பாய்த் தலையசைத்தார்.

''நீங்க தப்பு பண்றீங்கன்னு நினைக்கிறேன், மை ஃப்ரண்ட். இந்த யங் இங்கிலீஷ்காரப் பெண்ணை நான் ஒரு கொலைகாரியா பார்க்கல.''

''ஆஹ், வெல்'' என்ற பொய்ரெட், ''நம்ம பட்டியலின் கடைசி ஆள்'' என்று அந்த பாஸ்-போர்ட்டை எடுத்துக் கொண்டார். ''ஹில்டே-கார்டே ஷ்மிடிட். பணிப்பெண்.''

சேதி சொல்லப்பட்டு டைனிங் கம்பார்ட்மெண்ட்டுக்குள் நுழைந்த ஹில்டே-கார்டே ஷ்மிடிட், மரியாதையாய்க் காத்திருந்தார்.

பொய்ரெட் உட்காரும்படி சைகை காட்டினார்.

அப்படியே உட்கார்ந்த அவர், கைகளைக் கட்டிக் கொண்டு, கேள்வி வரும்வரை பொறுமையாய் இருந்தார். மிகவும் மரியாதை தெரிந்த பெண்ணாய் அவர் தோன்றினார் - ஆனால் புத்திசாலியாக அல்ல.

டெபன்ஹாமைக் கையாண்ட அணுகுமுறையிலிருந்து முழுக்கவும் மாறுபட்ட ஒன்றாய் இருந்தது, பொய்ரெட் ஹில்டே-கார்டே ஷ்மிடிட்டை அணுகிய முறை.

அப்பெண்மணியை வசதியாக்கிவிடும் பொருட்டு மிகவும் கனிவாகவும் ஆதரவாகவும் ஆகிப் போனார். அவருடைய பெயர், முகவரி போன்றவற்றை எழுதச்சொல்லி வாங்கிக்கொண்டதும், மெதுவாய்க் கேள்விகளுக்குள் நழுவினார். உரையாடல்கள் ஜெர்மன் மொழியில் இடம்பெற்றன.

"நேற்று இரவு என்ன நடந்தது என்பதை, எத்தனை முடியுமோ அத்தனையும் அறிய விரும்பறோம்" என்றார். "கொலைபற்றி உங்களால அதிகத் தகவல்களைத் தரமுடியாது என்பது எங்களுக்குத் தெரியும். ஆனா நீங்க ஏதாவது கேட்டிருக்கலாம்... அல்லது எதையாவது பார்த்திருக்கலாம். உங்களுக்கு அது முக்கியமா இல்லாவிட்டாலும், எங்களுக்கு அது விலைமதிப்பற்றதா இருக்கும். விளங்குதா?"

விளங்கியதைப்போல தெரியவில்லை. அவரது பரந்த கனிவான முகம், "எனக்கு ஒண்ணும் தெரியாது, ஸார்" என்ற பதில் தந்தபோது முட்டாள்தனமாய் ஆகியிருந்தது.

"வெல், உங்க முதலாளியம்மா உங்களைக் கூப்பிட்டனுப்பினது உங்களுக்குத் தெரியும்."

"அது தெரியும், யெஸ்."

"அப்ப நேரம் என்னன்னு ஞாபகமிருக்கா?"

"இல்ல, ஸார். ட்ரெயின் ஆள் வந்து சொன்னபோது நான் தூங்கிக்கிட்டிருந்தேன்."

"யெஸ், யெஸ். இப்படி உங்களை அவங்க கூப்பிட்டனுப்புவது என்ன வாடிக்கையா?"

"இது ஒண்ணும் அசாதாரணமானது கிடையாது, ஸார். அவங்களுக்கு ராத்திரியில அடிக்கடி ஆள் தேவைப்படும். அவங்க நல்லா தூங்க மாட்டாங்க."

"ஆக உங்களுக்குச் சேதி வந்தது. நீங்க எழுந்தீங்க. அப்போ ட்ரெஸ்ஸிங் கவுன் போட்டுக்கிட்டீங்களா?"

"நோ, ஸார். சில துணிகளைப் போட்டுக்கிட்டேன். என் முதலாளியம்மாகிட்டே ட்ரஸ்ஸிங் கவுன் போட்டுக்கிட்டுப் போக எனக்குப் பிடிக்காது."

"ஆனாலும் அது ஒரு நல்ல ட்ரஸ்ஸிங் கவுன், இல்லையா - இரத்தச்சிகப்பு நிறத்துல?"

நிறம்பற்றிய இந்த வர்ணிப்பே அவரைக் கண்ணகல ஆக்கியது. ''அது ஒரு டார்க் ப்ளூ, ஸார்.''

''ஆஹ்! தொடரலாம். நீங்க நேரா மேடம்கிட்டே போனீங்க. அங்கே போனதும் நீங்க என்ன பண்ணினீங்க?''

''அவங்களுக்கு மஸாஜ் பண்ணிவிட்டேன். பிறகு சத்தமா படிச்சேன். நான் சத்தம் போட்டுப் படிக்கும்போது நல்லாவே இருக்காது - ஆனா முதலாளியம்மா அதெல்லாம் பரவாயில்லைனு சொல்வாங்க. அதுதான் அவங்களைத் தூங்க வெக்குதாம். அவங்களுக்குத் தூக்கம் வந்ததும் என்னைக் கிளம்பிப் போகச் சொன்னாங்க. ஆகவே புத்தகத்தை மூடிட்டு என் கம்பார்ட்மெண்ட்டுக்கு வந்துட்டேன்.''

''அப்போ மணி என்னன்னு தெரியுமா?''

''நோ, ஸார்.''

''வெல், நீங்க எவ்ளோ நேரம் மேடமுடன் இருந்தீங்க?''

''அரைமணி நேரம் இருக்கும்.''

''குட், தொடருங்க.''

''கூடுதலா ஒரு போர்வையை என் கம்பார்ட் மெண்ட்டிலிருந்து எடுத்துப்போய் அம்மாவுக்குக் கொடுத்தேன். ஹீட்டிங் பண்ணிக்கூட கடுங்குளிரா இருந்தது. அவங்க மேல அதைப் போர்த்தினேன். அவங்க குட் நைட் சொன்னாங்க. கொஞ்சம் தண்ணீர் ஊற்றி வெச்சேன். அப்புறம் விளக்கை அணைச்சுட்டு அவங்களை விட்டுட்டு வந்துட்டேன்.''

''இதுக்கப்புறம்?''

''மேற்கொண்டு எதுவும் இல்ல, ஸார். என் கேரேஜுக்கு வந்து நான் தூங்கிட்டேன்.''

''காரிடார்ல நீங்க யாரையுமே பார்க்கலியா?''

''நோ, ஸார்.''

''உதாரணத்துக்குக் கேட்கிறேனே: ட்ராகன் போடப்பட்ட இரத்தச்சிகப்பு நிற கவுன் அணிந்த ஒரு நபரை நீங்க பார்க்கலியா?''

அவருடைய மிருதுவான கண்கள் கேட்டவரின்மீது பிதுங்கி விழுந்தன.

''அப்படியெல்லாம் எதுவும் இல்ல, ஸார். ட்ரெயின் பணியாளைத் தவிர வேற ஒரு நாதி இல்லை ஸார். எல்லாரும் தூங்கிக்கிட்டிருந்தாங்க.''

''நீங்க கண்டக்டரைப் பார்த்தீங்க?''

''யெஸ், ஸார்.''

''அவர் என்ன பண்ணிக்கிட்டிருந்தார்?''

''ஒரு கம்பார்ட்மெண்ட்டுக்குள்ளிருந்து அவர் வெளியே வந்தார், ஸார்.''

''வாட்?'' என்று முன்னுக்கு வந்தார் பௌக். ''அது எந்தக் கம்பார்ட்மெண்ட்?''

ஹில்டே-கார்டே ஷ்மிடிட் மீண்டும் அலறியவராய் ஆகிவிட, கடிந்து கொண்டு கையாலாகா பார்வையை தனது நண்பன் நோக்கி வீசி அடக்கினார் பொய்ரெட்.

பிறகு ''இதுல என்ன தப்பிருக்கு?'' என்று தொடர்ந்தார். ''எத்தனையோ பேர் கண்டக்டரை மணியடிச்சு கூப்பிடுவாங்க. ஆனா அது என்ன கம்பார்ட்மெண்ட்டுனு உங்களுக்கு நினைவிருக்கா?''

''கோச்சின் மையப்பகுதி அது, ஸார். மேடம் கம்பார்ட்மெண்ட்டிலிருந்து ரெண்டு அல்லது மூன்று கம்பார்ட்மெண்ட்டுகள் தள்ளி வரும்.''

''ஒரு கம்பார்ட்மெண்ட்டிலிருந்து வெளியே வந்த அவர் அப்படியே உங்க மேல மோதிக் கொண்டார், ஆங்? எந்தத் திசையில அவர் போனார்?''

‘‘என் திசையில, ஸார். என்னை நோக்கி. என்னிடம் மன்னிப்பு கேட்டுவிட்டு டைனிங் பெட்டி நோக்கிப் போனார். ஓர் அழைப்பு மணி அடிக்க ஆரம்பிச்சது. ஆனா அதுக்கு அவர் பதில் தரப் போனதுமாதிரி தெரியல.’’

இங்கு தாமதித்து விட்டு அவர் சொன்னார்: ‘‘எனக்கு விளங்கலே. இதெப்படி---?’’

பொய்ரெட் ஊக்கப்படுத்தும்விதமாய்ப் பேசினார்: ‘‘எல்லாம் காலநேரத்தைப் பொறுத்த விஷயங்கள். இந்தக் கண்டக்டர் ஓடிக்கிட்டே இருந்திருக்கான் - முதல்ல உங்களை எழுப்பியிருக்கான். அப்புறம் மணிகளுக்குப் பதில் தரணும்.’’

‘‘இது என்னை எழுப்பிய கண்டக்டர் கிடையாது, ஸார். இது வேற ஒருத்தன்.’’

‘‘ஆஹ், வேற ஒருத்தன்! அவனை ஏற்கெனவே நீங்க பார்த்திருக்கீங்களா?’’

‘‘நோ, ஸார்.’’

‘‘ஆஹ்! அவனை மறுபடியும் பார்த்தால் உங்களால அடையாளம் காட்ட முடியும்னு தோணுதா?’’

‘‘தோணுது, ஸார்.’’

பொய்ரெட், பௌக்கின் காதில் என்னவோ முணுமுணுத்தார். எழுந்துகொண்ட பௌக், கட்டளை யொன்றைப் பிறப்பிக்க கதவு வரை போனார்.

பொய்ரெட், தனது கேள்விகளைச் சுலபமான தினுசில் நட்புரீதியாய் இழுத்துப் போய்க்கொண்டிருந்தார்.

‘‘நீங்க அமெரிக்காவுக்கு எப்பவாவது போயிருக்கீங்களா, ஹில்டே-கார்டே ஷ்மிடிட்?’’

‘‘கிடையாது, ஸார். அது ஒரு நல்ல நாடா இருக்கணும்...’’

''இறந்த ஆசாமி யார்னு நீங்க கேள்விப்பட்டிருக்கணுமே - அதாவது ஒரு சின்ன குழந்தையைக் கொன்னவன்னு...?''

''யெஸ், கேள்விப்பட்டேன், ஸார். சகிக்க முடியாத சமாச்சாரம். நரித்தனமானது. கடவுள் இப்படிப்பட்ட கண்றாவிகளெல்லாம் நடக்க அனுமதிக்கக் கூடாது. ஜெர்மனியில நாம இப்படி நடந்துப்பது கிடையாது.''

அப்பெண்மணியின் கண்களிலிருந்து கண்ணீர் வந்தது. அவருடைய ஆழமான தாய்மை குணம் அசைக்கப்பட்டது.

''சகிக்க முடியாத அக்கிரமம்'' என்றார் பொய்ரெட், ஆழ்ந்து.

தனது பையிலிருந்து கஞ்சிப்போட்ட ஒரு துண்டுத்துணியை எடுத்து அதனை அவரிடம் தந்தார் பொய்ரெட். ''இது உங்களுடைய கைக்குட்டையா, ஹில்டே-கார்டே ஷ்மிடிட்?''

அதனை அவர் பரிசோதித்தபோது அங்கு அமைதி நிலவியது. பிறகு அவர் நிமிர்ந்து பார்த்தார். ''ஆஹ், நோ!'' என்றார். ''இது என்னுடையது கிடையாது, ஸார்.''

''இதுல H எனும் இனிஷியல் இருக்கு, பாருங்க. அதனாலதான் உங்களுடையதோனு நான் நினைச்சேன்.''

''ஆஹ்! இது ஒரு பொம்பிளை கைக்குட்டை. ரொம்ப விலைமதிப்புள்ளது. கையாலேயே பூவேலைகள் செய்யப்பட்டிருக்கு. பாரீஸ்லிருந்து வந்திருக்குனு சொல்வேன்.''

''இது உங்களுடையது இல்லை... யாருடையது என்றும் தெரியாதா?''

''எனக்கு? ஓ, நோ ஸார்.''

கேட்டுக் கொண்டிருந்த மூன்று பேரில், பொய்ரெட்டுக்கு மட்டுமே, வந்த பதிலிலிருந்த தயக்கம் தென்பட்டது.

பௌக், பொய்ரெட்டின் காதில் கிசுகிசுத்தார். பொய்ரெட் ஆமோதித்துத் தலையசைத்து விட்டு அப்பெண்மணியிடம் சொன்னார்: "ஸ்லீப்பிங் பெட்டியின் மூன்று பணியாட்களும் இப்ப இங்கே வரப் போறாங்க. நீங்க உங்க பெட்டியிலிருந்து போர்வை எடுத்துக்கிட்டு உங்க முதலாளியம்மாவுடைய பெட்டிக்குப் போனபோது சந்திச்ச ஆள் யார்னு இப்ப அடையாளம் காட்டணும்..."

மூன்று ஆடவர்களும் வந்தார்கள். பியாரி மிச்சல், ஏதென்ஸ்-பாரீஸ் கோச்சின் அகண்ட பெரிய பணியாள் மற்றும் புகாரெஸ்ட் கோச்சின் குண்டு பணியாள்.

ஹில்டே-கார்டே ஷ்மிடிட் அவர்களனைவரையும் பார்த்த கையோடு மறுப்பாய்த் தலையசைத்து விட்டார். "நோ, ஸார்" என்றார். "நேற்றிரவு நான் பார்த்த ஆள், இவங்கள்ல ஒருத்தரும் கிடையாது."

"ஆனா இவங்கதான் ட்ரெயின்ல இருக்கும் கண்டக்டர்கள். ஆக, நீங்க தவறுதலா புரிஞ்சுக்கிட்டிருக்கணும்."

"நான் நிச்சயமாத்தான் இருக்கேன், ஸார். இவங்க எல்லாம் உசரமான, தடித்த ஆம்பிளைங்க. நான் பார்த்தது, குள்ளமான, கறுத்த ஆள். 'மன்னிக்கணும்' என்று சொன்ன அவன் குரல் சத்தற்ற பெண்ணுடைய குரல்போல இருந்தது. ஆமாம் ஸார்... அந்தாளை எனக்கு நல்லா ஞாபகமிருக்கு."

அத்தியாயம் 13

பிரயாணிகள் தந்த சாட்சிகளின் பொழிப்புரை

"பெண் குரல் கொண்ட ஒரு குள்ள கறுப்பு ஆசாமி" - சொன்னார் பௌக்.

மூன்று கண்டக்டர்களும், ஹில்டே-கார்டே ஷ்மிடிட்டும் அனுப்பப்பட்டிருந்தார்கள்.

"எனக்கு ஒரு மண்ணும் புரியல - ஒண்ணுமே புரியல! இந்த ரேச்சட் சொல்லிக்கிட்டிருந்த அவருடைய எதிரி ட்ரெயின்லேயே இருந்திருக்கானா என்ன? அவன் இப்ப எங்கே? காத்தில கரைஞ்சிருப்பானா? என் தலை, அது சுத்துது. ஏதாவது பேசுங்க மை ஃப்ரண்ட், ப்ளீஸ். அசாத்தியமான ஒரு விஷயம் எப்படிச் சாத்தியமாகும்னு காட்டுங்க!"

"கவிதை வரிகள், நீங்க சொன்னது" என்றார் பொய்ரெட். "அசாத்தியமான ஒன்று நடந்திருக்க முடியாது. ஆகவே, அசாத்தியம்னு நாம சொல்லுவது சாத்தியமான ஒன்றாத்தான் இருக்கணும் - அந்த உண்மை தெரியாமல் திரை போடப்பட்டிருந்தாலும்!"

"அப்படின்னா நேற்றிரவு ட்ரெயின்ல என்னதான் நடந்ததுனு சீக்கிரமா எனக்கு விளக்குங்க."

"நான் ஒண்ணும் மந்திரவாதி கிடையாது நண்பா, மை போட்டு வித்தை காட்ட! நானும் உங்களைப்போலவே

எதுவும் விளங்காத நிலையிலதான் இருக்கேன். இந்த கேஸ் விளங்காத ஒரு பாதையில முன்னேறிக்கிட்டிருக்கு.''

''இது முன்னேறவும் இல்ல, ஒரு மண்ணும் இல்ல. அப்படியே குத்துக்கல்லாட்டம் ஆரம்பிச்ச இடத்துலயே இருக்கு.''

பொய்ரெட் மறுப்பாய்த் தலையசைத்தார். ''அப்படிச் சொல்லக் கூடாது. நாம ரொம்பவுமே முன்னேறியிருக்கோம். நமக்கு இப்ப சில விஷயங்கள் தெரியும். பிரயாணிகள் அனைவருடைய வாக்குமூலத்தையும் நாம கேட்டிருக்கோம்.''

''அதெல்லாம் நமக்கு எதை வெளிச்சம் போட்டுக் காட்டியிருக்கு? நத்திங்.''

''ம்ம் - நான் ஒப்புக்க மாட்டேன், ஃப்ரண்ட்.''

''நான் கொஞ்சம் மிகைப்படுத்திச் சொல்லியிருக்கலாம். நம் அறிதலுக்கு உதவும்படியா கூடுதலா கொஞ்சம் தகவல் கிடைச்சிருக்கு. அந்த அமெரிக்கன், ஹார்ட்மேன் மற்றும் ஜெர்மன் பணிப்பெண் ஆகியோர் தகவல்கள் தந்திருக்காங்க. ஆனா என்ன பயன்? ஆரம்பத்துல முட்டாள்தனமா தெரிந்த இந்தக் கொலை சமாச்சாரத்தை மேலும் அடிமுட்டாள்தனமா ஆக்கியதுதான் மிஞ்சியிருக்கு...''

''நோ, நோ, நோ'' என்றார் பொய்ரெட் ஆறுதலாய்.

பௌக், சொன்னவரை நேராய்ப் பார்த்தார். ''அப்ப சொல்லுங்க. பொய்ரெட் புத்திசாலித்தனமா என்ன சொல்லப் போறார் என்பதையும்தான் நாங்களும் கேட்கிறோம்...''

''உங்களைப்போல நானும் புதிர்போடப்பட்டவனாய் விழி பிதுங்கிக்கிட்டிருக்கேன்னு இப்பத்தானே சொன்னேன்! இருந்தாலும் இந்தக் கொலை விஷயத்தை நாம எதிர்கொள்வோம். சாட்சிகள் கிடைச்சிருக்கு.

நம்மிடம் உள்ள அந்த உண்மைகளை வரிசைக்கிரமமா ஓர் ஒழுங்கோடு அடுக்கி வெப்போம்.''

''ப்ளீஸ், செய்வோம்'' என்றார் டாக்டர் கான்ஸ்டன்டைன்.

பொய்ரெட் தொண்டையைச் செருமிக் கொண்டார். தனக்கு முன்னாலிருந்த ஒரு தாளை நேர்செய்தார்.

''இந்த நொடியில கேஸ் எப்படி நின்னுக்கிட்டிருக்கோ, அந்த நிலைமையிலேயே வெச்சு இவ்வழக்கை நாம பரிசோதிப்போம். முதல்ல, இதுல சில மறுக்க முடியாத உண்மைகள் இருக்கு. இந்த ஆசாமி ரேச்சட், அல்லது கெஸட்டீ, நேற்றிரவு பன்னிரெண்டு இடங்களில் குத்தப்பட்டுக் கொல்லப்பட்டிருக்கார். இது நிஜம் நம்பர் ஒன்.''

கிண்டல் தொனிக்க, ''என்னே ஒரு கண்டுபிடிப்பு'' என்றார் பௌக்.

பொய்ரெட்டுக்கு இதெல்லாம் உறைக்கவே இல்லை. அவர் சாந்தமாய் முன்னேறினார்.

''நானும் கான்ஸ்டன்டைனும் சில விசித்திர காட்சிகளைப்பற்றி முன்னாலேயே பேசியிருக்கோம்... தற்போதைக்கு அதை நான் ஒதுக்கிடறேன். என் மூளையைப் பொறுத்தமட்டில், அடுத்த நிஜம், கொலை நடந்த நேரம்.''

''இதுவும், நமக்குத் தெரிந்துள்ள சில தகவல்களில் ஒன்றுதானே'' என்றார் பௌக். ''இன்னிக்கு விடிகாலையில ஒண்ணேகால் மணிக்குக் கொலை நடந்திருக்கு. இதுதான் சரினு எல்லா சாட்சிகளும் ஒண்ணா நிக்குது.''

''எல்லா சாட்சிகளும் நிக்கல. நீங்க மிகைப்படுத்தறீங்க. நிறைய சாட்சிகள் இந்த நிஜத்துக்கு ஆதரவா இருக்கு - யெஸ்.''

‘‘என்னோட இந்தக் கருத்தையாவது ஏற்றுக் கொள்வதற்கு, நன்றிகள்.’’

குறுக்கீட்டால் உலுக்கப்படாமல் அமைதியாக முன்னேறினார், பொய்ரெட்.

‘‘நமக்கு முன்னாடி மூன்று சாத்தியக்கூறுகள் இருக்கு.

‘‘ஒன்று: கொலை, நீங்க சொல்வதைப்போலவே, ஒண்ணேகாலுக்கு நடந்திருக்கு. இது ஜெர்மன் பொம்பிளை ஹில்டே-கார்டே ஷ்மிடிட் தந்த சாட்சியத்தால் ஊர்ஜிதப்படுத்தப்படுது. டாக்டர் கான்ஸ்டன்டைன் தரும் சாட்சியுடன் இது பொருந்துது.

‘‘இரண்டு: கொலை, ஒன்றே காலுக்கு அப்புறமா நடந்திருக்கு... ஆகவே அந்த வாட்ச் தரும் சாட்சியம், வேண்டுமென்றே போலியாக செட்-அப் செய்யப்பட்டது.

‘‘மூன்று: கொலை, ஒன்றே காலுக்கு முன்னாடி நடந்திருக்கு... இதிலும், வாட்ச் சாட்சியம், ஒரு செட்-அப்.

‘‘இப்ப, பல சாட்சிகள் இருப்பதால் முதல் சாத்தியக்கூறுதான் நடந்திருக்க முடியும்னு நாம எடுத்துக்கிட்டா, இதிலிருந்து விளையும் இன்ன பிற சில நிஜங்களையும் நாம ஏற்றுக்கிட்டாகணும். துவக்கமாய்: கொலை ஒன்றே காலுக்குத்தான் நடந்திருக்குனா, கொலைகாரன் ட்ரெயினிலிருந்து வெளியேறியிருக்க முடியாது... இதிலிருந்து விளையும் கேள்விகள்: *அவன் எங்கே? யார் அவன்?*

‘‘இதுக்கு, கையிலிருக்கும் சாட்சிகளை ஜாக்கிரதையா பரிசோதிப்போம். பெண் குரல் கொண்ட ஒரு குள்ள கறுப்பு ஆசாமி - இப்படியொரு ஆள் இருக்கான் என்று ஊர்ஜிதப்படுத்தும் சாட்சியை நாம கேட்டிருக்கோம். ஹார்ட்மேன் சொன்னார். இப்படியொருத்தனைப்பற்றி ரேச்சட் குறிப்பிட்டு இவனுக்காகக் காவலிருக்குமாறு அவர்

கேட்டுக் கொண்டதாய் ஹார்ட்மேன் சொன்னார். இந்த உரையாடலுக்கு நமக்குச் சாட்சி கிடையாது. ஹார்ட்மேனின் வார்த்தைகள் மட்டுமே சாட்சி. அடுத்து ஒரு கேள்வியை நாம பரிசோதிப்போம்: தன்னையொரு நியூயார்க் ஏஜென்ஸி சார்ந்த துப்பறியும் அதிகாரினு இவர் சொல்லிக்கிறாரே - நிஜந்தானா இது?

''இந்தக் கேஸ்ல என்னை ஈடுபடுத்தும் ஒரு சமாச்சாரம் என்னன்னா, இதுல இருக்கும் எந்த சாட்சியத்தையும் நம்மால போலீஸ் துணைகொண்டு அலச முடியாது என்பதுதான்! இருக்கும் எவருடைய நடவடிக்கைகளையும் நம்மால போலீஸ் கொண்டு ஊர்ஜிதப்படுத்திக்க முடியாது. நாம எடுக்கும் முடிவுகளை மட்டுமே நாம நம்பியிருக்க வேண்டிய ஒரு கட்டாயம். இது, இவ்வழக்கை, எனக்கு மிகப் பிடிச்ச ஒரு வழக்கா ஆக்கிடுச்சு! வழக்கமா செய்யக்கூடிய எவ்வித விசாரணை அணுகுமுறையும் முடியாது. முழுக்க முழுக்கச் சாதுர்யத்தையும் புத்திசாலித்தனமான தீர்வையுமே நம்பியிருக்கும் ஒரு கேஸ்! உதாரணத்துக்கு, என்னை நானே கேட்டுக்கறேன்: 'மிஸ்டர் ஹார்ட்மேன் சொல்வதை ஏத்துக்கலாமா?' இதுக்கு நானே ஒரு முடிவெடுத்து எனக்கு ஒரு பதிலைத் தரேன்: 'யெஸ்.' ஹார்ட்மேன் தன்னைப்பற்றிச் சொல்வதை ஏத்துக்கலாம் என்ற கருத்து எனக்கிருக்கு.''

''உள்ளுணர்வு சொல்வதை நீங்க அப்படியே எடுத்துப்பீங்க, போலிருக்கு...'' என்றார் கான்ஸ்டன்டைன்.

''கிடையவே கிடையாது. சாத்தியப்படுமா என்பதுல நான் நம்பிக்கை உள்ளவன். ஹார்ட்மேன் ஒரு போலி பாஸ்போர்ட்டுல பிரயாணிச்சுக்கிட்டிருக்கார். இதுவே உடனடியா அவரை ஒரு சந்தேகப் பொருளா முன்நிறுத்தும். ஸ்தலத்துக்குப் போலீஸ் வந்ததுனா, வந்தவுடனே அது செய்யும் முதல் காரியம், இந்த ஹார்ட்மேனைத் தன்

கஸ்டடியில வைப்பதாய்தான் இருக்கும். வெச்சுட்டு, தன்னைப்பற்றி இவன் சொல்பவை சரிதானானு ஊர்ஜிதப்படுத்திக்க ஆரம்பிக்கும். இப்படி ஒவ்வொரு பாஸெஞ்ஜர்ஸூக்கும் அவங்க பூர்வீகத்தைச் சரிபார்ப்பது கடினம்... சொல்லப்போனால், மற்ற யாரிடமும் எவ்வித சந்தேகமும் இல்லாததால, அவங்களைப் பற்றிய போலீஸ் விசாரணை தேவையா இருக்காது. ஆனா ஹார்மேன் கேஸ் வேற. அவர் தன்னைப் பற்றிச் சொல்லிக் கொள்வதைப் போலவே துப்பறிபவரா இருக்கலாம்... அல்லது, இல்லாமலும் ஆகலாம்.''

''அவரைச் சந்தேகப் பட்டியலிலிருந்து நீங்க தள்ளி வெச்சிருக்கீங்களா?''

''நாட் அட் ஆல். நீங்க என்னைத் தப்பா புரிஞ்சுக்கறீங்க. இந்த அமெரிக்க ப்ரைவேட் டிடெக்டிவ்வுக்கும்கூட, ரேச்சட்டைக் கொன்னுப்போட ஏதாவது தனிப்பட்ட துவேஷம் இருக்கலாம். நான் என்ன சொல்ல வரேன்னா, அவர் தன்னைப்பற்றித் தானே என்ன சொல்லிக்கிறாரோ அதை ஏற்றுக்கொள்ளலாம் - அவ்வளவுதான். இதை மீறி எதுவும் கிடையாது. நாம ஏற்றுக்கொள்ளும்பட்சத்தில், அவர் சொன்னாரே ஒரு கதை - இந்த ரேச்சட் தன்னைப் பாதுகாக்க இவரை உளவாளியா நியமிச்சார்னு - இது, நடக்க முடியாத ஒண்ணு கிடையாது... சாத்தியமே. உண்மையாக இல்லாவிட்டாலும், ஒரு ப்ரைவேட் டிடெக்டிவ்விடம் நாடக்கூடிய உதவிதானிது. சரி... இக்கதை உண்மைதான்னு நாம எடுத்துக்கொண்டால், இதனை ஊர்ஜிதப்படுத்த ஏதாவது வழி தேடணும். அந்த ஊர்ஜிதம் ஓர் எதிர்பாராத இடத்துல நமக்குக் கிடைக்குது - ஹில்டே-கார்டே ஷ்மிடிட்டின் சாட்சியத்துல. வாகன் லிட் சீருடையில அவங்க பார்த்ததா சொல்லும் மனிதனுடைய வர்ணிப்பு துளி மாறாமல் அப்படியே

ஒத்துப்போகுது. இந்த இரு கதைகளுக்கும் வேறு எங்காவது ஊர்ஜிதம் இருக்கா? இருக்கு. தனது கம்பார்ட்மெண்ட்டுல மிஸஸ் ஹப்பார்ட் கண்டெடுத்த பட்டன். இதனை மேலும் பலப்படுத்தும் ஒரு ஸ்டேட்மெண்ட் இருக்கு - இதை நீங்க ரெண்டு பேரும் கவனிச்சிருக்க மாட்டீங்க.''

''என்னது அது?''

''மெக்குயின் மற்றும் ஆர்புத்ராட் ஆகிய ரெண்டு பேருமே, கண்டக்டர் அவங்க கேரேஜைக் கடந்து போனதாகச் சொன்னது நிஜம். இந்தத் தகவலுக்கு அவங்க ரெண்டு பேருமே தரவேண்டிய முக்கியத்துவத்தைத் தரலே... ஆனா ஃப்ரண்ட்ஸ், சில குறிப்பிட்ட சந்தர்ப்பங்களைத் தவிர மற்ற எந்த நேரத்திலும் தன்னுடைய இருக்கையிலிருந்து விலகவே இல்லைன்னு சொல்றான், பியாரி மிச்சல். கவனிங்க... அவங்க ரெண்டு பேரும் உட்கார்ந்திருந்த கம்பார்ட்மெண்ட்டையும் தாண்டி வருமாறு கண்டக்டரை யாரும் கோச்சின் கடைக்கோடிக்குக் கூப்பிடப் போவது கிடையாது - ஓ கே!

''ஆக, இந்தக் கதை - வாகன் லிட் ட்ரெயின் யூனிபார்ம் போட்டுக்கிட்டிருந்த குள்ள-கறுத்த-பெண்குரல் ஆசாமி கதை - நேரடியாகவோ, எதிர்மறைவாகவோ, நாலு பேருடைய அத்தாட்சியில நிலைச்சிருக்கு.''

''இங்கே ஒரு சின்ன பாயிண்ட்'' என்றார் டாக்டர் கான்ஸ்டன்டைன். ''ஹில்டே-கார்டே ஷ்மிடிட் சொல்வது உண்மை என்றால், மிஸஸ் ஹப்பார்டின் அழைப்பு மணிக்காக வந்தபோது இவரை வழியில பார்த்ததா ஏன் கண்டக்டர் சொல்லவில்லை?''

''அது விளக்கப்பட்டாச்சுனு நினைக்கறேன். மிஸஸ் ஹப்பார்டின் மணியோசைக்குப் பதில் சொல்லக் கண்டக்டர் வந்தபோது, பணிப்பெண் அவளுடைய முதலாளியம் மாவுடைய கம்பார்ட்மெண்ட்டுல

இருந்திருக்காங்க. அவங்க கடைசியா தன்னுடைய கம்பார்ட்மெண்ட்டுக்கு திரும்பிய பிறகு மிஸஸ் ஹப்பார்ட் கம்பார்ட்மெண்ட்ல கண்டக்டர் இருந்திருக்கார்.''

இருவரும் முடிக்கும்வரை பொறுமையற்றுக் காத்திருந்தார் பௌக். ''ஆமாமாம்'' என்றார் பொறுமையிழந்து. ''உங்க அணுகுமுறையை நான் பாராட்டும் அதே சமயத்துல, இப்படிப் படிப்படியா நீங்க முன்னேறும்விதத்தால, நாம கைல வெச்சிருக்கும் பாயிண்ட்டுக்கே நீங்க இன்னும் வரலேனு சொல்லிக்க விரும்பறேன். இப்படியொருத்தன் இருக்கான் என்பதை நாம எல்லோருமே ஒத்துக்கறோம். இதுல பாயிண்ட்: *அவன் எங்கே போனான்?''*

கண்டிக்கும்விதமாய்த் தலையசைத்தார் பொய்ரெட். ''தவறு பண்றீங்க. குதிரைக்கு முன்னால வண்டியைக் கட்டறீங்க - இது தப்பு. 'இந்த ஆசாமி எங்கே மறைஞ்சு போனான்?' என்ற கேள்வியை எனக்கு நானே கேட்டுக் கொள்வதற்கு முன்னால் நான் கேட்டுக் கொள்ளும் கேள்வி: 'அப்படி ஓர் ஆசாமி நிஜத்துல இருக்கானா?' ஏன்னா, யூ ஸீ, இந்த ஆசாமி ஒரு செயற்கை கண்டுபிடிப்புனா, கற்பனை பாத்திரம்னா - ஓஹ், அவனை உடனடியா அழிப்பதுதான் எத்தனை சுலபம்! ஆகவே, முதல்ல, இரத்தமும் சதையுமா அப்படியொருத்தன் இருந்தான் எனும் நிஜத்தை நான் நிலைநிறுத்த முயற்சிக்கறேன்.''

''அப்படியொருத்தன் இருந்தான் என்ற முடிவுக்கு வந்தபிறகு, நண்பா... அவன் இப்ப எங்கே?''

''இதுக்கு ரெண்டே ரெண்டு விடைகள்தான் இருக்கு, ஃப்ரண்ட். அப்படியொரு இடத்துல பதுங்க முடியுமானு நாம நினைச்சுக்கூட பார்த்திராத ஒரு பதுங்குமிடத்துல, இன்னும் அவன் ட்ரெயினிலேயே இருக்கான். இல்லேனா, அவன், இரட்டை ஆசாமி. அதாவது அவனேதான் ரெண்டு பேரும்: ரேச்சட் நினைத்துப் பயந்தவன், மற்றும்

ரேச்சட்கூட கண்டுபிடிக்க முடியாத அளவுக்கு மாறுவேஷத்தில் இதே ட்ரெயினில் பிரயாணிக்கும் ஒரு பிரயாணி.''

முகத்தில் பிரகாசம் உருவாக, ''இது ஓர் செம ஐடியா'' என்றார் பௌக். ஆனால் முகம் மீண்டும் இருண்டது. ''ஆனா ஒண்ணு இடிக்குது---''

பொய்ரெட் அவரை முந்திக்கொண்டு, ''ஆசாமியின் உயரம்? இதுதானே?'' என்றார். ''ரேச்சட்டுடைய பணியாளைத் தவிர, இங்கிருக்கும் எல்லாருமே பெரிய ஆளுங்க - இத்தாலியன், கர்னல் ஆர்புத்ராட், ஹெக்டர் மெக்குயின், பிரபு ஆந்த்ரநேயீ. இது, பணியாளைத் தற்போதைக்கு ஒதுக்கி வைக்குமாறு நம்மைத் தூண்டுது. ஆனா இதுல இன்னொரு சாத்தியக்கூறும் இருக்கு. 'பெண்குரல்' என்பதை ஞாபகத்துல வெச்சுக்கங்க. இது ரெண்டு வழிகளை நம்முன் வெக்குது. இந்த ஆசாமி மிக அழகா ஒரு பெண்ணைப்போல மாறுவேஷத்துல இருக்கணும்... இல்ல, அந்த ஆசாமி, நிஜமாகவே ஒரு பெண்ணா இருக்கணும். உயரமான ஒரு பொண்ணு ஆண் உடையில இருக்கும்போது குள்ளமா தெரிவா.''

''ஆனா நிச்சயமா ரேச்சட்டுக்குத் தெரிஞ்சிருக்கணுமே---''

''பெர்ஹேப்ஸ், அவருக்குத் தெரியும். அவரது உயிரை வாங்க ஆண் உடையில போவதுதான் சரின்னு முடிவெடுத்து, இந்தப் பெண் ஏற்கெனவே கொலை முயற்சி பண்ணியிருக்கணும். இதே முயற்சியைத்தான் அவ மறுபடியும் செய்வானு ஊகிச்ச ரேச்சட், அதனாலதான் ஓர் ஆணுக்காக எச்சரிக்கையா பார்த்துக்கிட்டிருக்கும்படி சொல்லியிருக்கார். அதனாலதான் 'பெண்குரல்'னு கோடிக்காட்டியிருக்கார்.''

''இது சாத்தியமே'' என்றார் பௌக். ''ஆனால்---''

‘‘கவனிங்க, மை ஃப்ரண்ட். இங்கே நான், டாக்டர் கான்ஸ்டன்டைன் குறிச்சு வெச்சிருக்கும் முன்னுக்குப்பின் முரணான சில விஷயங்களை உங்களுக்குச் சொல்லணும்னு நினைக்கிறேன்.’’

மரணித்தவரின் உடலில் உள்ள காயங்கள்பற்றித் தானும் டாக்டரும் சேர்ந்து முடிவெடுத்த தீர்வுகள்பற்றி நீளமாய் விளக்கினார் பொய்ரெட். உறுமிய பௌக், மீண்டுமொருமுறை தனது தலையைப் பிடித்துக் கொண்டார்.

‘‘விளங்குது’’ என்றார் பொய்ரெட் கருணையாய். ‘‘நீங்க எப்படி உணர்வீங்கனு தெரியுது. தலை சுத்துது, இல்ல?’’

‘‘இந்த முழு சமாச்சாரமும் ஒரு தீக்கனா. யெஸ் - கனவுதான்.’’

‘‘யெஸ். இது - அர்த்தமில்லாதது - அபத்தமானது - விகிதாச்சாரமே இல்லாதது - இப்படி நடந்திருக்கவே முடியாதது! இப்படித்தான் நானும் சொல்லிக்கிட்டிருக்கேன் - ஆனா, மை ஃப்ரண்ட், நடந்திருக்கே! நிஜத்திலிருந்து விலகி ஒருத்தரால ரொம்ப நேரம் இருந்துட முடியாது.’’

‘‘பைத்தியம் பிடிக்குது!’’

‘‘அப்படித்தானே? பைத்தியம் பிடிக்க வைப்பதாலேயே, மை ஃப்ரண்ட், இதன் தீர்வு ரொம்ப ஸிம்பிள்னு பல தடவை எண்ண வெக்குது.’’

‘‘ரெண்டு கொலைகாரர்கள்’’ என்று முனகுவதிலிருந்தார் பௌக். ‘‘அதுவும் ஓரியண்ட் எக்ஸ்பிரஸ்ல.’’

இந்த எண்ணமே அவரை ஏறத்தாழ அழ வைத்துவிட்டது.

‘‘இப்ப நாம இந்த கற்பனையாய்த் தோன்றும் நிகழ்வினை ரொம்பவும் அற்புதமான ஒரு நிஜமா ஆக்குவோம்’’ என்றார் உற்சாகமாய்.

"நேற்றிரவு ட்ரெயின்ல மர்மமான முறையில ரெண்டு அந்நியர்கள் இருந்தாங்க. ஹில்டே-கார்டே ஷ்மிடிட், கலோனல் ஆர்புத்ராட் மற்றும் மெக்குயின் ஆகியோர் பார்த்த - மற்றும் - ஹார்ட்மேன் கொடுத்த விவரிப்புக்குப் பொருந்தும், ஒரு வாகன் லிட் கண்டக்டர். சிகப்பு கவுன் அணிந்த ஒரு பெண்ணும் இருந்திருக்கா - உயரமான ஒல்லியான பெண். பியாரி மிச்சல், மேரி டெபன்ஹாம் மெக்குயின் மேலும் நான் - ஆகியோர் பார்த்தோம். கலோனல் ஆர்புத்ராட்டாலும் மோப்பம் பிடிக்கப்பட்டவள். யார் இவள்? ட்ரெயின்ல இருக்கும் யாரும் தங்களிடம் இரத்தச்சிகப்பு நிறங்கொண்ட கவுன் இருப்பதா ஒப்புக்க மாட்டேங்கிறாங்க. இவளும்கூட கரைஞ்சுட்டா! வாகன் லிட் ட்ரெயினின் கண்டக்டரைப் போலவே இவளும் போலியானவளா? இல்லே, இவ முழுக்கவும் வேறுபட்ட ஒருத்தியா? இந்த ரெண்டு பேரும் எங்கே? இந்த விவாதத்துக்கு வழிபண்ணித் தரும் அந்தச் சிகப்பு கவுனும் கண்டக்டர் சீருடையும் எங்கே?"

"ஆஹ்... அப்ப ஒரு விஷயத்தைப் பண்ணியே ஆகணும்" என்று எகிறிவிட்டார் பௌக். "அனைத்துப் பிரயாணிகளின் லக்கேஜுகளையும் தேடிடணும். யெஸ், எதிலாவது இருக்கும்."

பொய்ரெட்டும் எழுந்து கொண்டார். "இங்கே நான் ஒரு துணுக்கு தரப் போறேன்" என்றார்.

"எங்கே இருக்கலாம்னு உங்களுக்குத் தெரியுமா?"

"லிட்டில் ஐடியா எனக்கு இருக்கு."

"சொல்லுங்க, எங்கே?"

"யாராவது ஆணுடைய லக்கேஜிலே நீங்க அந்த இரத்தச்சிகப்பு கவுனைக் கண்டெடுப்பீங்க. வாகன் லிட்

கண்டக்டருடைய சீருடையை நீங்க ஹில்டே-கார்டே ஷ்மிடிட்டுடைய லக்கேஜுல கண்டெடுப்பீங்க.''

''ஹில்டே-கார்டே ஷ்மிடிட்? அப்ப நீங்க---?''

''ம்ம், நான் எதையும் நினைக்கலே. வேணும்னா இப்படிச் சொல்லலாம். ஹில்டே-கார்டே ஷ்மிடிட்தான் குற்றமுள்ளவர்கள்னா, சீருடைய அவங்களுடைய லக்கேஜ்ல இருக்கலாம்... அவங்க குற்றமற்றவர்னா, வெகுளினா, நிச்சயமா இருக்கும்.''

''அதான் எப்படி---'' ஆரம்பித்த பௌக் நிறுத்திக் கொண்டார்.

''என்னது இந்தச் சத்தம்?'' என்று அலறினார். ''நம்மை நெருங்கிக்கிட்டிருக்கே? ஏதோ ஒரு வாகனம் நெருங்குவதைப்போல? என்னது, என்னது அது?''

சத்தம் மிகவும் நெருக்கமாய் ஆனது. கிறீச்சிடும் அலறல்களும் கதறல்களும் கொண்ட பெண்குரல். டைனிங் காரின் ஓரத்திலிருந்த கதவு படாரெனத் திறந்தது. மிஸஸ் ஹப்பார்ட் வெள்ளமாய் உட்புகுந்தார்.

''இது ரொம்ப கொடூரம்'' என்றலறினார். ''கொடூரம், கொடூரம். என்னுடைய ஸ்பாஞ்ச் கைப்பைல. ஸ்பாஞ்ச் கைப்பைல. ஒரு பெரிய கத்தி - முழுக்கவும் இரத்தத்துடன்.''

அப்போது, திடுமென்று முன்னால் நிலைகுலைந்து, பௌக்கின் தோள்களில் வீழ்ந்தார் அவர்.

அத்தியாயம் 14

ஆயுதம் தந்த சாட்சி

தன் மீதிருந்த மயங்கிய பெண்மணியைத் தயங்காது அருகிலிருந்த டேபிளில் விட்டுவிட்டார் பௌக். ரெஸ்டாரண்ட் பணியாள் ஒருவனுக்காக டாக்டர் கத்த அங்கிருந்த ஒருத்தன் ஓடி வந்தான்.

''இவங்க தலையை இப்படிப் பிடி'' என்றார். ''அவங்க விழிக்கும்போது கொஞ்சமா கோக்னாக் குடு. விளங்குதா?''

பிறகு மற்ற இருவரின் பின்னாலும் அவர் ஓடினார். கொலையின்மீதே அவருடைய முழுக் கவனமும் இருந்தது - சும்மா மயங்கி விழும் ஒரு நடுத்தர வயதுப் பெண்மணி அவரைக் கவரவில்லை.

சில நிமிடங்களில் மிஸஸ் எழுந்து உட்கார்ந்தார். பணியாள் கொடுத்த கோக்னாக்கைக் குடித்தார். மீண்டும் பேச ஆரம்பித்து விட்டார்.

''அது எத்தனை கொடூரமான தருணம்னு என்னால சொல்ல முடியாது. என் உணர்வுகளை ட்ரெயின்ல இருக்கும் ஒருத்தராலயும் விளங்கிக்க முடியாது. சின்ன குழந்தையாயிருந்தபோதே நான் ரொம்பவும் பயந்த சுபாவம் உள்ளவளா இருந்தேன். இரத்தத்தைப் பார்த்தாலே... ஓஹ், அதை நினைச்சா இப்பவும் எனக்கு மயக்கம் வருது.''

கோப்பையை மறுபடியும் நீட்டினான் பணியாள்.

''இதைக் குடிப்பேன்னு நினைக்கிறியா? வாழ்க்கை முழுக்க மதுவைத் தொடாதவ நான். ஆனா இது இப்ப மருந்தா இருப்பதால---''

மீண்டுமொரு பருகினார்.

இந்நிலையில், பொய்ரெட்டும் பௌக்கும், டாக்டர் கான்ஸ்டன்டைன் வேகமாய்ப் பின்தொடர்ந்துவர, டைனிங் காரிலிருந்து வெளியேறி, ஸ்டான்பூல் கோச்சின் காரிடரில் வேகமாய் நடந்து, மிஸஸ் ஹப்பார்டின் பெட்டியை நோக்கி முன்னேறிக் கொண்டிருந்தார்கள்.

ட்ரெயினின் அனைத்துப் பிரயாணிகளும் அந்தக் கம்பார்ட்மெண்ட்டின் நுழைவில் வந்து குவிந்திருந்தனர். கோபமாயிருந்த ஒரு பணியாள் அவர்களனைவரையும் ஒதுங்கும்படி சொல்லிக் கொண்டிருந்தான்.

''கொஞ்சம் வழிவிட்டால் நான் உள்ளே போவேன்'' என்றார் பௌக்.

கூடிநின்ற கூட்டத்தினிடையே தன்னுடலைப் பிழியும் அளவுக்கு நுழைத்துக்கொண்டு அவர் உள்ளே போனார், மிக நெருக்கத்தில் பொய்ரெட் வர.

''நீங்க வந்ததுல சந்தோஷம்'' என்றான் கண்டக்டர். பெருமூச்செறிந்தான். ''எல்லாரும் உள்ளே வர முந்தறாங்க. அந்த அமெரிக்கன் லேடி - என்னமா கத்திடுச்சு! அவளையும் கொன்னுட்டாங்கன்னே நினைச்சேன்! ஓடோடி வந்தால், பைத்தியம் பிடிச்ச பொம்பிளை மாதிரி அவங்க கத்திக்கட்டிருந்தாங்க. உங்களைப் பிடிச்சாகணும்னு சொல்லிக்கிட்டே ஓடிட்டாங்க. கத்தோ கத்துனு கத்திக்கிட்டே வந்த அவங்க, வழியில தென்பட்ட எல்லா கம்பார்ட்மெண்ட்டுக்கும் இங்கே என்ன நடந்திருக்குனு சொல்லிக்கிட்டே ஓடினாங்க.''

பிறகு கைநீட்டி அவன் பேசினான்: "அது அங்கே உள்ளேயிருக்கு. நான் தொடலே."

அடுத்த கம்பார்ட்மெண்ட்டுக்கு வழிபண்ணித் தரும் கதவின் பிடியில், பெரிய அகலமான கட்டம் போடப்பட்ட ஒரு ஸ்பாஞ்ச் கைப்பை தொங்கிக் கொண்டிருந்தது. அதன் ஜஸ்ட் அடியில், மிஸஸ் ஹப்பார்டின் கையிலிருந்து விழுந்த நிலையிலிருந்தது, நீளமான ப்ளேட் கொண்ட ஒரு பிச்சுவாக் கத்தி. அதன் ப்ளேடில் துரு போன்ற கறைகளிருந்தன.

அதனை ஜாக்கிரதையாய் மேலே தூக்கினார் பொய்ரெட்.

"யெஸ்" என்றார் அவர். "தவறில்லை. இதோ, நம்மிடம் அகப்படாமல் இருந்த, ஆயுதம்... என்ன டாக்டர்?"

டாக்டர் அதனைப் பரிசோதித்தார்.

"நீங்க அதிகம் ஜாக்கிரதையா இருக்க வேண்டிய அவசியமில்ல" என்றார். "மிஸஸ் ஹப்பார்டின் கைரேகைகள் தவிர்த்து இதுல வேறெந்த ரேகைகளும் இருக்காது."

கான்ஸ்டன்டைனின் பரிசோதனை வெகுநேரம் எடுத்துக் கொள்ளவில்லை.

"இது ஓர் ஆயுதம்" என்றார். "இது, உடலில் நாம பார்த்த காயத்துக்குக் காரணம் சொல்லும்."

"அப்படிச் சொல்லாதீங்க, டாக்டர்... எச்சரிக்கிறேன்."

ஆச்சரியப்பட்டவராய்ப் பார்த்தார் டாக்டர்.

"நாம ஏற்கெனவே நிறைய ஒற்றுமைகளால விழிபிதுங்கிப் போயிருக்கோம். நேற்றிரவு ரேச்சட்டைக் குத்த ரெண்டு பேர் முடிவா இருந்திருக்காங்க. அவங்க ரெண்டு பேரும் ஒரே மாதிரியான ஆயுதத்தைத் தெரிந்தெடுத்திருப்பாங்களா?"

''இதுல ஒற்றுமைகள் இருக்கலாம்'' என்றார் டாக்டர். ''இதைப்போன்ற ஒரே மாதிரியான ஆயிரமாயிரம் பிச்சுவாக்கத்திகள் தினந்தோறும் கான்ஸ்டன்டின்புல் பகுதிக்கு அனுப்பப்பட்டுக்கிட்டிருக்கு.''

பொய்ரெட் தற்போது சிந்தனையுடன் தனக்கு முன்னாலிருந்த கதவினைப் பார்த்தார். பிறகு ஸ்பாஞ்ச் கைப்பையை எடுத்து விட்டுக் கதவின் கைப்பிடியை அசைத்துப் பார்த்தார். கதவு மசியவில்லை. கதவின் கைப்பிடிக்கு ஓரடி மேலே கதவுடைய தாழ்ப்பாள் (போல்ட்) இருந்தது. அதனைத் திறந்துவிட்டு பொய்ரெட் மறுபடியும் தள்ளிப் பார்த்தார். இப்போதும் கதவு மூடியே இருந்தது.

''நாம அந்தப் பக்கத்திலிருந்து தாழிட்டிருந்தோம், நினைவிருக்கா?'' என்றார் டாக்டர்.

''தட்ஸ் ட்ரூ'' என்றார் பொய்ரெட் ஏதோ கவனத்தில். வேறெதையோ அவர் நினைத்துக் கொண்டிருப்பதைப் போலிருந்தது. குழப்பத்தில் இருப்பவரைப்போல அவரது புருவங்கள் குறுகியிருந்தன.

''எல்லாம் ஒத்து வருது, இல்லையா?'' என்றார் பௌக். ''அந்த ஆசாமி இந்தப் பெட்டி வழியா போறான். தனக்குப் பின்னால், தொடர்பேற்படுத்தும் இந்தக் கதவை மூடும்போது ஸ்பாஞ்ச் கைப்பையை உணர்றான். ஒரு சிந்தனை அவனை தட்ட, இரத்தக்கறை படிஞ்ச கத்தியை இந்தக் கைப்பைக்குள் நழுவ விட்டுடறான். பிறகு, மிஸஸ் ஹப்பார்ட்டின் விழிப்புக்குக் காரணமாகிவிட்டது தெரிஞ்சதும், அந்தக் கதவு வழியா காரிடாருக்குள்ளே இறங்கிடறான்.''

''நீங்க சொல்வதைப்போல'' என முணுமுணுத்த பொய்ரெட் ''அப்படித்தான் அது நடந்திருக்கணும்'' என்றார்.

ஆனால் குழப்பமாயும் புதிராகவும் இருந்த அவரது முகபாவம் மாறவில்லை.

''இப்ப என்ன?'' என்று கட்டளையாய்க் கேட்டார் பௌக். ''உங்களைச் சாந்தப்படுத்தாத என்னவோ ஒரு பாயிண்ட் இருக்கு, இல்லையா?''

பொய்ரெட் அவரை வேகமாய்த் திரும்பிப் பார்த்தார். ''அதே பாயிண்ட் உங்களுக்கும் தட்டுப்படலியா? நோ, தெரிலேங்கிறது தெரியுது. ஓ கே, ஒரு சின்ன பாயிண்ட்தான் அது.''

கண்டக்டர் பெட்டிக்குள் எட்டிப் பார்த்தான். சொன்னான்: ''அமெரிக்கன் லேடி வருது.''

சரியான மருத்துவம் தராமல் வந்ததற்காகக் குற்றவுணர்விலிருந்தார் டாக்டர். ஆனால் வந்த மிஸஸோ முழுக்கவும் வேறொரு சமாச்சாரத்தில் கவனம் பதித்திருந்தார்.

கதவில் நுழையும்போதே மூச்சிரைத்தபடி, ''ஒண்ணே ஒண்ணுதான் நான் உங்ககிட்டே சொல்லப் போறேன்'' என்றார். ''இந்தக் கம்பார்ட்மெண்ட்டுல இனி நான் இருக்க முடியாது! மில்லியன் டாலர் குடுங்க - இன்னிக்கு ராத்திரி நான் இங்கே தூங்க மாட்டேன்.''

''ஆனா, மேடம்---''

''நீங்க என்னத்தைச் சொல்வீங்கன்னு எனக்குத் தெரியும். என்னால முடியாது. மறுத்தீங்கன்னா காரிடார்லியே ராத்திரி முழுக்க உட்கார்ந்திருப்பேன்.''

அவர் அழ ஆரம்பித்து விட்டார். ''ஓ! இப்ப என் பொண்ணு இருந்தால், அவளுக்கு விளங்கும் என் பயங்கள். அவ மட்டும் இப்ப இங்கே வந்துட்டால்---''

பொய்ரெட் முடிவாய் இடைபுகுந்தார். ''நீங்க தப்பா புரிஞ்சுக்கிட்டீங்க, மேடம். உங்க கோரிக்கையில

அர்த்தமிருக்கு. உடனடியா உங்க மூட்டைகள் மற்றொரு கம்பார்ட்மெண்ட்டுக்கு மாற்றப்பட்டு விடும்.''

மிஸஸ் ஹப்பார்ட் அவருடைய கைக்குட்டையைக் கீழே இறக்கினார்.

''நிச்சயமா? ஓ, இப்பவே எனக்கு நல்லா ஆகிவிட்டது மாதிரி இருக்கு. ஆனா ட்ரெயின் முழுக்க ஆளுங்க இருக்காங்களே. யாராவது ஆம்பிளைங்க மட்டும்---''

பௌக் பேசினார். ''இந்தக் கோச்சிலிருந்தே உங்க லக்கேஜுகள் மாற்றப்பட்டு விடும், மேடம். அடுத்த கோச் - பெல்கிரேட் வரை உள்ள அந்தக் கோச்சுல உங்களுக்கு ஒரு கம்பார்ட்மெண்ட் ஒதுக்கப்படும்.''

''ஸ்ப்ளெண்டிட். நான் பயந்த பொம்பிளை கிடையாது... ஆனாலும் மரணமடைந்தவரின் அடுத்த கம்பார்ட் மெண்ட்டிலேயே தூங்குவதென்பது---'' நடுங்கினார் அவர். ''என்னைக் கிறுக்குப்பிடிக்க வெச்சுடும்.''

''மிச்சல்'' - அழைத்தார் பௌக். ''இந்த லக்கேஜை யெல்லாம் ஏதென்ஸ்-பாரீஸ் கோச்சுக்கு மாற்று.''

''யெஸ் - இதேபோலவே நம்பர், 3?''

தனது நண்பர் பதிலளிப்பதற்குள் முந்திக்கொண்ட பொய்ரெட் ''நோ'' என்று விட்டார். ''வேற முழுக்கவும் மாறுபட்ட நம்பர் தந்தால் மேடமுக்கு வசதியா இருக்கும்னு நினைக்கிறேன். உதாரணத்துக்கு நம்பர் 12?''

''சரிங்க, ஸார்.''

கண்டக்டர் லக்கேஜுகளை எடுத்துக் கொண்டான். நன்றியோடு பொய்ரெட் பக்கமாய்த் திரும்பினார் மிஸஸ் ஹப்பார்ட்.

''ரொம்ப கருணையா நடந்துக்கிட்டீங்க. உங்களை நான் பாராட்டறேன்.''

‘‘அப்படியெல்லாம் சொல்லாதீங்க மேடம். நீங்க அங்கே வசதியா இருக்க முடியுமான்னு நாங்களே வந்து பார்த்துடறோம்.’’

மூன்று ஆடவர்களும் மிஸஸ் ஹப்பார்டுடன் அவருடைய புதுமனைக்குச் சென்றார்கள். சுற்றிவர பார்த்த மிஸஸ், ‘‘ஃபைன்’’ என்று திருப்தி தெரிவித்தார்.

‘‘பிடிச்சிருக்கா மேடம்? இது, எக்ஸாக்ட்லி நீங்க இருந்த கம்பார்ட்மெண்ட் போலவேதானிருக்கு.’’

‘‘ஆமாம் - என்ன, மறுபக்கம் பார்த்திருக்கு, அவ்ளோதான். அதனால பாதகமில்ல. இந்த ட்ரெயின்கள் முதல்ல ஒரு திசையில போகும்... அப்புறமா மறுதிசையில போகும். ‘எனக்கு என்ஜின் பார்த்த பெட்டி வேணும்’னு என் பொண்ணுகிட்டே சொல்வேன். ‘நீ தூங்கும்போது ஒரு வழியிலும் முழிக்கும்போது மறுவழியிலும் போகும். அதனால வேணாம்மா’ம்பா அவ. அவ சொல்வதும் சரிதான். நேற்று ராத்திரி பாருங்க... நாம பெல்கிரேடுக்கு ஒரு வழியில போனோம்... வெளியில வரும்போது அடுத்த வழியில வந்தோம்.’’

‘‘அதிருக்கட்டும்... இப்ப உங்களுக்குச் சந்தோஷந் தானே?’’

‘‘வெல், முழுக்க சந்தோஷம்னு சொல்லிட முடியாது. இங்கே நாம பனிப்பாறைகளுக்கு நடுவுல அகப்பட்டுக் கிடக்கோம். உதவ ஒரு நாதியில்லை. நாளை மறுநாள் என் கப்பல் கிளம்பிடும்.’’

‘‘மேடம்’’ என்ற பௌக், ‘‘நாம எல்லாரும் இதே நிலையிலதான் இருக்கோம்’’ என்றார். ‘‘நம் ஒவ்வொருவரும்.’’

‘‘இருக்கலாம்’’ என்ற மிஸஸ் ஹப்பார்ட் சொன்னார்: ‘‘ஆனா வேறெந்தப் பிரயாணிக்கும் நட்டநடுநிசியில

அவங்க கம்பார்ட்மெண்ட்டுக்கு மத்தியில ஒரு கொலையாளி நடந்துபோன அனுபவம் கிடையாதே.''

''ஆங்... எனக்கு என்ன இன்னும் விளங்கலேன்னா, மேடம்...'' என்ற பொய்ரெட், ''நீங்க சொல்வதைப்போல, உங்க கம்பார்ட்மெண்ட்டுடன் தொடர்பேற்படுத்தும் அந்த நடுக்கதவு தாழிடப்பட்டிருந்த நிலையில, அந்த ஆள் எப்படி உங்க கம்பார்ட்மெண்ட்டுக்குள்ளே வந்தான்?'' என்றார்.

''ஸ்வீடன் பெண்மணி என் கண்ணுக்கு முன்னாடிதானே பார்த்தாள்...''

''அதே காட்சியை நாம இப்ப மறுபடியும் செஞ்சு பார்த்துடலாமே. நீங்க உங்க படுக்கையில படுத்திருக்கீங்க - ஆங், அப்படித்தான் - உங்களால பார்க்க முடியலேன்னு சொன்னீங்க...''

''முடியலே, அந்த ஸ்பாஞ்ச் கைப்பையால. ஐயோ, நான் இன்னொண்ணு புதுசா வாங்கியாகணும். இதைப் பார்த்தாலே என் வயித்தைக் கலக்குது.''

பொய்ரெட் அந்தக் கைப்பையை எடுத்து அடுத்த பெட்டிக்கு வழிபண்ணும் கதவின் பிடியில் மாட்டித் தொங்கவிட்டார்.

''இப்ப தெரியுது'' என்றார் பொய்ரெட். ''போல்ட், ஜஸ்ட் கைப்பிடிக்கு அடியில வருது. ஸ்பாஞ்ச் கைப்பை அதை மறைக்குது. நீங்க படுத்திருந்த இடத்திலிருந்து போல்ட் போடப்பட்டிருந்ததா இல்லையான்னு உங்களால பார்க்க முடியல.''

''இதைத்தானே நான் உங்ககிட்டே சொல்லிக்கிட்டே இருக்கேன்!''

''அந்த ஸ்வீடன் பெண்மணி, ஒல்ஸன், உங்களுக்கும் கதவுக்கும் நடுவுல நிக்கறாங்க. தள்ளிப் பார்த்துட்டு போல்ட் போட்டிருக்குனு சொல்லிடறாங்க.''

‘‘அப்படியே.’’

‘‘இருந்தாலும் மேடம், அவங்க தப்பு பண்ணியிருக்கலாம். நான் சொல்வதைக் கவனிங்க.’’ பொய்ரெட் விளக்கம் தருவதில் பரபரப்பாய் இறங்கினார். ‘‘போல்ட், துருத்திக்கிட்டிருக்கும் ஒரு சின்ன உலோகம். இதைமாதிரி. வலப்பக்கம் திருப்பினால் கதவு மூடிக்கும். நேரா அப்படியே விட்டுட்டா, மூடாது. ஒருவேளை வெறுமனே கதவை மட்டுமே தள்ளிப் பார்த்துட்டு, நகராத கதவு அந்தப் பக்கம் தாளிடப்பட்டிருந்ததால, உங்க பக்கம் தாளிடப்பட்டிருக்குனு அவங்க சொல்லியிருக்கலாம்.’’

‘‘அப்படின்னா அவங்க முட்டாள்தனமா சொல்லியிருக் காங்கனு அர்த்தம்.’’

‘‘கனிவாகவும், ஆதரவாகவும் இருப்பவர்கள், எப்போதும் புத்திசாலியாக இருப்பது கிடையாது, மேடம்.’’

‘‘அஃப்கொர்ஸ், ஒத்துக்கறேன்.’’

‘‘ஆங்,மேடம்... இந்த வழியில, நீங்க ஸ்மைர்னா போறீங்களா?’’

‘‘நோ. ஸ்டாம்பூல் வந்தேன். என் பெண்ணின் ஃப்ரண்ட் மிஸ்டர் ஜான்ஸன் என்னைச் சந்திச்சு அந்தப் பகுதி முழுவதையும் சுற்றிக்காட்டினார். எனக்கு அது ஒண்ணும் திருப்தி தந்த ஊரா அமையல. அந்த மசூதிகள் - காலைச்சுற்றிக் கனமா இருக்கும் செருப்புகள்... ஆங், எங்கே விட்டேன்?’’

‘‘மிஸ்டர் ஜான்ஸன் உங்களைச் சந்திச்சதா சொல்லிக்கிட்டிருந்தீங்க.’’

‘‘சரி. அவர்தான் என்னை ஸ்மைர்னா கப்பல்ல ஏற்றிவிட்டார். அங்கே என் பெண்ணோட கணவர் காத்திருப்பார். இதையெல்லாம் கேள்விப்பட்டால் அவர் என்ன சொல்வார்! என் பெண்ணுதான் இதுதான் சிறந்த

பாதுகாப்பான வழின்னு சொன்னா. ‘பேசாம உன் கேரேஜ்ல உட்கார்ந்திரு’னு சொன்னா அவ. பார்ரஸ் போய்ச் சேருவே. அங்கே உன்னை அமெரிக்கன் எக்ஸ்பிரஸ் சந்திக்கும்’னு சொன்னா. கடவுளே இப்ப நான் என்ன செய்வேன்? அவங்களுக்கு நான் விஷயத்தைச் சொல்லியாகணும். அதை என்னால இங்கிருந்து இப்ப பண்ணவும் முடியாது. டெரிபிள்---’’

அவரது கண்களில் கண்ணீர்ச் துளிகள் மீண்டும் துளிர்த்தன.

அமைதியில்லாமல் இங்குமங்கும் அலைந்து கொண்டிருந்த பொய்ரெட் கிடைத்த சந்தர்ப்பத்தை அபகரித்துக் கொண்டார்: ‘‘நீங்க அதிர்ச்சியில இருக்கீங்க, மேடம். உங்களுக்குக் கொஞ்சம் டீயும் பிஸ்கெட்டும் கொண்டு வரச் சொல்றேன்.’’

‘‘டீ எனக்கு ஒத்தவருமானு தெரியல’’ என்றார் மிஸஸ் ஹப்பார்ட். ‘‘அது ஆங்கிலேய வழக்கம்.’’

‘‘அப்ப, காபி, மேடம். உங்களுக்கு ஓர் ஊக்கி வேணும் இப்ப.’’

‘‘அந்த கோக்னாக் என் தலையைச் சுற்றியெடுத்துடுச்சு. எனக்குக் காபியே கொடுங்க.’’

‘‘வரட்டும். அதுக்கு முன்னால மேடம்... உங்க லக்கேஜைப் பரிசோதிக்க அனுமதி வேணும்.’’

‘‘எதுக்கு?’’

‘‘எல்லா பிரயாணிகளின் மூட்டைகளையும் நாங்க செக் பண்ணப் போறோம். மறுபடியும் அந்த ஸ்பாஞ்ச் கைப்பை பற்றி ஞாபகப்படுத்தி உங்களைச் சிரமப்படுத்த நான் விரும்பல.’’

‘‘போதும், போதும். தயவுசெய்து என்ன பண்ணணுமோ பண்ணிக்கங்க. மேற்கொண்டு என்னால அந்தக் கத்தி தந்த

அதிர்ச்சி போன்ற எந்த அதிர்ச்சியையும் தாங்கிக்க முடியாது.''

பரிசோதனை சீக்கிரமாய் முடிந்தது. மிஸஸ் ஹப்பார்ட் குறைந்த பொருட்களுடன்தான் பிரயாணித்தார். ஒரு தொப்பி பெட்டி, சாதா சூட்கேஸ் மற்றும் நன்றாய் அடைக்கப்பட்டிருந்த ஒரு பிரயாணப் பை. அனைத்திலுமிருந்தவை சிம்பிளானவை. தன் பெண்ணைப் பற்றிய வம்பளப்பில் மட்டும் மிஸஸ் ஹப்பார்ட் இறங்காமலிருந்திருந்தால் இந்தப் பரிசோதனை ஒரே நிமிடத்தில் முடிந்திருக்கும்.

அத்தியாயம் 15

பிரயாணிகளின் லக்கேஜ்கள் தந்த சாட்சி

"**வெல்**, நாம துவங்கினோம்... வெற்றியடையல" என்றார் பௌக். "அடுத்து யார்?"

"ஒவ்வொரு கேரேஜா போவது சுலபமாயிருக்கும்னு நான் நினைக்கிறேன். அப்படின்னா நாம முதல்ல நம்பர் 16-ல துவங்க வேண்டியுள்ளது. அமைதியான, மிஸ்டர் ஹார்ட்மேன்."

சிகரெட் ஒன்றைப் புகைத்துக் கொண்டிருந்த ஹார்ட்மேன், நுழைந்தவர்களை அன்பாய் வரவேற்றார். "நேரா உள்ளே வாங்க ஜென்டில்மென் - உங்களால நுழைய முடிந்தால்! ஒரு பார்ட்டிக்காக இடநெருக்கடியில இருக்கேன்."

தாங்கள் வந்துள்ள காரணத்தைப் பௌக் விளக்க, அகலமான டிடெக்டிவ் புரிந்ததாய்த் தலையசைத்தார்.

"தட்ஸ் ஓ கே. சொல்லப் போனால், இந்தத் தேடலை நீங்க ஏன் ஆரம்பத்திலேயே துவங்கலேனு நான் வியந்துக்கிட்டிருந்தேன். இதோ என் சாவிகள். என் பாக்கெட்டைப் பரிசோதிப்பதானாலும், வெல்கம். திறக்க உதவட்டுமா?"

"அதைக் கண்டக்டர் செய்வார். மிச்சல்!"

ஹார்ட்மேனின் ரெண்டு மூட்டைகள் பரிசோதிக்கப்பட்டு நகர்த்தப்பட்டன. கணக்கில் வராத சாராயம் அதிலிருந்தது. மிஸ்டர் ஹார்ட்மேன் விழித்தார்.

''வழக்கமான சின்ன மூட்டைகள் பரிசோதிக்கப்படுவதில்லை - கண்டக்டரை மட்டும் நீங்க கவனிச்சுட்டா! டர்க்கிஷ் நோட்டுகளைத் திணிச்சேன் - இதுவரை பிரச்சினை இல்ல.''

''பாரீஸ்ல?''

மிஸ்டர் ஹார்ட்மேன் மீண்டும் முழித்தார். ''நான் பாரீஸ் போய்ச் சேரும்போது'' என்ற அவர், ''இதுல மீதமாகும் எல்லாமும் 'கேசத் தைலம்' அப்படின்னு, ஒட்டப்பட்டிருக்கும் பாட்டிலுக்குள் போய்விடும் என்றார்.

''அனுமதிக்கப்படாதது என்ற அறிவிப்பை நீங்க மதிப்பது கிடையாதோ'' என்றார் பௌக்.

''வெல்...'' என்ற ஹார்ட்மேன், ''அந்த அறிவிப்பு என்றைக்குமே எனக்கு இடைஞ்சலா இருந்ததில்லை'' என்றார்.

''ஆஹ்!'' என்ற பௌக், ''டேக் இட் ஈஸி பாலிஸி'' என்றார்.

''உங்க அமெரிக்க ஆங்கிலத்துல பொன்மொழிகள் இப்படி நிறைய இருக்குபோல.''

''எனக்கு அமெரிக்கா போகணும்னு ஆசை'' என்றார் பொய்ரெட்.

''இதுபோல நிறைய ஏமாற்று வேலைகளை நீங்க அங்கே கத்துக்கலாம்'' என்றார் ஹார்ட்மேன். ''இந்த விஷயத்துல யூரோப் விழித்தெழணும். இன்னும் அது பாதி தூக்கத்திலேயே இருக்கு.''

''வளர்ந்து வரும் செழிப்பான நாடு, அமெரிக்கா'' என்று ஏற்றுக்கொண்டார் பொய்ரெட். ''அமெரிக்கர்களை நான்

நிறைய விஷயங்கள்ல வியக்கறேன். பாராட்டறேன். ஆனா, என் நாட்டுப் பெண்களைவிட அமெரிக்கப் பெண்களின் வசீகரம் கம்மியா இருப்பதை நான் கவனிக்கிறேன். பிரெஞ்சு அல்லது பெல்ஜிய நாட்டு பெண் - அவ, புதுப்பூவா வசீகரிக்கிறா. இவங்களை அடிச்சுக்க யாரும் கிடையாதும்பேன்.''

வெளியே பனியைப் பார்க்க ஒரு நிமிடம் திரும்பிக் கொண்டார் ஹார்ட்மேன். ''நீங்க சொல்வதும் சரிதான் பொய்ரெட்'' என்றார். ''ஒவ்வொரு நாட்டோரும் அவங்கவங்க நாட்டுப் பெண்களையே உசிதமா சொல்றாங்க.''

ஏதோ அந்தப் பனி இவருடைய கண்களில் பட்டுவிட்டதைப்போல கண்களைச் சிமிட்டி விட்டார்.

''ஜென்டில்மென்...'' என்ற அவர், ''இந்த பிஸினஸ் என் நரம்புகளைத் திருக ஆரம்பிச்சிருக்கு. கொலை, பனி, ட்ரெயின் நின்னது... இதுக்கெல்லாம் யாரும் ஒரு முயற்சியும் மேற்கொள்ளாதது. வெறுமனே நின்னுக்கிட்டு நேரத்தைக் கொன்னுக்கிட்டிருக்கோம். யார் பின்னாலோ அல்லது எதன் பின்னாலோ ஓடிக்கிட்டு பிஸியாகிட நான் விரும்பறேன்.''

''ஒரு நிஜ மேற்கத்திய வேட்கை'' என்றார் பொய்ரெட் ஒரு சிறு புன்னகையுடன்.

கண்டக்டர் மூட்டைகளை எடுத்த இடத்திலேயே வைத்துவிட அனைவரும் அடுத்த கம்பார்ட்மெண்ட்டுக்கு நகர்ந்தார்கள். ஓர் ஓரத்தில் உட்கார்ந்து சிகரெட் ஊதிக்கொண்டு சஞ்சிகை ஒன்றினைப் படித்துக் கொண்டிருந்தார் கலோனல் ஆர்புத்ராட்.

பொய்ரெட் வந்த விஷயத்தைச் சொன்னார். கலோனல் மறுப்பளிக்கவில்லை. அவரிடம் இரண்டு கனமான தோல் சூட்கேஸ்கள் இருந்தன.

''என் மற்ற சமாச்சாரங்கள் கடல்வழியே போயிருக்கு'' என்று விளக்கினார்.

ஏனைய இராணுவ வீரர்களைப்போலவே கலோனலும் துல்லியமாய் 'பேக் ' செய்பவராய் இருந்தார். அவருடைய பைகளைச் சோதனையிட ஓரிரு நிமிடங்களே பிடித்தன. ஒரு பேக்கெட் நிறைய இருந்த பைப் க்ளீனர்களைக் கவனித்தார் பொய்ரெட்.

''இதே வகையைத்தான் நீங்க எப்பவுமே பயன்படுத்துவீங்களா?''

''வழக்கமா, யெஸ். எனக்கு இது கிடைத்தால், இதைத்தான் பயன்படுத்துவேன்.''

''ஆஹ்!'' - பொய்ரெட் ஒப்புதலாய்த் தலையசைத்தார்.

மரணமடைந்தவரின் கம்பார்ட்மெண்ட் தரையில் இவர் கண்டெடுத்திருந்த அதே பைப் க்ளீனர் வகையாய் இருந்தன இவை.

காரிடருக்குள் அவர்கள் வந்தபிறகு இதே கருத்தைச் சொன்னார் டாக்டர் கான்ஸ்டன்டைன்.

அடுத்த கம்பார்ட்மெண்ட்டின் கதவு மூடப்பட்டிருந்தது. அது, இளவரசி ட்ரகோ-மிராஃப்-வுடையது. கதவைத் தட்டினார்கள். இளவரசியின் ஆழ்ந்த குரல் கேட்டது: ''வரலாம்.''

பௌக்தான் பேசினார். மரியாதையாகவும் சாந்தமாகவும் அவர்கள் வந்த காரணத்தைத் தெரிவித்தார் அவர்.

அவர் முடித்ததும், ''ரொம்ப அத்தியாவசியம்னா, ஓ.கே ஸார்'' என்றார் இளவரசி. ''இவ்வளவுதான் என்னுடையவை. என் பணிப்பெண்கிட்டே சாவி இருக்கு. அவ உங்களுக்கு உதவிக்கு வருவா.''

''உங்க சாவிகளை உங்களுடைய பணிப்பெண்தான் எப்பவுமே வெச்சிருப்பாளா, மேடம்?'' என்று கேட்டார் பொய்ரெட்.

''ஆமாம், ஸார்.''

''ராத்திரி நேரத்துல யாராவது செக்கிங் உங்க கம்பார்ட்மெண்ட்டுக்கு வந்து லக்கேஜூல ஏதாவது ஒண்ணைத் திறந்து காட்டச் சொன்னால்?''

முதியப் பெண்மணி தோள்களைக் குலுக்கிக் காட்டினார். ''அப்படியெல்லாம் நடக்காது. அப்படியே ஆனாலும் கண்டக்டர் போய் அவளைக் கூட்டிட்டு வந்துடப் போறார்...''

''இத்தனை தூரத்துக்கா நீங்க அவளை நம்பறீங்க, மேடம்?''

''இதை நான் ஏற்கெனவே சொல்லியிருக்கேன்'' என்றார் இளவரசி சாந்தமாய். ''நான் நம்பாதவர்களை வேலைக்கு நான் வெச்சுப்பதில்லை.''

''யெஸ்'' என்றார் பொய்ரெட் சிந்தனையாய். ''நம்பிக்கைதான் இந்தக் காலத்துல கை கொடுக்குது. குறுக்கு புத்தி கொண்ட பாரீஸ் பொண்ணுங்களைவிட, குடும்பப்பாங்கா நம்பிக்கைக்கு உகந்தவங்களைப் பணிக்கு வெச்சுப்பதே சிறந்தது.''

கருத்த சாதுர்யம்மிக்க அந்தக் கண்கள் தன்னைச் சுற்றி வட்டமடித்து இருகுவதைக் கவனித்தார் பொய்ரெட்.

''எக்ஸாக்டா நீங்க என்ன சொல்ல விரும்பறீங்க, பொய்ரெட்?''

''நத்திங், மேடம். நானா? அச்சச்சோ... நத்திங்.''

''கிடையாது. ஒரு நல்ல பிரெஞ்சு பொண்ணா நான் எனக்குப் பணி செய்ய வெச்சிருக்கணும்னு நீங்க நினைக்கிறீங்க - உண்டா, இல்லையா?''

‘‘இப்படி வெச்சுப்பதுதானே வாடிக்கை, மேடம்...’’

மறுத்துத் தலையசைத்தார் அவர்.

‘‘ஷ்மிடிட் என்மேல அர்ப்பணிப்பா இருக்கா.’’ இந்த வார்த்தைகளின்மீது அவரது குரல் ஆலிங்கனம் செய்தது. ‘‘அர்ப்பணிப்பு.’’

ஜெர்மன் பெண் சாவிகளோடு வந்து சேர்ந்தாள். அவளது சொந்த மொழியிலேயே பேசிய இளவரசி, சாமான்களைத் திறந்து காண்பித்து, செய்யப்படும் தேடுதலில் உதவுமாறு பணித்தார். காரிடர் போயிருந்த அவர் வெளியே பனியைப் பார்த்தபடி நின்றார். பௌக்கிடம் தேடும் வேலையை விட்டுவிட்டுப் பொய்ரெட்டும் அங்கு சென்றிருந்தார்.

அவரை ஓர் இறுக்கமான புன்னகையுடன் மட்டுப்படுத்தினார் இளவரசி.

‘‘வெல் ஸார்... என் பெட்டிகள்ல என்னவெல்லாம் இருக்குனு நீங்க பார்க்க விரும்பலியா?’’

மறுத்துத் தலையசைத்தார். ‘‘மேடம்... விசாரணையில் இதெல்லாம் ஒரு சடங்கு... அவ்வளவே.’’

‘‘நிச்சயமா அப்படித்தானா?’’

‘‘உங்க கேஸ்ல, யெஸ்.’’

‘‘எனக்கு சோனியா ஆர்ம்ஸ்ட்ராங்கைத் தெரியும். நான் அவங்களை ரொம்பவும் விரும்பினேன். நீங்க என்ன நினைக்கறீங்க? கெஸட்டீ போன்ற ஆளைக் கொன்று என் கைகளை நான் கறைப்படுத்திக்க மாட்டேன்னா நினைக்கிறீங்க? வெல், நீங்க நினைப்பதும் சரிதான்.’’

ஓரிரு கணங்கள் அமைதியாகி விட்டுத் தொடர்ந்தார்:

‘‘அவனைப்போன்ற மிருக மனிதனை, நான் என்ன பண்ணியிருப்பேன் தெரியுமா? என் பணியாட்களைக்

கூப்பிட்டிருப்பேன். ஆணையிட்டிருப்பேன்: 'அணுஅணுவா இவனை வெட்டிக் குப்பைத்தொட்டியில போடுங்க.' நான் சின்னவளா இருந்தபோது அப்படித்தான் செய்வாங்க, ஸார்.''

இப்போதும் பொய்ரெட் பேசவில்லை. ஜஸ்ட், கவனமாய்க் கேட்டுக் கொண்டிருந்தார்.

திடீரென்று எதுவோ உந்தித் தள்ள, அவரைப் பார்த்தார் இளவரசி. கேட்டார்: ''நீங்க எதுவுமே சொல்ல மாட்டேங்கறீங்க, பொய்ரெட். எதை நினைச்சுக்கிட்டிருக் கீங்க? - எனக்கு விந்தையாயிருக்கு.''

கேட்டவரை நேர்ப்பார்வை பார்த்தார் பொய்ரெட். ''உங்களுடைய முழுபலமும், ஆன்மபலமாயிருக்கு - ஓங்கி இயங்கவல்ல கையில் அல்ல... இதை நான் நினைச்சுக் கிட்டிருந்தேன்.''

ஒல்லியாய்த் திராணியற்றதைப் போலயிருந்த தனது கைகளை அவர் பார்த்துக் கொண்டார். துருத்தும் நீண்ட பற்கள்போல முடிவடைந்த அவற்றின் விரல்களெல்லாம் மோதிரங்கள்.

''நிஜந்தான்'' என்றார். ''என் விரல்களில் எனக்குத் தெம்பு கிடையாது. இதுல எனக்குச் சந்தோஷமா துக்கமானு எனக்கே விளங்கலே.''

பிறகு திடீரென்று தனது பெட்டி பக்கமாய்த் திரும்பினார். அங்கு அவருடைய பணிப்பெண் பெட்டிகளை மீண்டும் அடுக்கிச் சரிசெய்து கொண்டிருந்தார்.

இடையூறுக்கு மன்னிப்பு கேட்ட பௌக்கின் வார்த்தைகளை உடைத்தார் இளவரசி. ''நீங்க மன்னிப்பு கேட்கும் தேவையே இல்லையே. ஒரு கொலை நடந்திருக்கு. சில நடவடிக்கைகளை முடுக்கி விட்டாகணும். அவ்ளோதானே.''

"தேங்க்ஸ் மேடம்."

அவர்கள் கிளம்பும்போது தனது தலையைச் சின்னதாய்க் குனிந்து விடை தந்தார்.

அடுத்த இரண்டு கேரேஜ் கதவுகளும் மூடியிருந்தன. அவற்றைக் கடந்து போன பௌக் தனது முன்நெற்றியைச் சொறிந்துகொண்டு நின்றார்.

"கதவைத் தட்ட லஜ்ஜையாயிருக்கு. ராஜாங்க மக்கள் இவர்கள். இவர்களுடைய லக்கேஜூகளுக்கு, விதிவிலக்கு தந்துடலாமே..."

"கஸ்டம்ஸ் செக்-அப்பிலிருந்து விதிவிலக்கு தரலாம். ஒரு கொலைக்கான தேடுதல், அதிலிருந்து வித்தியாசமானது."

"எனக்கும் தெரியும். இருந்தாலும் - எவ்விதமான சிக்கலும் என் கம்பெனிக்கு வந்துடாம இருக்கணும்---"

"நீங்களா உங்களை வதைச்சுக்காதீங்க, மை ஃப்ரண்ட். பிரபுவும் அவங்க மனைவியும் புரிஞ்சுக்கிட்டு நடந்துப்பாங்க. இளவரசி ட்ரகோ-மிராஃப் எவ்வளவு ஒத்துழைச்சாங்கனு பார்த்தீங்கல்ல..."

"அவங்க நிஜமாவே நல்ல பெண்மணி. இவங்க ரெண்டு பேரும் அவங்களைப் போன்ற பதவியிலிருந்தாலும், இந்த பிரபு ஒரு மூர்க்கமான வகையாதான் எனக்குள்ளே பதிஞ்சிருக்கார். அவருடைய மனைவியைக் கேள்விகள் கேட்கணும்னு நீங்க பிடிவாதமா இருந்ததை அவர் விரும்பல. இது, இன்னும் அவருக்கு எரிச்சலை உண்டாக்கும். இவங்களை நாம தவிர்த்து விட்டால்! இந்த சமாச்சாரத்துல இவங்களுக்கு ஒரு தொடர்பும் இருக்காது. நாமே எதுக்கு வீணா வம்புல போய்ச் சிக்கிக்கணும்?"

"நான் நீங்க சொல்வதை ஏத்துக்க மாட்டேன்" என்றார் பொய்ரெட். "பிரபு ஆன்ட்ரநேயீ நிச்சயமா நேரத்துக்கு

ஏற்றாற்போல் நடந்துப்பார் என்பதே என் நம்பிக்கை. எப்படியோ போகட்டும்... நாம நம்முடைய முயற்சியைத் தொடருவோம்.''

இதற்கு பௌக் விடை தருவதற்கு முன், நம்பர் *13*-ன் கதவினைக் கூர்மையாய்ச் சொறிந்தார் பொய்ரெட்.

''வரலாம்'' என்றது, உள்ளிருந்து ஒரு குரல்.

கதவின் அருகே செய்தித்தாளைப் படித்துக் கொண்டு உட்கார்ந்திருந்தார், பிரபு. எதிர் ஜன்னலருகே சுருண்டு படுத்திருந்தார் அவருடைய மனைவி. அவரது தலைக்கடியில் தலையணை இருந்தது. தூங்குவதைப்போல தோன்றியது.

''இடையூறுக்கு மன்னிக்கணும்'' என்று ஆரம்பித்தது, பொய்ரெட். ''ட்ரெயினிலிருக்கும் அனைத்துப் பைகளையும் பெட்டிகளையும் நாங்க பரிசோதனை பண்ணிக் கிட்டிருக்கோம். இது ஒரு சின்ன சடங்கு - விசாரணையில் தவிர்க்கக் கூடாதது. ஆனா இதைச் செய்தாகணும். நீங்க ராஜாங்கம் சார்ந்து இருப்பதால இதிலிருந்து உங்களை விலக்கி வைத்துவிடலாம் என்கிறார் பௌக்.''

பிரபு, சொல்லப்பட்டவற்றைக் கிரகித்துக் கொண்டார். ''தேங்க் யூ'' என்றார். ''ஆனா என் கேஸை விலக்கி வைக்கணும்னு நான் சொல்ல மாட்டேன். மற்ற பிரயாணிகளின் மூட்டை முடிச்சுகளைப்போலவே என்னுடைய லக்கேஜூகளும் உங்களால பார்க்கப் படலாம்னுதான் நான் சொல்வேன். நோ அப்ஜெக்ஷன்.''

அவர் தனது மனைவி பக்கமாய்த் திரும்பினார்.

''நீ மறுக்க மாட்டேனு நினைக்கிறேன், எலினா?''

''நாட் அட் ஆல்'' என்றார் பிரபுவின் மனைவி, தயக்கமேதுமின்றி.

துரித தேடுதல் நடந்தது. ஏற்பட்டிருக்கும் இறுப்புக்கொள்ளாமையை மறைக்க, 'உங்க பெட்டியில இந்த லேபிள் ரொம்ப ஈரமாகியிருக்கு, மேடம்' போன்ற இலக்கற்ற காமெண்ட்டுகளை அவ்வப்போது தந்தபடியிருந்தார் பொய்ரெட்.

இவற்றுக்கெல்லாம் பிரபுவின் மனைவி பதிலளிக்க வில்லை. நடக்கும் அனைத்து விசாரணை முறைகளிலும் போரடித்து விட்டவராய்த் தோன்றினார் அவர். அவரது பெட்டிகளை அடுத்த கம்பார்ட்மெண்ட்டில் இவர்கள் துளாவியபோதுகூட, இங்கு சுருண்டிருந்த நிலையிலேயே இருந்தபடி, கனவுப்பார்வையை வெளியே வீசிக் கொண்டிருந்தார்.

வாஷ் பேஸினுக்கு மேலிருந்த சிறு கப்-போர்டின் பொருட்களைப் பார்த்தபோது தனது தேடுதலைப் பொய்ரெட் முடித்துக் கொண்டார். அதில்: ஒரு ஸ்பாஞ்ச், முக க்ரீம், பவுடர் மற்றும் ட்ரையோனல் என்று எழுதப்பட்ட ஒரு சிறு பாட்டில்.

பிறகு அமரிக்கையான நன்றிகள் இருபுறமும் பரிமாறிக் கொள்ளப்பட்டதும், வந்த மூவரும் சாந்தமாய் வெளியேறினார்கள்.

மிஸஸ் ஹப்பார்ட், காலமாகிவிட்ட ரேச்சர்ட் மற்றும் பொய்ரெட் ஆகியோரின் கம்பார்ட்மெண்ட்டுகள் அடுத்து வந்தன.

தற்சமயம் இவர்கள் இரண்டாம் வகுப்பு பெட்டிகளுக்கு வந்தார்கள். துவக்கத்தில் வந்த 10 மற்றும் 11 ஆகியவற்றில், மேரி டெபன்ஹாம் மற்றும் க்ரீட்டா ஓல்ஸன் இருந்தார்கள். மேரி புத்தகம் படித்துக் கொண்டிருந்தாள். ஆழ்ந்து தூங்கிக் கொண்டிருந்த க்ரீட்டா ஓல்ஸன், இவர்களின் நுழைவினால் ஒரு சிறு அதிர்வுடன் விழித்துக் கொண்டார்.

பொய்ரெட் தனது ஃபார்முலாவை மீண்டும் சொன்னார். இதற்கு ஸ்வீடன் பெண்மணி கலவரமாகிவிட, டெபன்ஹாமோ எவ்வித மாற்றமும் கொள்ளாமல் நின்றார்.

ஸ்வீடன் பெண்மணியைப் பார்த்துப் பேசினார் பொய்ரெட்: ''முதல்ல உங்க பைகளைப் பரிசோதிக்க அனுமதி வேணும், மேடம். பிறகு நீங்க அமெரிக்கன் லேடியைப் போய்க் கொஞ்சம் கவனிக்கணும். அவங்களை நாங்க அடுத்த கோச்சுல இருக்கும் ஒரு கேரேஜுக்கு மாற்றியிருக்கோம். அவங்க கண்டுபிடிச்சுள்ள பொருள் பற்றி இன்னமும் அப்-செட் ஆகித்தான் இருக்காங்க. காபி கொண்டு போகச் சொல்லியிருக்கேன்... ஆனா எனக்கென்னவோ அவங்ககூட யாராவது பேசினாத்தான் சரியாவாங்கனு தோணுது - அந்த வகை அவங்க.''

அப்பெண்மணி உடனே இரக்கம் கொண்டவராய் ஆனார். உடனே இவர் அங்கு சென்றுவிடக்கூடும்... இந்தப் பிரயாண நிறுத்தம் மற்றும் தனது பெண்ணைக் காணாமல் இருக்கும் வருத்தம் ஆகியவற்றால் குழம்பிப் போயிருக்கும் அவருக்கு, இந்த கத்திக் கண்டுபிடிப்பு பெரும் நரம்பதிர்வாய் அமைந்திருக்க வேண்டும். ஆஹ், உடனே இவர் கிளம்பி அங்கு சென்றுவிடக்கூடும் - இவருடைய பெட்டியும் பூட்டப்படவில்லை - தன்னுடன்கூட கொஞ்சம் அம்மோனியா உப்பையும் கொண்டு போகலாம்.

பரபரப்பும் குழப்பமும் கொண்டவரானார். கிளம்பி விட்டார்.

க்ரீட்டா ஓல்ஸனுடையவை சீக்கிரமாய்ப் பரிசோதிக்கப் பட்டன. இருந்த அனைத்தும் அற்பமானவை. அவருடைய தொப்பிப் பையிலிருந்து தவறியிருக்கும் ஒயர்களை அவர் கவனித்திருக்கவில்லை என்பது தெரிந்தது.

மிஸ் டெபன்ஹாம் புத்தகத்தைக் கீழே வைத்தாள். பொய்ரெட்டை அவள் கவனித்துக் கொண்டிருந்தாள். அவர் கேட்டவுடன் சாவிகளை ஒப்படைத்தாள். பிறகு அவர் ஒரு பெட்டியைத் தூக்கி அதனைத் திறந்தபோது அவள் சொன்னாள்: ''நீங்க எதுக்காக அவரை வெளியே அனுப்பினீங்க, பொய்ரெட்?''

''நானா, மேடம்? அவங்க முதலாளியம்மாவான அந்த அமெரிக்கப் பெண்மணியைக் கவனிக்க...''

''நல்ல சப்பைக்கட்டு - யெஸ், சப்பைக்கட்டுத்தான்.''

''நீங்க என்ன சொல்றீங்கன்னு புரியல, மேடம்.''

''என்னை நீங்க ரொம்ப நல்லாவே புரிஞ்சுக் கிட்டிருக்கீங்கன்னு நினைக்கிறேன்.'' - அவள் சின்னதாய்ச் சிரித்தாள். ''என்னை நீங்க தனியா பிடிக்கணும்னு நினைச்சீங்க, அப்படித்தானே?''

''என் வாயிலிருந்து வார்த்தைகளைப் பிடுங்கறீங்க, மேடம்.''

''தலைக்குள்ளே ஐடியாக்களைப் போடறேன், ஆங்! ம்ம், அப்படிச் சொல்வது தப்பு. உங்க தலைக்குள்ளே ஏற்கெனவே ஐடியாக்கள் இருக்கு. சரிதானே?''

''மேடம்...''

''இருங்க, இருங்க. என்ன காரணத்தினாலோ நடந்துள்ள கொலைபற்றி எனக்கென்னவோ தெரிஞ்சிருக்கு எனும் எண்ணம் உங்க மண்டைக்குள்ளே புகுந்திருக்கு. நான் முன்பின் பார்த்திராத இந்த ஆள் பற்றிய மரணம்.''

''நீங்களாகவே கற்பனை பண்ணிக்கிறீங்க, மேடம்.''

''நோ. நான் எந்த கற்பனையும் பண்ணிக்கல. ஆனா, உண்மையை பேசாததால நிறைய நேரம் விரயமாவதாக நான் கருதறேன். நேரடியா விஷயத்துக்குள்ளே நுழையாம சுற்றி வளைச்சுக்கிட்டு... ச்சே.''

''உங்களுக்குக் கால விரயம் பிடிக்கல. விஷயத்துக்குள் நேரடியா நுழைஞ்சுடணும்னு நினைக்கிறீங்க. நேரடியா அணுகிவிடும் முறைதான் உங்களுக்குப் பிடிச்சிருக்கு - ஓ.கே! உங்களுக்கு அப்படிப்பட்ட நேரடி அணுகுமுறையை தருகிறேன். ஸிரியாவிலிருந்து நான் வந்தபோது எதேச்சையாக நான் கேட்ட சில வார்த்தைகளின் அர்த்தத்தை நான் இப்ப உங்ககிட்டே கேட்கப் போறேன். கொன்யா ஸ்டேஷன்ல நான் இறங்கினேன். உட்கார்ந்தே இருந்த கால்களுக்குக் கொஞ்சம் வேலை கொடுக்க. இரவு நேரத்துல, மேடம், உங்க குரலும் கலோனலின் குரலும் என் காதுகளில் வந்து விழுந்தன. நீங்க அவரிடம் சொன்னீங்க: 'இப்ப வேணாம். இப்ப வேணாம். எல்லாம் முடிஞ்ச பிறகு. எல்லாம் நமக்குப் பின்னால தள்ளப்பட்ட பிறகு. அப்போ...' இந்த வார்த்தைகளால் நீங்க உணர்த்தினது, எதை மேடம்?''

அவள் சாந்தமாய்ப் பேசினாள்: ''நான் உணர்த்தினது கொலையைனு நீங்க நினைக்கிறீங்களா?''

''இப்ப நான் உங்களைக் கேள்விக் கேட்டுக்கிட்டிருக்கேன், மேடம்.''

பெருமூச்செறிந்த அவள், ஒரு நிமிடம்போல தன்னைச் சிந்தனைகளுக்குள் இழந்தாள். பிறகு, திடுமென்று விழித்தெழுந்தவளைப்போல அவள் சொன்னாள்: ''அந்த வார்த்தைகளுக்கு ஓர் அர்த்தம் இருந்தது, ஸார். ஆனா அது உங்ககிட்டே சொல்லக் கூடியது கிடையாது. இந்த ரேச்சட் எனும் ஆளை, நான் இந்த ட்ரெயினில் பார்த்ததற்கு முன்னாடி வேறெங்கும் பார்த்தது கிடையாது என்ற சத்தியத்தை மட்டும் நான் உங்களுக்குத் தர விரும்பறேன். சத்தியம் இது.''

''நீங்க - அந்த வார்த்தைகளை விளக்கிக் கூற மறுக்கறீங்க?''

''யெஸ் - மறுக்கிறேன். நான் கையிலெடுத்திருக்கும் ஓர் இலக்கு சம்பந்தப்பட்டது அது.''

''இப்போது முடிவடைந்து விட்ட ஓர் இலக்கு, ஆங்?''

''என்ன சொல்றீங்க?''

''அது முடிஞ்சுடுச்சு, இல்லையா?''

''நீங்க ஏன் அப்படி நினைக்கணும்?''

''கவனிங்க, மேடம். நான் இன்னொரு சம்பவத்தை உங்களுக்கு இப்ப நினைவுப்படுத்தறேன். ஸ்டாம்புல் வந்து நாம சேரவேண்டிய தினத்தன்று ட்ரெயின் தாமதமாச்சு. நீங்க கலவரமாகிட்டீங்க, மேடம். நீங்க - எப்பவும் சாந்தமாகவும், சுயக்கட்டுப்பாட்டுடனும் இருக்கும் நீங்க! நீங்க உங்க சாந்தத்தை இழந்திருந்தீங்க.''

''நான் பிரயாணத்துக்கான அந்த இணைப்பினைத் தவற விட விரும்பல.''

''அப்படித்தான் நீங்க சொன்னீங்க. ஆனா, மேடம், ஸ்டாம்புலிலிருந்து தினசரி ஓரியண்ட் எக்ஸ்பிரஸ் ட்ரெயின் இருக்கு. அந்த இணைப்பையே நீங்க தவற விட்டிருந்தாலும், அதிகபட்சம் 24 மணிநேர தாமதம்தான் நேர்ந்திருக்கும்.''

முதன்முறையாக மேரி தனது பொறுமையை இழக்கும் அறிகுறிகள் விளைந்தன.

''தனது உறவினுடைய வரவை எதிர்பார்த்து லண்டனில் யாராவது ஆர்வமாய்க் காத்திருப்பார்கள் என்ற நிதர்சனத்தையும், ஒருநாள் தாமதம் என்பது அவர்களிடம் கலவரத்தையும், அவர்கள் செய்திருக்கும் ஏற்பாட்டில் குழப்பங்களையும் விளைவிக்கும் என்பதையும் நீங்க கருத்தில் கொள்ள மாட்டேங்கறீங்க, மிஸ்டர் பொய்ரெட்...''

‘‘ஆஹ், அப்படியா? உங்க வரவை எதிர்பார்த்து நண்பர்கள் காத்திருக்காங்களா? அவங்களுக்கு நீங்க அசௌகரியம் ஏற்படுத்த விரும்பலியா? அப்படியா, மேடம்?’’

‘‘நேச்சுரலி.’’

‘‘இருந்தாலும் - இது விளங்கிக்க முடியாமத்தான் இருக்கு---’’

‘‘என்ன விளங்கிக்க முடியல, உங்களால?’’

‘‘இந்த ட்ரெயின்ல இதோ இப்ப மறுபடியும் நாம அகப்பட்டுக்கிட்டிருக்கோம். அதே காலவிரயம். அதுவும் இந்தத் தடவை ஏற்பட்டிருக்கும் காலதாமதம், காலவரையறை அற்றது! உங்க நண்பர்களுக்குத் தந்தி அனுப்பியோ டெலிபோன் செஞ்சோகூட தாமதத்தைச் சொல்ல முடியாது.’’

இந்நிலையிலும் தன்னைச் சற்று இழந்து சிரித்தாள் மேரி. ‘‘அது ட்ரங்க்-கால்.’’ தொடர்ந்தாள்: ‘‘நீங்க சொல்வது போல ரெண்டுமே சாத்தியமில்லை.’’

‘‘ஆனா, இந்த முறை, உங்களுடைய அணுகுமுறை முழுக்கவும் வேறுபட்டிருக்கு, மேடம். இம்முறை நீங்க பொறுமையிழக்கவேயில்லை. சாந்தமாயிருக்கீங்க. தத்துவஞானிபோல.’’

சிவந்துபோன மேரி, தனது கீழுதட்டினை உள்மடக்கிக் கடித்துக்கொண்டாள். மேற்கொண்டு அவள் சிரிக்க விரும்பவில்லை.

‘‘பதில் சொல்ல மாட்டேங்கறீங்க, மேடம்...’’

‘‘ஸாரி. இதுக்குப் பதில் சொல்ல ஏதாவது இருப்பதைப் போல எனக்குத் தோணல.’’

‘‘உங்க அணுகுமுறையில் நான் கவனிச்சிருக்கும் மாற்றம் பற்றி, மேடம்?’’

''ஒண்ணும் இல்லாத ஒரு விஷயத்தைப் பிடிச்சுக்கிட்டுப் பெரிய ஆள்போல நீங்க தொங்கிக்கிட்டிருப்பது, உங்களுக்கே தெரியல?''

தெரியலியே என்பதைப்போல பொய்ரெட் கைகளை விரித்துச் சைகை செய்தார்.

''எங்களைப்போன்ற துப்பறிபவர்களின் தப்பு இது. ஒருத்தருடைய நடவடிக்கைகள் எப்போதும் ஒரேமாதிரி இருக்கணும்னு நாங்க எதிர்பார்க்கிறோம். மூட் மாற்றங்களை நாங்க அனுமதிப்பதில்லை.''

மேரி டெபன்ஹாம் இதற்கு எவ்வித மறுபதிலும் அளிக்கவில்லை.

''கலோனல் ஆர்புத்ராட்டை உங்களுக்கு நல்லா தெரியுமா, மேடம்?''

பேசிக்கொண்டிருந்த விஷயத்தை மாற்றியதில் அவளுக்குச் சற்று நிவாரணம் ஏற்பட்டதாய் உணர்ந்தார் பொய்ரெட்.

''இந்தப் பிரயாணத்தின்போதுதான் நான் அவரை முதன்முதலாய்ப் பார்த்தேன்.''

''இந்த ரேச்சட்டை அவருக்கு முன்னாடியே தெரிஞ்சிருக்கும்னு சந்தேகப்படும்படியா ஏதாவது சம்பவங்கள் உங்களுக்குத் தெரியுமா?''

தீர்மானமாய் மறுத்து தலையசைத்தாள் அவள். ''அவருக்குத் தெரிஞ்சிருக்காது என்பதுல நான் நிச்சயமா இருக்கேன்.''

''எப்படி இப்படி நிச்சயமா சொல்றீங்க?''

''அவர் பேசின விதத்தை வெச்சு.''

''இருந்தாலும் மேடம்... மரணமடைந்த நபரின் கம்பார்ட்மெண்ட்டுல ஒரு பைப்-க்ளீனரை நாங்க

கண்டெடுத்துள்ளோம். ட்ரெயின்ல பைப் பிடிக்கும் ஒரே ஆள் கலோனல்தான்.''

அவளை நெருக்கமாய்க் கவனித்தார் பொய்ரெட். ஆனால் அவள் ஆச்சரியமோ, உணர்ச்சிப் பெருக்கோ காட்டிவில்லை. ஜஸ்ட், சொன்னாள்: ''முட்டாள்தனம். அறிவீலித்தனம். ஒரு கொலையுடன் தொடர்பு கொள்ளும் சத்தேயற்றவர் கலோனல். அதுவும் சினிமாபோல நடந்துள்ள இதுபோன்ற கொலையில் - நோ.''

இதையேதான் பொய்ரெட்டும் கணித்திருந்ததால் மேரியின் கருத்துடன் ஒத்துப்போக வேண்டியதாயிற்று. இருந்தாலும் பின்வருமாறு சொன்னார்: ''அவரை உங்களுக்கு முழுமையா தெரியாது என்பதை நினைவுப்படுத்தறேன், மேடம்.''

தோள்களைக் குலுக்கிக் காட்டினாள் அவள். ''என்ன மாதிரியான ஆளுன்னு எனக்கு நல்லா தெரியும்.''

மிருதுவாய் பொய்ரெட் சொன்னார்: ''நீங்க இன்னும் அந்த வார்த்தைகளுக்கு விளக்கம் தர மறுக்கறீங்களா - எல்லாம் நமக்குப் பின்னால தள்ளப்பட்ட பிறகு?''

அவள் கறாராய்ச் சொன்னாள்: ''மேற்கொண்டு பேச எதுவும் இல்லை.''

வணங்கிவிட்டுக் கம்பார்ட்மெண்ட்டை விட்டு பொய்ரெட் வெளியேறினார், கதவினைத் தனக்குப் பின்னால் மூடிவிட்டு.

''இது புத்திசாலித்தனம்தானா, ஃப்ரண்ட்?'' என்றார் பௌக். ''இவளை நீங்க எச்சரிக்கை பண்ணிட்டீங்க. இவள் மூலமா கலோனல் ஆர்புத்ராட்டையும் நீங்க எச்சரிக்கை பண்ணிட்டீங்க. ரெண்டு பேரும் இனிமே உஷாராகிடுவாங்க.''

''முயலைப் பிடிக்கணும்னா அதுக்குப் பிடிச்ச எதையாவது அதன் வலையின் வாசலில் வெக்கிறீங்க. அங்கே முயல் இருந்தால், அதை எடுக்க அது ஓடி வரும். நான் செஞ்சது இதைத்தான்.''

ஹில்டே-கார்டே ஷ்மிடிட்டின் கம்பார்ட் மெண்ட்டுக்குள் அவர்கள் நுழைந்தார்கள்.

மரியாதை காட்டியிருந்த முகத்துடன் தயாராய் நின்று கொண்டிருந்தார் அவர்.

இருக்கையிலிருந்த சின்ன பெட்டியை நோட்டமிட்டார் பொய்ரெட். பிறகு பெரிய சூட்கேஸைக் கீழே இறக்கி வைக்குமாறு பணியாளிடம் அவர் சொன்னார். ''சாவிகள்?''

''அதைப் பூட்டல, ஸார்.''

கொக்கிகளைத் தளர்த்திவிட்டு மூடியைத் திறந்தார் பொய்ரெட்.

''ஆஹா!'' என்ற அவர், ''நான் என்ன சொன்னேன் அப்ப'' என்றார் பௌக்கிடம். ''கொஞ்சம் இங்கே பாருங்க.''

சூட்கேஸின் மேலே, அவசரமாகச் சுருட்டப்பட்ட நிலையிலிருந்தது ப்ரவுன் நிற வாகன் லிட் சீருடை.

ஸ்திரமாயிருந்த ஜெர்மன் பெண்மணியின் நிலைப்பாடு ஒரு திடீர் மாறுதலுக்குட்பட்டது. ''ஐயய்யோ!'' - அலறினார் அவர். ''அது என்னுடையது கிடையாது. அதை நான் அங்கே வெக்கல. ஸ்டாம்புலிலிருந்து நாம கிளம்பினதிலிருந்து நான் அந்தப் பெட்டியைக் கவனிக்கவேயில்ல. ஆமாம், இதுதான் உண்மை.''

கெஞ்சும் தொனியில் ஒருவர் மாற்றி மற்றவரை அவர் பார்த்தார்.

தனது கரவளையத்துக்குள் அவரைக் கொண்டு வந்த பொய்ரெட் ஆதரவாய்ச் சொன்னார்: ''நோ, நோ. ஒண்ணும் ஆகிடல. நாங்க உங்களை நம்பறோம். கலவரமாகாதீங்க. நீங்க இதை அங்கே வெக்கலே என்பதை நான் முழுவதுமா நம்பறேன். நீங்க நல்லவங்க, சரியா?''

கிலிபிடித்திருந்தாலும், சின்னதாய்ப் புன்னகைத்தார். ''ஆமாம். என்னிடம் பழகும் எல்லாரும் இப்படித்தான் சொல்வாங்க---''

நிறுத்திக் கொண்டார். அவருடைய வாய் மீண்டும் அகண்டது. மீண்டும் கலவரமானார்.

''நோ, நோ'' என்றார் பொய்ரெட். ''எல்லாம் நல்லாத்தானிருக்கு, நம்புங்க. இது எப்படி நடந்திருக்குனு இப்ப நான் சொல்றேன், கேளுங்க. அந்த ஆள், வாகன் லிட் கம்பெனி யூனிபார்ம்ல நீங்க பார்த்த கண்டக்டர், காலமாகிவிட்டவரின் கம்பார்ட்மெண்ட்டிலிருந்து வெளியே வரான். உங்க மேல மோதறான். அதுதான் அவனுக்கு நேர்ந்துள்ள துரதிர்ஷ்டம். யாரும் அவனைக் கவனிக்க மாட்டாங்கனு எண்ணியிருக்கான் அவன். இப்ப அடுத்து என்ன செய்வது? இந்த யூனிபார்மிலிருந்து அவன் தப்பிச்சாகணும். இனிமே அவனுக்கு இது ஒரு பாதுகாப்பு கிடையாது - ஆபத்து.''

அவருடைய நோட்டம், கூர்மையாய்க் கவனித்துக் கொண்டிருந்த பௌக் மற்றும் கான்ஸ்டன்டைன் பக்கமாய்த் திரும்பியது.

''பனிச் சூறாவளி. அது, அவனுடைய திட்டம் அனைத்தையும் குழப்பிடுது. இந்தச் சீருடையை அவன் எங்கே மறைச்சு வெப்பான்? எல்லாக் கம்பார்ட் மெண்ட்டுகளிலும் ஆட்கள் இருக்காங்க. எந்தக் கம்பார்ட்மெண்ட் திறந்திருந்து, அதனுள்ளே யாரும் இல்லேனு விளம்பரப்படுத்திச்சோ, அந்தப் பெட்டிக்குள்ளே

அவன் நுழையறான். அது, அப்பத்தான் அவன் முட்டிக்கிட்டிருக்கும் பெண்ணுடைய பெட்டியாத்தான் இருந்தாகணும். அதுக்குள்ளே அவன் நுழையறான். சீருடையைக் கழட்டறான். மேலிருக்கும் சூட்கேஸ்ல அவசர அவசரமா திணிக்கிறான்.''

''அப்புறம்?'' - பௌக்.

''அதைத்தான் நாம விவாதிக்கணும்'' என்றார் பொய்ரெட், எச்சரிக்கும் கண் மிரட்டலோடு.

அந்தச் சீருடையைப் பௌக் தூக்கிப் பிடித்தார். அதன் மூன்றாவது பித்தான் அதில் இல்லை. அதன் பாக்கெட்டுக்குள் கைவிட்டு அதிலிருந்து கம்பார்ட்மெண்ட்டுகளைத் திறக்கப் பயன்படுத்தப்படும் ஒரு கண்டக்டர் சாவியை எடுத்தார்.

''பூட்டப்பட்ட கதவுகளின் வழியாக நம்முடைய கொலையாளி எப்படிப் புகுந்து நுழைஞ்சிருக்கான் என்பதை விளக்க, இதோ ஒரு விளக்கம்'' என்றார் பௌக். ''மிஸஸ் ஹப்பார்ட்டிடம் நீங்க கேட்ட கேள்விகள் இப்ப தேவையற்றதாகிடுச்சு. பூட்டப்பட்டதோ, பூட்டப்படாமல் இருந்ததோ - எப்படியிருந்தாலும் ரெண்டு கம்பார்ட்மெண்ட்டுக்கும் தொடர்பேற்படுத்தும் அந்தக் கதவு வழியா கொலைகாரன் நுழைவது இப்ப மிகவும் சுலபமா ஆகிடுச்சு. வாகன் லிட் சீருடையை அடிச்சிருக்கான் - அதன் சாவியையா அவனால கையகப் படுத்தியிருக்க முடியாது? அதையும் செஞ்சிருக்கான்...''

''அதானே?'' என்றார் பொய்ரெட்டும்.

''இது நமக்கு முன்னாடியே தெரிஞ்சிருக்கணும். மிஸஸ் ஹப்பார்ட் கூப்பிட்டபோது என்னன்னு கேட்க கண்டக்டர் வந்திருக்கான் இல்லையா... அப்ப, மிஸஸ் கம்பார்ட்மெண்ட்டின் காரிடார் கதவு பூட்டப்பட்டிருந்ததா மிச்சல் சொன்னதை நினைவுபடுத்திக்கிங்க.''

‘‘ஆமாம், ஸார்’’ என்றான் கண்டக்டர். ‘‘அதனாலதான் அந்தம்மா கற்பனை பண்ணிக்குதுனு நான் சொன்னேன்.’’

‘‘ஆனா இப்ப எல்லாம் சுலபமாகிடுச்சு’’ எனத் தொடர்ந்தார் பௌக். ‘‘தொடர்பேற்படுத்தும் அந்தக் கதவையும் அவன் திறக்க நினைச்சிருக்கணும். ஆனால் படுக்கையிலிருந்து ஏதோ நகர்த்தலை அவன் கேட்டிருக்கணும்... அது அவனை நிலைகுலையச் செய்திருக்கணும்.’’

‘‘இப்ப நாம அந்த இரத்தச்சிகப்புக் கவுனை மட்டும்தான் கண்டுபிடிக்க வேண்டியிருக்கு’’ என்றார் பொய்ரெட்.

‘‘ட்ரூ. இந்த ரெண்டு கடைசி கம்பார்ட் மெண்ட்டுகளிலும் ஆடவர்கள் இருக்காங்க.’’

‘‘இருந்தாலும் பார்த்துடலாம்.’’

ஹெக்டர் மெக்குயின் உவந்து முன்வந்து தேடுதலில் உதவினான். ‘‘இந்த ட்ரெயின்ல அதிகம் சந்தேகத்துக் குள்ளாகும் நபரா நான்தானிருப்பேன்னு எனக்குத் தெரியும். என் பேர்ல நிறைய பணத்தையும் சொத்தையும் அந்த வயசான ரேச்சட் விட்டு வைப்பதாய்ச் சொல்லும் ஓர் உயில் உங்க கைகல கிடைக்கணும்... வழக்கே முடிஞ்சுடும்!’’

பௌக், ஒரு சந்தேகமான பார்வையை அவன்மீது வீசினார்.

‘‘சும்மா ஜோக்கடிச்சேன்’’ என்றான் மெக்குயின். ‘‘ஒரு நயா பைசாவை அவர் எனக்குத் தந்ததில்ல. அவருக்கு ஜஸ்ட் நான் உதவிகரமா இருந்தேன் - புரியாத மொழியைப் புரிய வெக்க, இத்யாதிகள். வெறும் அமெரிக்க இங்கிலீஷை மட்டுமே பேசிக்கிட்டு வாழ்ந்துட முடியாதே... நான் பெரிய மொழிப்புலமை கொண்டவன் கிடையாது. ஆனா கடைக்குப் போனா விசாரிச்சு வாங்கத் தேவையான

அகதா கிறிஸ்டி

அளவுக்கு பிரெஞ்சு, ஜெர்மன், இத்தாலி எனப் பல மொழிகள் தெரியும்.''

வழக்கத்தைவிட அவனது குரல் சப்தமாயிருந்தது, ஏதோ அவன் ஒப்புக்கொண்ட போதிலும் இந்தத் தேடுதலில் அவனுக்கு இஷ்டமில்லாததைப்போல...

பொய்ரெட் எழுந்தார். "நத்திங்" என்றார். "ம்ம்."

மெக்குயின் பெருமூச்செறிந்தான். "என் தலையிலிருந்த கனம் இறங்கிடுச்சு" என்றான் ஹாஸ்யமாய்.

கடைசி கம்பார்ட்மெண்ட்டுக்குப் போனார்கள். பெருத்த இத்தாலியன் மற்றும் பணியாள் ஆன்டானியோ ஃபோஸ்கரெல்லி ஆகியோரின் லக்கேஜ் தேடல்களில் பலனில்லை.

கோச்சின் கடைசியில் போய் நின்று கொண்ட மூன்று பேரும் ஒருவரையொருவர் பார்த்துக் கொண்டார்கள்.

"அடுத்து என்ன?" - கேட்டார் பௌக்.

"மறுபடியும் டைனிங் காருக்கே போவோம்" என்றார் பொய்ரெட். "நம்மால எதெல்லாம் தெரிஞ்சுக்க முடியுமோ, அத்தனையும் இப்ப நமக்குத் தெரிஞ்சாச்சு. பிரயாணிகளின் சாட்சி, அவங்க லக்கேஜ்களின் சாட்சி, நம் கண்களின் சாட்சி - எல்லாம் தயார். இனி வேறெந்த உதவியையும் நாம எதிர்பார்க்க முடியாது. நம் மூளையைப் பயன்படுத்த வேண்டிய கட்டம் வந்தாச்சு.''

தனது சட்டைப்பையிலிருந்து சிகரெட் பெட்டியை எடுத்தார். அது காலியாயிருந்தது.

"கொஞ்ச நேரத்துல உங்களுடன் நான் வந்து சேர்ந்துக்கறேன்" என்றார் பொய்ரெட். "எனக்கு சிகரெட்டுகள் தேவை. இது ஒரு விளங்காத மற்றும் கடினமான சமாச்சாரம். யார் அந்த இரத்தச்சிகப்பு கவுனை அணிந்தது? அது இப்ப எங்கே? எனக்குத் தெரியக்கூடாதானு

ஏங்கறேன். இந்த கேஸ்ல என்னவோ ஒண்ணு இருக்கு - என்னவோ ஒரு, எப்படிச் சொல்வது... ஆங், factor முடிவைத் தரவல்ல சின்ன துருப்பு - அது இருக்கு. அது என்கிட்டேயிருந்து தப்பிச்சுக்கிட்டே இருக்கு! இது கடினமானதா இருக்கு - ஏன்னா, கடினமானதா ஆக்கப்பட்டிருக்கு! ஆனா இதையெல்லாம் நாம விவாதிப்போம். சில நிமிடங்களுக்கு உங்க உத்தரவு வேணும்."

வேகமாய்த் தனது கம்பார்ட்மெண்ட் நோக்கிக் காரிடாரில் பயணமானார் பொய்ரெட். இன்னொரு சிகரெட் பெட்டி தனது சூட்கேஸ் ஒன்றிலிருப்பது அவருக்குத் தெரியும்.

அதனைக் கீழேயிறக்கி வைத்து அதன் பட்டனைத் திறந்தார்.

பிறகு அப்படியே முட்டிபோட்டு உட்கார்ந்து, தனக்குத் தென்படுவதை முறைத்துப் பார்த்தார்.

சூட்கேஸின் மேலே, அழகாய் மடிக்கப்பட்ட நிலையில், ட்ராகன் பூவேலை செய்யப்பட்ட இரத்தச்சிகப்பு கவுன் இருந்தது.

"ஆகா" என்று முணுமுணுத்துக் கொண்டார் பொய்ரெட்: "இப்படிப் போகுதா சமாச்சாரம். கீழ்ப்படிய மறுத்துத் தெரிவிக்கப்படும் ஓர் எதிர்ப்பு. ஆஹ்ஹா! நல்லது. இதை நான் சந்திக்கிறேன்."

பாகம் 3
ஹெர்குல் பொய்ரெட்
அமர்ந்து சிந்திக்கின்றார்

அத்தியாயம் 1

இவர்களில் யார்?

பொய்ரெட் டைனிங் காருக்குள் நுழைந்தபோது பௌக்கும் கான்ஸ்டன்டைனும் உரையாடிக் கொண்டிருந்தார்கள். பௌக் ரொம்பவும் விசனப்பட்டு தெரிந்தார்.

"நீங்க மட்டும் இந்தக் கேஸைத் தீர்த்துக் கொடுத்திட்டீங்கன்னா..." என்ற அவர், "நான் மிராக்கில்ஸ் எனும் வார்த்தையை நம்புவேன்!" என்றார்.

"இது உங்களுக்கு ரொம்ப கவலையைத் தருதோ?"

"இருக்காதா பின்னே? தலையெது வாலெதுன்னு விளங்கல."

"ஆமாம்" என்றார் டாக்டரும். அவர் பொய்ரெட்டை ஆர்வமாய்ப் பார்த்தார். "அடுத்து நீங்க என்ன செய்யப் போறீங்கன்னு என்னால சொல்ல முடியல..."

"முடியல?" என்றார் பொய்ரெட் சிந்தனையாய்.

தனது சிகரெட் பெட்டியிலிருந்து ஒரு குட்டி சிகரெட்டை எடுத்துக் கொளுத்தினார். அவரது கண்கள் சொப்பனத்திலிருந்தன.

"இந்த கேஸ்ல எனக்கு இண்ட்ரஸ்ட்டானதே, இதுதான் - அடுத்து என்ன செய்வது?" என்றார். "வழக்கமா கடைபிடிக்க வேண்டிய அனைத்து வழிமுறைகளிலிருந்தும்

நாம துண்டிக்கப்பட்டு விட்டோம். நாம சாட்சி எடுத்த அத்தனை பேரும் உண்மை பேசறாங்களா, இல்லை பொய் பேசறாங்களா? நாமளா ஒரு முடிவுக்கு வரும் வழியைத் தவிர, இக்கேள்விக்கு விடை காண நமக்கு வேற வழி கிடையாது. இது - மூளைக்கு வேலை.''

''இதெல்லாம் இருக்கட்டும்யா'' என்றார் பௌக். ''இப்ப நீங்க என்ன பண்ணப் போறீங்க?''

''இப்பத்தானே நான் சொன்னேன். பிரயாணிகளின் சாட்சியும், நம் கண்கள் தந்த சாட்சியும் இருக்கு.''

''அற்புதமான சாட்சியங்கள் - இந்தப் பிரயாணிகள் தந்த சாட்சியங்கள்! ஒரு நயா பைசா பெறுமா?''

பொய்ரெட் மறுப்பாய்த் தலையசைத்தார். ''உங்க கருத்தை நான் ஒத்துக்க மாட்டேன், ஃப்ரண்ட். பிரயாணிகளின் சாட்சிகள் பல இண்ட்ரஸ்டிங் தகவல்களைத் தந்திருக்கு.''

''அப்படியா!'' என்றார் பௌக், வஞ்சப்புகழ்ச்சியாய். ''நான் அப்படி எதையும் கவனிக்கல.''

''ஏன்னா, நீங்க ஒழுங்கா கவனிக்கல.''

''வெல் சொல்லுங்க - நான் எதைக் கவனிக்காம நழுவ விட்டிருக்கேன்?''

''நான் ஓர் உதாரணத்தை எடுத்துக்கறேன். நாம முதல்ல கேட்ட சாட்சி, மெக்குயினுடைய சாட்சி. எனக்குத் தெரிஞ்சு, அவன் ஒரு முக்கியமான வாக்கியத்தைச் சொன்னான்.''

''கடிதங்கள்பற்றியா?''

''கிடையாது. கடிதங்கள்பற்றியது அல்ல அது. என் நினைவுக்குத் தெரிஞ்சு, அவன் சொன்னவை: நிறைய பிரயாணிச்சோம். மிஸ்டர் ரேச்சட் உலகத்தைப் பார்க்கணும்னு பிரியப்பட்டார். ஆனா மொழிகள் தெரியாத

அவரோட நிலைமை அவரை ரொம்பவே பாதிச்சது. இதுக்கு உதவ நான் ஒரு கூரியர் போலத்தான் இயங்கினேனே ஒழிய, காரியதரிசிபோல இல்ல! இதைத்தான் சொன்னான்.''

டாக்டர் முகத்திலிருந்து பிறகு பௌளக் முகத்தைப் பார்த்தார் அவர். ''என்ன? இன்னுமா உங்களுக்குத் தட்டுப்படல? இதுக்கு மன்னிப்பே தர முடியாது! இதுக்கு ரெண்டாவதா ஒரு வாய்ப்பும் இப்ப உங்களுக்குக் கிடைச்சுது: வெறும் அமெரிக்க இங்கிலீஷை மட்டுமே பேசிக்கிட்டு வாழ்ந்துட முடியாதே... என்ன நினைக்கிறீங்க இதைப் பற்றி?''

''என்ன இருக்கு இதுல?'' - இன்னமும் புதிர்ப் போடப்பட்டவராகவே இருந்தார் பௌளக்.

''ஆஹ்... இதன் அர்த்தத்தை உங்களுக்கு ஒரே வாக்கியத்தில சொன்னாத்தான் புரியும்போல! வெல், இந்தாங்க, பிடிங்க: மிஸ்டர் ரேச்சட் ப்ரெஞ்சு பேசினது கிடையாது. இருந்தாலும், அவர் அழைத்ததுக்காக ஓடிவந்த கண்டக்டருக்குப் பதில் சொல்லியிருக்கும் குரல், தவறுதலா அழைப்பு மணியை அடிச்சுட்டதாகவும் கண்டக்டரின் உதவி தேவையில்லைன்னும் சொல்லியிருப்பது, பிரெஞ்சு மொழியில். *'ce n'est rien. Fe me suis trompe.'* இது நினைவிருக்கா? இதுல கவனிக்க வேண்டிய இன்னொன்னு என்னன்னா, இந்த பிரெஞ்சு வாக்கியம், பிரெஞ்சு மொழியின் சிறப்பான இலக்கணம் நிறைந்ததாகும் - சொற்பமா பிரெஞ்சு தெரிஞ்ச யாரோவொருத்தன் ஏனோதானோன்னு பேசின மாதிரி கிடையாது.''

விறுவிறுப்பான டாக்டர் கான்ஸ்டன்டைன், ''நிஜந்தான்'' என்றார். ''இது எங்களுக்கு விளங்கியிருக்கணும்! இதை நீங்க திருப்பி எங்ககிட்டே சொன்னபோது இவ்வார்த்தைகளில் நீங்க தந்த அழுத்தம் இப்ப எனக்கு நினைவுக்கு வருது.

உடைந்த வாட்ச் தந்துள்ள சாட்சியை நம்ப நீங்க காட்டின எதிர்ப்பு இப்ப எனக்கு விளங்குது. ஏற்கெனவே, 12.37-க்கே, ரேச்சட் இறந்திருக்கார்---''

மேற்படி டாக்டர் சொன்ன கையோடு, ''---உள்ளேயிருந்து பேசியிருப்பது, அந்தக் கொலைகாரன்!'' என அழுத்தமாய் முடித்தார் பௌக்.

வேகத்தை அழுத்தும் விதமாய்க் கையமுக்கினார் பொய்ரெட். ''நாம ரொம்ப வேகமா ஓட வேண்டாம். நமக்கு ஆக்சுவலா தெரிந்துள்ளதைத் தவிர்த்து நாம எதையும் கணக்குல எடுத்துக்க வேணாம். எனக்கென்னவோ, இந்தக் கட்டத்துல, ரேச்சட்டுடைய கம்பார்ட்மெண்ட்டுக்குள்ளே 12.37-க்கு யாரோ ஒருத்தன் இருந்திருக்கான் என்ற அளவோட நாம நிறுத்திப்பது நல்லதுனு படுது. அவன் ப்ரெஞ்சு ஆசாமியா இருக்கணும்... அல்லது அம்மொழியைச் சர்வசாதாரணமாய்ப் பேசக் கூடியவனா இருக்கணும்.''

''நீங்க ரொம்ப எச்சரிக்கையா இருக்கீங்க, நண்பா.''

''ஒரு சமத்துல ஒரு படியை மட்டுந்தான் ஏறணும். ரேச்சட் இந்த நேரத்துலதான் இறந்தார் என்பதற்கு நம்மிடம் ஸ்தூலமா சாட்சி கிடையாது.''

''உங்களை எழுப்பின ஓர் அலறல் இருக்கு.''

''யெஸ். ஒத்துக்கறேன்.''

''ஒரு வகையில பார்த்தால்...'' என்ற பௌக், சிந்தனையாய்ப் பேசலானார்: ''இந்தக் கண்டுபிடிப்பு ஒண்ணும் பெரிய மாற்றத்தை உண்டாக்கிடல. அடுத்த பெட்டியில யாரோ நடமாடுவதை நீங்க கேட்டிருக்கீங்க. அந்த யாரோ, நிச்சயமா ரேச்சட் கிடையாது - அந்த இன்னொருவன். சந்தேகத்துக்கிடமில்லாமல் சொல்லலாம்: கையில் இரத்தம் படிந்த கறையை அவன் கழுவியிருக்கான்,

கொலைக்குப் பிறகு எல்லாத்தையும் நேர் செய்திருக்கான், காட்டிக் கொடுக்கவல்ல பேப்பரையும் அவன் எரிச்சிருக்கான். பிறகு, எல்லா ஓசையும் அடங்கும் வரை காத்திருக்கான். எல்லாம் ஆபத்தில்லாமல் இருப்பதாகவும் அவன் வழி க்ளியராகிடிச்சுணும் அவன் முடிவெடுத்தபோது, ரேச்சட் கதவை உள்பக்கமா தாழிடறான்... அதன் செயினையும் மாட்டிடறான்... ஹப்பார்டின் அறைக்கு வழிபண்ணித்தரும் கதவின் தாழ்ப்பாளைத் திறக்கிறான்... அந்தப் பெட்டி வழியா நழுவிடறான். ஆக, இவை எல்லாமே நாம நினைச்சு வெச்சிருப்பதைப் போலவேதான். என்ன, ஓரேயொரு வித்தியாசம்: கிட்டத்தட்ட அரை மணிநேரத்துக்கு முன்னாடியே ரேச்சட் கொல்லப்பட்டிருக்கார். அவ்ளோதான். குழப்புவதற்காக வாட்சில் 1.15 என்று மணி நிறுத்தப்பட்டிருக்கு.''

''வாட்சின் முட்கள் 1.15னு காட்டின'' என்றார் பொய்ரெட். ''கொலைக்களத்திலிருந்து அந்த ஆசாமி வெளியேறின எக்ஸாக்ட் நேரம்.''

''நிஜம்'' என்றார் பௌக், சிறு குழப்பத்துடன். ''அந்த வாட்ச் வேற என்னத்தை உங்களுக்குக் குறிச்சுக் காட்டுது?''

''வாட்சில் உள்ள முட்கள் மாற்றப்பட்டிருந்தால், என்ன நேரத்துக்கு அவை மாற்றப்பட்டனவோ அந்நேரம் முக்கியத்துவம் பெறுது. நிச்சயமா அந்தக் குறிப்பிட்ட நேரத்தைத்தான் - இந்தக் கேஸ்ல 1.15 - சந்தேகப்பட வைக்கும்.''

''யெஸ், யெஸ்'' என்றார் டாக்டர். ''உங்க அணுகுமுறை சரியாயிருக்கு.''

''உள்ளே நுழைந்திருக்கும் இந்த ஆசாமி எத்தனை மணிக்கு நுழைஞ்சிருக்கான் என்ற நேரத்திலும் நாம நம்முடைய கவனத்தைக் கொஞ்சம் பதிக்கணும். உள்ளே நுழையும் வாய்ப்பு அவனுக்கு எப்ப அமைஞ்சிருக்கு?

'நிஜமான கண்டக்டர்' எனும் சிக்கலை இப்ப சற்றே ஒதுக்கி வெச்சுட்டு யோசித்தால், ஒரேயொரு சந்தர்ப்பத்துலதான் இந்த வாய்ப்பு அவனுக்கு அமைஞ்சிருக்கு: அது, வின்காவ்ஸீயில ட்ரெயின் நின்ன சமயத்துல. வின்காவ்ஸீயிலிருந்து ட்ரெயின் புறப்பட்டதும் கண்டக்டர் காரிடாரைப் பார்த்தபடி உட்கார்ந்துட்டார். மேலும், எந்தவொரு பிரயாணியும் வாகன் லிட் கண்டக்டர்க்கு எவ்வித முக்கியத்துவமும் தரப் போவது கிடையாது. வஞ்சகமா ஆள்மாறாட்டம் பண்ணிக்கிட்டு உள்ளே வரும் ஆளை உடனடியா கண்டுகொள்ளவல்ல ஒரே ஆசாமி, நிஜ கண்டக்டர்தான். ஆனா கவனிங்க, வின்காவ்ஸீயில ட்ரெயின் நின்னப்ப, கண்டக்டர் ப்ளாட்பாரத்துக்குப் போயிருக்கார் - ஸோ, வழி க்ளியர்.''

''நம்முடைய முந்தைய கணக்கின்படி, அப்படி நுழைவது நம் பிரயாணிகளில் ஒருத்தரா இருக்கணும்'' என்றார் பௌக். ''எங்கு தொடங்கினோமோ அங்கேயே நாம வந்திருக்கோம். இவர்களில் யார்?''

பொய்ரெட் சிரித்தார். ''நான் ஒரு பட்டியல் தயார் செஞ்சிருக்கேன்'' என்றார். ''இதை நீங்க பார்த்தீங்கன்னா, ஒருவேளை உங்களுடைய நினைவாற்றலுக்கு இது சற்றே ஊக்கந்தரலாம்...''

டாக்டரும் பௌக்கும் அந்தப் பட்டியலின்மீது ஒருசேரக் கவிந்தனர். பிரயாணிகள் நேரமுகம் காணப்பட்ட அதே வரிசையில், அப்பட்டியல் ஒழுங்காயும் முறையாயும் தயாரிக்கப்பட்டிருந்தது.

ஹெக்டர் மெக்குயின் - அமெரிக்கன், பெர்த் எண் 6, இரண்டாம் வகுப்பு.

இலக்கு: மரணமடைந்தவருடன் இருந்த தொடர்பால் பகை உருவாகியிருக்கலாமோ?

கொலை சமயத்தில் இருந்த வேறு இடம்: நள்ளிரவு முதல் காலை 2 மணி வரை. (நள்ளிரவு முதல் 1.15 வரை, கலோனல் சாட்சி தருகிறார். 1.15 முதல் 2 வரை கண்டக்டர் சாட்சி தருகிறார்.)

இவருக்கு எதிரான சாட்சி: ஒன்றுமில்லை.

சந்தேகப்படும்படியான சந்தர்ப்பங்கள்: இல்லை.

கண்டக்டர் - பியாரி மிச்சல் - ப்ரெஞ்சு.

இலக்கு: ஒன்றுமில்லை.

கொலை சமயத்தில் இருந்த வேறு இடம்: காலை இரண்டிலிருந்து. (12.37க்கு, ரேச்சட் கம்பார்ட் மெண்ட்டிலிருந்து பேச்சோசை வந்த அதே நேரத்தில், இவனைக் காரிடாரில் ஹெர்குல் பொய்ரெட் பார்த்துள்ளார்.)

இவருக்கு எதிரான சாட்சி: ஒன்றுமில்லை.

சந்தேகப்படும்படியான சந்தர்ப்பங்கள்: வாகன் லிட் கண்டக்டர் சீருடை கண்டெடுக்கப்பட்டது இவனுக்குச் சாதகமாய் உள்ளது, ஏனென்றால், இவன்மீது சந்தேகத்தைத் திசை திருப்பும் விதமாய்ச் சீருடை சமாச்சாரம் தோன்றுகின்றது.

எட்வர்ட் மாஸ்டர்மேன் - ஆங்கிலேயன், பெர்த் எண் 4, இரண்டாம் வகுப்பு.

இலக்கு: மரணமடைந்தவரின் பணியாளாய் இருந்துள்ளதால், அவருடனான தொடர்பால் பகை உருவாகியிருக்கலாம்...

கொலை சமயத்தில் இருந்த வேறு இடம்: காலை இரண்டிலிருந்து. (ஆன்டானியோ ஃபோஸ்கரெல்லி சாட்சி தருகிறார்.)

இவருக்கு எதிரான சாட்சி, அல்லது சந்தேகப்படும்படியான சந்தர்ப்பங்கள்: வாகன் லிட்

யூனிபார்மை அணிந்திருக்கவல்ல சரியான உயரம் மற்றும் உடல்வாகு கொண்டவன் என்பதைத் தவிர, ஏதுமில்லை. இன்னொரு பக்கத்தில், பிரெஞ்சு மொழியைச் சரிவர பேசக்கூடியவர் அல்ல இவர்.

மிஸஸ் ஹப்பார்ட் - அமெரிக்கன், பெர்த் எண் 4, முதல் வகுப்பு.

இலக்கு: ஏதுமில்லை.

கொலை சமயத்தில் இருந்த வேறு இடம்: காலை 2 மணியிலிருந்து. இதற்குச் சாட்சி யாருமில்லை.

இவருக்கு எதிரான சாட்சி, அல்லது சந்தேகப்படும்படியான சந்தர்ப்பங்கள்: இவருடைய கம்பார்ட்மெண்ட்டில் ஒருத்தன் இருந்தான் என்ற இவரது கதை, ஹார்ட்மேன் மற்றும் க்ரீட்டா ஓல்ஸன் ஆகியோரால் ஊர்ஜிதமாகின்றது.

க்ரீட்டா ஓல்ஸன் - ஸ்வீடன், பெர்த் எண் 10, இரண்டாம் வகுப்பு.

இலக்கு: ஏதுமில்லை.

கொலை சமயத்தில் இருந்த வேறு இடம்: காலை 2 மணியிலிருந்து. (சாட்சி, மேரி டெபன்ஹாம்.) *கவனிக்க:* இவர்தான் கடைசியாய் ரேச்சட்டை உயிருடன் பார்த்திருப்பது.

இளவரசி ட்ரகோ-மிராஃப் - பிரெஞ்சு, பெர்த் எண் 14, முதல் வகுப்பு.

இலக்கு: ஆர்ம்ஸட்ராங் குடும்பத்துடன் நெருங்கிய தொடர்பில் இருந்தவர். சோனியா ஆர்ம்ஸ்ட்ராங்கின் மதகுரு.

கொலை சமயத்தில் இருந்த வேறு இடம்: நள்ளிரவு முதல் காலை 2 மணி வரை. (இதற்குக் கண்டக்டரும் இவருடைய பணியாளும் சாட்சி)

அகதா கிறிஸ்டி

இவருக்கு எதிரான சாட்சி, அல்லது சந்தேகப்படும் படியான சந்தர்ப்பங்கள்: ஏதுமில்லை.

பிரபு ஆன்ட்ரநேயீ - ஹங்கேரியன், ராஜாங்க பாஸ்போர்ட், பெர்த் எண் 13, முதல் வகுப்பு.

இலக்கு: ஏதுமில்லை.

கொலை சமயத்தில் இருந்த வேறு இடம்: நள்ளிரவு முதல் காலை 2 மணி வரை. (இதற்குக் கண்டக்டர் சாட்சி - ஆனால் இதில் 1 மணிமுதல் 1.15 வரை, கணக்கில் வரவில்லை.)

ஆன்ட்ரநேயீயின் மனைவி - மேற்கூறியதைப் போல, பெர்த் எண் 12.

இலக்கு: ஏதுமில்லை.

கொலை சமயத்தில் இருந்த வேறு இடம்: நள்ளிரவு முதல் காலை 2 மணி வரை. ட்ரையோனல் உட்கொண்டு தூங்கியிருக்கிறார். (இதற்கு சாட்சி, கணவர். ட்ரையோனல் பாட்டில், கப்-போர்டில்.)

கலோனல் ஆர்புத்ராட் - பிரிட்டிஷ், பெர்த் எண் 15, முதல் வகுப்பு.

இலக்கு: ஏதுமில்லை.

கொலை சமயத்தில் இருந்த வேறு இடம்: நள்ளிரவு முதல் காலை 2 மணி வரை. 1.30 வரை மெக்குயினுடன் உரையாடியுள்ளார். பிறகு தனது கம்பார்ட்மெண்ட்டுக்குச் சென்றுள்ளார். அங்கிருந்து நகரவில்லை. (மெக்குயினாலும் கண்டக்டராலும் சாட்சி உண்டு.)

இவருக்கு எதிரான சாட்சி, அல்லது சந்தேகப்படும் படியான சந்தர்ப்பங்கள்: பைப்-க்ளீனர்.

ஸைரஸ் ஹார்ட்மேன் - அமெரிக்கன், பெர்த் எண் 16, இரண்டாம் வகுப்பு.

இலக்கு: தெரிந்து ஏதுமில்லை.

கொலை சமயத்தில் இருந்த வேறு இடம்: நள்ளிரவு முதல் காலை 2 மணி வரை. கம்பார்ட்மெண்ட்டை விட்டு நகரவில்லை. *(மெக்குயினாலும் கண்டக்டராலும் சாட்சி உண்டு.)*

இவருக்கு எதிரான சாட்சி, அல்லது சந்தேகப்படும் படியான சந்தர்ப்பங்கள்: ஏதுமில்லை.

ஆன்டானியோ ஃபோஸ்கரெல்லி - அமெரிக்கன் (பிறப்பால் இத்தாலியன்), பெர்த் எண் 5, இரண்டாம் வகுப்பு.

இலக்கு: தெரிந்து, ஏதுமில்லை.

கொலை சமயத்தில் இருந்த வேறு இடம்: நள்ளிரவு முதல் காலை 2 மணி வரை. *(சாட்சி, எட்வர்ட் மாஸ்டர்மேன்.)*

இவருக்கு எதிரான சாட்சி, அல்லது சந்தேகப்படும் படியான சந்தர்ப்பங்கள்: *(மிஸ்டர் பௌளக்கின் கருத்துப்படி)* கொலை செய்யப்பயன்பட்டதாய் உள்ள ஆயுதம், இவருடைய மனோநிலைக்கு ஒத்து வரும் என்பதைத் தவிர, ஏதுமில்லை.

மேரி டெபன்ஹாம் - ப்ரிட்டிஷ். பெர்த் எண் 11, இரண்டாம் வகுப்பு.

இலக்கு: ஏதுமில்லை.

கொலை சமயத்தில் இருந்த வேறு இடம்: நள்ளிரவு முதல் காலை 2 மணி வரை. *(சாட்சி, க்ரீட்டா ஓல்ஸன்.)*

இவருக்கு எதிரான சாட்சி, அல்லது சந்தேகப்படும் படியான சந்தர்ப்பங்கள்: கலோனலுடனான உரையாடலை விளக்க மறுப்பது.

ஹில்டே-கார்டே ஷ்மிடிட் - ஜெர்மானியர், பெர்த் எண் 8, இரண்டாம் வகுப்பு.

இலக்கு: ஏதுமில்லை.

கொலை சமயத்தில் இருந்த வேறு இடம்: நள்ளிரவு முதல் காலை 2 மணி வரை. (சாட்சி, கண்டக்டர் மற்றும் இவருடைய முதலாளி.) தூங்கியுள்ளார். 12.38க்குக் கண்டக்டரால் எழுப்பப்பட்டு முதலாளியம்மாவைப் பார்க்கச் சென்றுள்ளார்.

கவனிக்க: பிரயாணிகளின் சாட்சிகளுக்கு உதவியாக, நள்ளிரவு முதல் ஒரு மணிவரையிலும் 1.15 முதல் இரண்டு மணிவரையிலும் யாரும் ரேச்சட்டின் கம்பார்ட் மெண்ட்டுக்குள் நுழையவில்லை / வெளியேறவில்லை எனும் அறிக்கை உள்ளது. 1 மணிக்குக் கண்டக்டரே அடுத்த கோச்சில் இருந்திருக்கிறான்.

''இந்த டாகுமெண்ட், தோழர்களே'' என்ற பொய்ரெட், ''நாம கேட்ட சாட்சிகள்தான்'' என்றார். ''வசதிக்காக வரிசைப்படுத்தப்பட்டிருக்கு.''

ஒரு முகச்சுளிப்புடன் அதனைத் திரும்பத் தந்தார் பௌக். ''இது பெருசா எதையும் வெளிச்சம் போட்டுக் காட்டிடல'' என்றார்.

''ஒருவேளை இதோ இதை உங்களுடைய டேஸ்ட்டுக்கு ரொம்பவும் உகந்ததா நீங்க உணரலாம்'' என்றார் பொய்ரெட், அடுத்த துண்டு பேப்பரை அவரிடம் அளித்தபோது.

அத்தியாயம் 2

பத்து கேள்விகள்

அத்தாளில் எழுதப்பட்டவை:

விளக்கம் தேவைப்படும் விஷயங்கள்:

1. *H என்று குறிக்கப்பட்டுள்ள கைக்குட்டை. யாருடையது இது?*

2. பைப்-க்ளீனர். கலோனல் ஆர்புத்ராட்டால் இது தவறவிடப்பட்டுள்ளதா? அல்லது வேறு ஒருவராலா?

3. இரத்தச்சிகப்பு கவுனை அணிந்திருந்தது யார்?

4. வாகன் லிட் சீருடையில் ஆள்மாறாட்டம் செய்த ஆண் அல்லது பெண், அது யார்?

5. கைக்கடியாரத்தின் முட்கள் எதற்காக 1.15 என்று காட்ட வேண்டும்?

6. கொலை, அந்நேரத்திலா இடம்பெற்றுள்ளது?

7. அல்லது, அதற்கு முன்னரா?

8. அல்லது, அதற்குப் பின்னரா?

9. ஒரு நபருக்கு மேலானவர்களால் ரேச்சட் குத்தப்பட்டுள்ளார் என்பதில் நாம் நிச்சயமாகி விட்டோமா?

10. அவரது காயங்களுக்கு வேறென்ன விளக்கங்கள் இருக்க முடியும்?

தனக்கு அளிக்கப்பட்டுள்ள இந்தச் சவாலை ஏற்றுக் கொண்டவராய், ''வெல்... நம்மால என்ன செய்ய முடியும்னு பேசுவோம்'' என்றார் பௌக். ''கைக்குட்டையை எடுத்துப்பம்'' என்றார். ''வரிசையா, முறையா முன்னேறுவோம்.''

''நிச்சயமா'' என்றார் பொய்ரெட், திருப்தியாய்.

நீதிபோதனை தருபவரைப்போல பௌக்கின் பேச்சு இருந்தது: ''H எனும் இனிஷியல் மூன்று நபர்களுடன் தொடர்பு கொண்டுள்ளது. மிஸஸ் ஹப்பார்ட், (ஹெர்மியான் என்று ஆரம்பப் பெயருள்ள) மிஸ் டெபன்ஹாம் மற்றும் பணிப்பெண் ஹில்டே-கார்டே ஷ்மிடிட்.''

''ஆஹ்! யார், இந்த மூவரில்?''

''அதைச் சொல்வது கடினம். என்னைக் கேட்டால், மிஸ் டெபன்ஹாமென்றுதான் சொல்வேன். அவங்க, டெபன்ஹாம் என்பதற்குப் பதிலா ஹெர்மியான் என்ற பெயரால் பரவலா அழைக்கப்படலாம், இல்லையா? இவங்க மேல சந்தேகப் புள்ளியும் இருக்கு. உங்க காதுகளில் வந்து விழுந்துள்ள அந்த வசனம், ஃப்ரண்ட்... நிச்சயம் ஆர்வத்தைத் தூண்டுது. அதை விளக்க அவங்க மறுப்பதும்தான்.''

''என்னைக் கேட்டால், அந்த அமெரிக்கப் பொம்பிளையைச் சொல்வேன். நல்ல விலைமதிப்புள்ள கர்சீஃப் அது. இந்த அமெரிக்கனுங்களுக்குத்தான் பணத்தின் மதிப்பு தெரியாது.''

''ஆக நீங்க ரெண்டு பேரும் அந்தப் பணிப்பெண்ணை விலக்கி வெச்சுடறீங்க?'' - கேட்டார் பொய்ரெட்.

''யெஸ்... அவங்களே சொன்னதைப்போல, அந்தக் கைக்குட்டை, மேல்தட்டு மக்களுக்கானது.''

''இப்ப அடுத்த கேள்வி: பைப் க்ளீனர். கலோனல் போட்டாரா, அல்லது வேறு யாராவதா?''

''இதைச் சொல்வது இன்னும் கடினம். ஆங்கிலேயர்கள், குத்துவது கிடையாது. யாரோதான் பைப் க்ளீனரை அங்கே தவற விட்டுள்ளார்கள்னு நினைக்கத் தோணுது. அந்த ஆங்கிலேய கலோனலை வம்புல சிக்க வெக்க.''

''நீங்களே சொன்னதைப்போல, பொய்ரெட்'' என்று துவங்கிய டாக்டர், ''இரண்டு துப்புகளை விட்டு வைத்திருப்பது, அதிகமாப் படுது. பௌக் சொல்வதை நானும் ஏத்துக்கறேன். கைக்குட்டை, அஜாக்கிரதையாய்த் தெரியாமல் தவற விடப்பட்டிருக்கு - எனவே யாரும் அது அவங்களுடையதுனு ஒப்புக்க மாட்டாங்க. பைப் க்ளீனர் ஒரு போலி துப்பு. இதைப் பற்றிச் சொன்னபோது கலோனல் ஆர்புத்ராட் எவ்விதமான சலனமும் காட்டாததும், தான் பைப் பிடிப்பதை அவர் உடனடியா ஒப்புக் கொண்டதும் அதைப்போன்ற க்ளீனரைத்தான் தானும் பயன்படுத்துவதாய்ச் சொன்னதும் இதற்கான ஆதாரங்கள்'' என்றார்.

''நீங்க நல்லா அர்த்தப்படுத்தறீங்க'' என்றார் பொய்ரெட்.

''கேள்வி 3. இரத்தச்சிகப்பு கவுனை அணிந்தவர் யார்?'' என்று தொடரலானார் பௌக்: ''இதுக்கு எனக்குக் கொஞ்சமும் விடை தெரியாதுனு ஒப்புக்கறேன். உங்களுக்கு இதுல ஏதாவது ஐடியா இருக்கா, டாக்டர்?''

''கிடையாது.''

''இதுல நாம வீழ்த்தப்பட்டாச்சுனு ஒப்புக்க வேண்டியதுதான். ஆனா அடுத்த கேள்விக்குச் சாத்தியக்கூறுகள் இருக்கு. வாகன் லிட் யூனிபார்ம்ல உலவின ஆண் அல்லது பெண் யார்? வெல், அது யாராய் இருக்க முடியாது என்பதற்கு நிறைய பேரை

நிச்சயப்படுத்திச் சொல்லிடலாம். ஹார்ட்மேன், கலோனல் ஆர்புத்ராட், ஃபோஸ்கரெல்லி, கவுண்ட் ஆன்ட்ரநேயீ மேலும் மெக்குயின் எல்லாரும் மகா உயரம். மிஸஸ் ஹப்பார்ட், ஹில்டே-கார்டே ஷ்மிடிட் மற்றும் க்ரீட்டா ஓல்ஸன் ஆகியோர் ரொம்ப அகலமானவர்கள். இந்தத் தீர்வு, பணியாள், மிஸ் டெபன்ஹாம், இளவரசி ட்ரகோ-மிராஃப் மற்றும் பிரபுவின் மனைவி ஆகியோரை விட்டு வைக்குது. இதுல யாருமே சாத்தியமானவங்களா படலே! ஒருபக்கம் ஓல்ஸன் இந்த மேரி டெபன்ஹாமும், இன்னொரு பக்கம் ஆன்டானியோ தன்னோடிருந்த பணியாள் மாஸ்டர்மேனும் அந்தந்த கம்பார்ட்மெண்ட்டை விட்டு நகரவேயில்லைனு சத்தியம் பண்ணுதுங்க. இளவரசி தன்னுடனிருந்தாங்கன்னு தொண்டையைப் பிடிச்சுக்கிட்டுச் சபதம் போடுது ஹில்டே-கார்டே ஷ்மிடிட். பிரபுவோ தன் மனைவி தூக்க மருந்தைக் குடிச்சுட்டானு நம்மை அடிச்சுட்டார். ஆகவே பிரயாணிகள்ல யாரும் அதை அணிந்து போயிருக்க முடியாதுனு ஆகுது - ஓ, இது முட்டாள்தனம்!''

''அந்த நால்வர்ல ஒருத்தராதான் இருக்கணும்'' என்றார் டாக்டர் கான்ஸ்டன்டைன். ''இது, வெளியிலிருந்து ஒருத்தன் உள்ளே வந்து ஒரு பதுங்குமிடம் பார்த்துப் பதுங்கியிருக்காதபட்சத்தில்'' என்றும் கூடுதலாய்ச் சொன்னார். ''நோ. இது அசாத்தியம். இப்படித்தான் நாம முடிவு பண்ணியிருக்கோம்.''

பௌக், பட்டியலிலிருந்த அடுத்து கேள்விக்குத் தாவினார்: ''எண் 5. உடைந்த கடியாரத்தின் முட்கள் ஏன் 1.15 என்று காட்ட வேண்டும்? இதுக்கு எனக்கு ரெண்டு விளக்கங்கள் தட்டுப்படுது. இது கொலையாளியால் வேண்டுமென்றே உருவாக்கப்பட்டதாய் இருக்கணும். அப்புறமாய்ப் பிரயாணிகளின் நடமாட்டம் கேட்கவே

ட்ரெயினிலிருந்து அவன் திட்டப்படி அவனால வெளியேற முடியாம ஆகிடுது. இல்லேனா, வெயிட், ஓர் ஐடியா எனக்குத் தோணுது---''

தன் ஞாபகசக்தியோடு பௌக் போராடிக் கொண்டிருந்தபோது ஏனைய இருவரும் பவ்யமாய் அமைதி காத்தார்கள்.

''ம், கிடைச்சுடுச்சு'' என்றார் இறுதியாய். ''வாட்ச்சை சேதப்படுத்தியது வாகன் லிட் கொலையாளி கிடையாது! ரெண்டாவது கொலைகாரன்னு நாம முத்திரை குத்தி வெச்சிருக்கும் அந்த ஆள் பண்ணினது அது. இடக்கை பழக்கமுள்ளவன். இரத்தச்சிகப்பு கவுனில் வந்த பொம்பிளை. அவ, பிறகு ரெண்டாவதா உள்ளே நுழையறா. அவளைக் காட்டிக் கொடுத்துடாம இருக்க, முட்களை நகர்த்தி நேரத்தை மாற்ற வெக்கிறா.''

''அப்படிப் போடு'' என்றார் டாக்டர் கான்ஸ்டன்டைன். ''நல்ல கற்பனை.''

''சொல்லப் போனால்...'' என்ற பொய்ரெட், ''அவர் ஏற்கெனவே இறந்துவிட்டது தெரியாமல், கும்மிருட்டுல அவ அவரைக் குத்தறா. ஆனா அவரோட பைஜாமா பாக்கெட்டுல வாட்ச் இருக்குனு எப்படியோ கணக்கிட்டு, அதை வெளியிலெடுத்து, குருட்டாம்போக்குல அதன் முட்களைத் திருப்பிட்டு, வெக்கிறா.''

பொய்ரெட்டைக் கறாராய்ப் பார்த்தார் பௌக். ''இதைவிட உருப்படியா ஆலோசிக்க உங்ககிட்டே வேற ஒண்ணுமே கிடையாதா?''

''இப்போதைக்கு - *நோ*'' என்றார் பொய்ரெட். ''இருந்தாலும், நீங்க ரெண்டு பேருமே, வாட்ச் விஷயத்தில் இருக்கும் இண்ட்ரஸ்டிங் சமாச்சாரத்தைப் பாராட்டுகிற மாதிரியே தெரியல.''

''நீங்க சொல்வதுக்கும் கேள்வி எண் ஆறுக்கும் சம்பந்தமிருக்கா?'' என்றார் டாக்டர். ''கொலை, 1.15க்கு நிகழ்ந்துள்ளதா? என் பதில்: நோ.''

''நான் ஒப்புக்கறேன்'' என்றார் பௌக். ''முன்னாடி நடந்திருக்கலாமா என்பது அடுத்த கேள்வி. இதுக்கு நான் யெஸ் என்கிறேன். நீங்களும்தானே டாக்டர்?''

டாக்டர் ஆமோதிப்பாய்த் தலையசைத்தார். ''ஆனா, பின்னால் நடந்திருக்கலாமா என்பதற்கும் இதேபோன்ற யெஸ் எனும் விடையே தரலாம். உங்க தியரியை நான் ஏத்துக்கறேன், பௌக். ஒப்புக்க முன்வராவிட்டாலும் மிஸ்டர் பொய்ரெட்டும் ஏற்றுக் கொள்கிறார்னு நினைக்கிறேன். முதல் கொலைகாரன் 1.15க்கு முன்னாடியே வரான். இரண்டாவது கொலைகாரன் 1.15க்கு அப்புறமா வரான். இடக்கை வழக்கம் உள்ளவனா என்ற கேள்விக்கு, யாருக்கு இடக்கை வழக்கமிருக்குனு நாம கவனிக்க வேண்டாமா?''

''இந்த பாயிண்ட்டை நான் முழுக்கத் தள்ளிடல'' என்றார் பொய்ரெட். ''ஒவ்வொரு பிரயாணியையும் கையொப்பத்தையோ அல்லது முகவரியையோ எழுதும்படி நான் பண்ணினதை நீங்க கவனிச்சிருக்கலாம். ஆனா இது மட்டுமே தீர்மானமா ஆகிடாது. சிலர் வலக்கையால சில காரியங்களையும், இடக்கையால சில காரியங்களையும் செய்வாங்க. சிலர் வலக்கைல எழுதுவாங்க, ஆனா இடக்கையால கோல்ஃப் விளையாடுவாங்க. எழுதும்படி கேட்கப்பட்ட ஒவ்வொருத்தரும் வலக்கையால பேனாவை எடுத்தாங்க - இளவரசியைத் தவிர. அவங்க எழுத மறுத்துட்டாங்க.''

''இளவரசி ட்ரகோ-மிராஃப் - தாளவொண்ணா ஐந்து'' என்றார் பௌக்.

‘‘அவங்களால அந்த இடக்கை வீச்சினைத் தந்திருக்க முடியுமா என்பது சந்தேகமே’’ என்றார் டாக்டர், இரட்டை மனத்துடன். ‘‘அந்த ஒரு குறிப்பிட்ட அடி, அசாத்திய விசையுடன் அடிக்கப்பட்டிருக்கு.’’

‘‘பெண் பயன்படுத்தவல்ல விசையைவிட அதிகமானதா?’’

‘‘நோ, அப்படி நான் சொல்ல மாட்டேன். வயதான பெண்மணியாக இல்லாவிட்டால், அடித்திருக்கக் கூடும். இளவரசி ட்ரகோ-மிராஃப்பின் ஆரோக்கியம் மிகவும் நுணுக்கமாயிருக்கு.’’

‘‘உடலின்மீது மனத்தின் ஆதிக்கத்தைப் பொறுத்த கேள்வியிது’’ என்றார் பொய்ரெட். ‘‘இளவரசி ட்ரகோ-மிராஃப், ஒரு மிகச் சிறந்த பெண்மணி. அசாத்திய மனோசக்தி உண்டு அவங்களுக்கு. இப்போதைக்கு இதை விட்டு வெப்போமே.’’

‘‘கேள்விகள் 9 மற்றும் 10. ஒருத்தருக்கும் மேற்பட்டவரால ரேச்சட் அடிக்கப்பட்டுள்ளாரா மற்றும் காயங்களுக்கு வேறெதாவது அர்த்தம்? என்னைப் பொறுத்தவரைக்கும், மருத்தவரீதியாய், அக்காயங்களுக்கு வேறெந்த விளக்கங்களும் இருக்க முடியாது. ஒரே மனுஷன் முதல்ல மெதுவாகவும் அப்புறம் வீரியமாகவும் இயங்கினான் என்பதோ... முதல்ல வலக்கையாலும் பிறகு இடக்கையாலும் குத்தினான் என்பதோ... அரை மணிநேரம் போல இடைவெளி விட்டுட்டு மறுபடியும் செத்த உடலைக் குத்திக்கிட்டிருந்தான் என்பதோ... ம்ம், புத்திசாலித்தனமான ஆலோசனைகளா படலே.’’

‘‘நோ’’ என்றார் பொய்ரெட். ‘‘புத்திசாலித்தனமா இல்ல. ரெண்டு கொலைகாரர்கள்னு பேசுவதுல அர்த்தமிருக்குனு நீங்க நினைக்கிறீங்களா?’’

''நீங்களே சொன்னதைப்போல, இதுக்கு வேறென்ன விளக்கம் இருந்துட முடியும்?''

தனக்கு முன் தெரிந்த பகுதியை வெறித்தார் பொய்ரெட். ''இதையேதான் நான் என்னையே கேட்டுக்கிட்டிருக்கேன்'' என்றார். ''இதைத்தான் நான் விடாம என்னையே கேட்டுக்கிட்டிருக்கேன்.''

அவர் தனது இருக்கையில் நன்றாய்ச் சாய்ந்து அமர்ந்தார். ''இப்போதிலிருந்து அனைத்தும் இதோ இங்கே இருக்கு'' என்றார் தனது நெற்றிப்பொட்டைத் தட்டிக்காட்டி. ''எல்லாத்தையும் நாம பிடுங்கி வெளியே கொட்டியாச்சு. அனைத்து நிஜங்களும் நமக்கு முன்னாடி இருக்கு - ஒழுங்கா அடுக்கப்பட்டு, வரிசைப்படுத்தப்பட்டு, பிரயாணிகள் ஒவ்வொருத்தரும் இங்கேதான் ஒவ்வொருத்தரா வந்து உட்கார்ந்தாங்க. தங்களது சாட்சிகளைத் தந்தாங்க. நமக்குத் தெரிய வேண்டிய எல்லாமும் நமக்குத் தெரிஞ்சாச்சு - வெளியிலிருந்து...''

பௌக்கை நோக்கி ஒரு நெருக்கமான புன்னகையை வீசினார் பொய்ரெட். ''ஓரிடத்தில் அமைதியாய் உட்கார்ந்து, இவ்வழக்கைச் சிந்திப்பது - உங்களுக்கு ஒரு ஜோக்காக இருக்கலாம், ஃப்ரண்ட். வெல், இந்த என்னுடைய தியரியை நான் இப்ப நடைமுறைபடுத்தப் போறேன். இங்கேயே உங்க கண்களுக்கு முன்னாடியே. நீங்க ரெண்டு பேரும்கூட அதையேதான் செய்யணும். நாம எல்லோரும் நம் கண்களை மூடிக்கிட்டு, சிந்திப்போம்...

''பிரயாணிகளில் ஒருத்தரோ, ஒருத்தருக்கு மேற்பட்டவர்களோ, ரேட்சட்டைக் கொன்றுள்ளார்கள். பிரயாணிகளில், அவர்கள் *யார் யார்?''*

அத்தியாயம் 3

வழிகாட்டும் சில குறிப்புகள்

ஒருவரும் பேசாமல் கால்மணி நேரம் கடந்தது.

பௌக்கும் டாக்டர் கான்ஸ்டன்டைனும் பொய்ரெட்டின் வழிகாட்டுதலை ஒத்துக்கொள்ளும் அணுகுமுறையைக் கடைபிடிக்க ஆரம்பித்திருந்தார்கள். முன்னுக்குப்பின் முரணான தகவல்களிலிருந்து துல்லியமான மற்றும் மேதமையான ஒரு தீர்வினைக் காண அவர்கள் தயாராகியிருந்தார்கள்.

பின்வரும் மாறான சிந்தனையில் பௌக்கின் எண்ணங்கள் இருந்தன:

'வேறு வழியில்லை... நான் இப்போது சிந்தித்தாக வேண்டும். ஆனால் நான் ஏற்கெனவே சிந்தித்து முடித்தாயிற்றே. இந்த பொய்ரெட் நினைக்கின்றார், அந்த இங்கிலீஷ்க்காரப் பெண்தான் இக்கொலையில் கலந்துள்ளது என்று. நிச்சயம் அப்படிக் கிடையாது என்று என்னால் நினைக்காமல் இருக்க முடியவில்லை. ஆங்கிலேயர்கள் இப்படிப்பட்டவர்கள் கிடையாது. இத்தாலியன் பண்ணியிருக்க முடியாது என்று இன்று தோன்றுகின்றது. மற்றவர் கம்பார்ட்மெண்ட்டை விட்டு நகரவே இல்லை என்று பணியாள் சொன்ன வாக்குமூலத்தில் பொய் கிடையாது என்று நான் நினைக்கிறேனா? எதற்காக அவன் பொய் பேச வேண்டும்?

ஆங்கிலேயர்களைச் சீக்கிரத்தில் விலைக்கு வாங்கிவிட முடியாது - அவ்வளவு சுலபமாய் நெருங்கவல்லவர்கள் அல்ல அவர்கள். ப்ச்... இந்த முழு விஷயமும் துரதிர்ஷ்டவசமானது. பனிச் சறுக்கைச் சொல்கிறேன்! இதிலிருந்து விடுபடுவோமா என்பதே எனக்கு வியப்பாய் உள்ளது. ஏதாவது மீட்புப்பணிகள் நடந்து கொண்டிருக்க வேண்டும். ஆனால் வரவர அவையெல்லாம் மிகவும் மெதுவாக மேற்கொள்ளப்படுகின்றன - வேலையை முடுக்கிவிட முடிவெடுக்கவே மணிநேரங்கள் ஆகின்றன. இப்பகுதி போலீஸ்காரர்களும் வேறுவிதமாய் நடந்து கொள்வார்கள்: முன்னுரிமை, முக்கியத்துவம் அது இது என்று. இப்படிப்பட்ட வழக்குகளெல்லாம் அவர்களுக்கு எங்கே கிடைக்கப் போகின்றது... ஆகவே இந்தக் கேஸ் கிடைத்துவிட்டால் போதும், பேனர் அடித்து விளம்பரப்படுத்தி விடுவார்கள். ஓ காட், எல்லாச் செய்தித்தாள்களிலும் வந்து விடும்...'

இங்கிருந்து பௌக்கின் சிந்தனைகள் ஏற்கெனவே பல நூறு தடவை இவர்கள் பேசிப் பேசி ஓய்ந்திருக்கும் நிஜங்களின்மீது பாய்ந்தன.

டாக்டர் கான்ஸ்டன்டைனின் சிந்தனைகள்:

'இந்தக் குள்ள மனிதனை விளங்கிக் கொள்ள முடியவில்லை. ஜீனியஸா? இல்லை, கிறுக்கனா? இந்த மர்மமான வழக்கினை இவனா தீர்த்து வைப்பான்? இம்பாஸிபிள். இதிலிருந்து விடையை அடைய எனக்கு ஒருவழியும் தென்படவில்லை. எல்லாமும் குழப்புகின்றன. ஒவ்வொருத்தரும் பொய் சொல்கின்றார்கள். உண்மையைச் சொன்னாலும் பெருசாய் ஒன்றும் விளைந்து விடப்போவதில்லை. இரண்டுமே குழப்பத்தான் செய்யும்! காயங்கள் - விளங்கிக் கொள்ள இயலவில்லை. என்னால விளங்கிக்கொள்ளவே முடியவில்லை. சுடப்பட்டிருந்தால்

சுலபமாகியிருக்கும். துப்பாக்கி கொண்டு சுடுபவர்களை Gunman என்கின்றார்கள் அமெரிக்கர்கள் - விசித்திரமான நாடு, இந்த அமெரிக்கா. எனக்கு அங்கு செல்ல ஆசையாயிருக்கின்றது. சிறப்பாய் வளர்ந்து வரும் நாடு. வீடு திரும்பியதும், ஸகோனைப் பிடிக்க வேண்டும்... இவன் அமெரிக்கா சென்று வந்துள்ளான். நவீன ஐடியாக்கள் நிறைய இவனிடம் உள்ளன. அவற்றில் எதையாவது இப்போது அவன் செய்து கொண்டிருக்கின்றானா என்பது தெரியவில்லை... இதை மட்டும் என் மனைவி அறிந்து சொன்னால்...'

அவருடைய சிந்தனைகள் இதற்கப்புறம் முழுக்கவும் தனிப்பட்ட சமாச்சாரங்களுக்குள் போயின.

ஹெர்குல் பொய்ரெட், ஓர் ஓவியமாய் உட்கார்ந்திருந்தார், அசைவற்று.

அவர் தூங்கிவிட்டதாய்தான் யாரும் நினைத்திருப்பார்கள்.

கால்மணி நேரமாய் அசைவற்றுக் கிடந்த பிறகு, திடுதிப்பென்று, அவரது நெற்றியில் புருவங்கள் வளைய ஆரம்பித்தன. சின்ன பெருமூச்சு அவரிடமிருந்து வெளியேறியது. அவரது மூச்சுக்குக் கீழே வந்த முணுமுணுப்பு:

"ஆனா, ஏன் அப்படி இருக்கக் கூடாது? அப்படியிருந்தால்...? அட, அப்படியிருந்தால், இப்படியிருந்தால் என்று என்ன குழப்பம்? அப்படித்தான்... இது நிச்சயம் அனைத்தையும் விளக்கும்."

அவரது விழிகள் திறந்தன. அவை, பூனைக்கண்களைப் போல பச்சையாகிப் போயிருந்தன. மிருதுவாய்ச் சொன்னார்: "ஃப்ரண்ட்ஸ். நான் சிந்தித்தாயிற்று. நீங்கள்?"

தத்தமது சிந்தனைகளில் தொலைந்து போயிருந்த இருவரும் ஒரு திடுக்கிடலுடன் நிமிர்ந்தார்கள்.

''நானும் சிந்திச்சேன்'' என்றார் பௌக், வழிந்தபடி. ''ஆனால் என்னால எந்த முடிவுக்கும் வர முடியல. இந்த க்ரைமுக்குத் தீர்ப்பு எழுத வேண்டிய வேலை உங்களுடையது, என்னுடையதல்ல.''

லஜ்ஜையின்றி, ''நானும் ரொம்பவும் உண்மையாய் இந்த வழக்கை மூளைக்குள்ளே போட்டுப் பிசைஞ்சேன்'' என்றார் டாக்டர். ''பல தியரிகளை நான் போட்டு உலுக்கிப் பார்த்துட்டேன். ஆனா எதுவும் என்னைத் திருப்திபடுத்தல.''

அமரிக்கையாய் ஆமோதித்துத் தலையசைத்தார் பொய்ரெட். 'ரொம்ப சரி. இப்படித்தான் சொல்வாங்க. நான் எதிர்பார்த்த வார்த்தைகளைத்தான் நீங்க சொல்லியிருக்கீங்க' என்று அந்தத் தலையசைப்பு சொன்னது.

நெட்டைக்குத்தலாய் உட்கார்ந்தார் அவர். மார்பினை நிமிர்த்திக் கொண்டார். மீசையைத் தடவி ஒழுங்கு செய்தார். பொதுக்கூட்டங்களில் பேசிப் பேசிப் பழக்கப் பட்டவராய்ப் பேசினார் அவர்:

''மை ஃப்ரண்ட்ஸ், நமக்குத் தெரிஞ்ச நிஜங்களை நான் மூளைக்குள்ளே போட்டு ஓட்டிப் பார்த்தேன். பிரயாணிகளின் சாட்சிகளையும் நான் எனக்கு நானே மீட்டினேன். நமக்குத் தெரிஞ்ச நிஜங்களை ஊர்ஜிதப்படுத்தவல்ல விளக்கத்தை என்னால பார்க்க முடிஞ்சது - அஃப்கோர்ஸ், தெளிவில்லாமல்தான். அது ஒரு விளங்கிக்க முடியாத விளக்கம் - இதுதான் உண்மையான விளக்கம்னு இன்னும் என்னால நிச்சயப்படுத்திக்க முடியல. நிச்சயப்படுத்திக்க, சில பரிசோதனைகளை நான் பண்ண வேண்டியிருக்கு.

''எனக்கு உதவுமாறு சில பாயிண்ட்டுகள் தோணுது... அவற்றை முதல்ல சொல்ல விரும்பறேன். ட்ரெயின்ல இதோ இதே இடத்துல நாம ஃபர்ஸ்ட் லஞ்ச்

எடுத்துக்கிட்டபோது பௌக் சொன்ன ஒரு குறிப்பிலிருந்து நாம பேச்சைத் துவங்குவோம். நாம, நம்மைச் சுற்றி அனைத்து வகையான நாட்டினர், அனைத்து வகையான சாதியினர், அனைத்து வயதையொத்தவர்களால் சூழப்பட்டிருக்கோம்னு சொன்னார். வருடத்தின் இந்தக் காலகட்டத்துல, இப்படி 'அனைத்தும்' ஒன்றாகயிருக்கும்படி அமைவது, வாடிக்கையா நடக்காத ஒரு நிஜம். ஏதென்ஸ்-பாரீஸ் மற்றும் புகாரெஸ்ட்-பாரீஸ் ஆகிய இரண்டு கோச்சுகளும் ஏறத்தாழ காலி. ஒரு பிரயாணி வரல. இதையும் கவனம் வெச்சுக்கங்க. இது, என்னைப் பொறுத்தவரைக்கும், முக்கியமா குறிச்சுக்க வேண்டிய ஒன்று. அப்புறம் சில சின்னச்சின்னச் சமாச்சாரங்கள் எனக்கு உதவும்போல படுது: உதாரணத்துக்கு மிஸஸ் ஹப்பார்ட் கைப்பை இருந்த நிலை - Position மிஸஸ் ஆர்ம்ஸ்ட்ராங்கின் தாயார் பெயர், மிஸ்டர் ஹார்ட்மேனின் துப்பறியும் அணுகுமுறைகள், எரிக்கப்பட்ட அந்தக் குறிப்பை ரேச்சட்டே செய்திருக்கலாம் என்ற மெக்குயினின் ஆலோசனை, இளவரசி ட்ரகோ-மிராஃப்பின் ஆரம்பப் பெயர், ஹங்கேரியன் பாஸ்போர்ட்டிலிருந்த கறை.''

இரு ஆடவர்களும் அவரை முறைத்தார்கள்.

''இவையெல்லாம் உங்களுக்கு ஏதாவது உதவிகரமா படுதா - நான் சொன்னவை?'' என்றார் பொய்ரெட்.

''ஒரு துளிகூட இல்லை'' என்றார் பௌக், வெளிப்படையாய்.

''நீங்க, டாக்டர்?''

''நீங்க என்ன பேசறீங்கன்னுகூட எனக்கு விளங்கலை.''

உதவும் என்று தனது நண்பன் சொன்னவற்றில் ஒன்றைப் பிடித்துக்கொண்ட பௌக், பாஸ்போர்ட்டுகளுக்குள்

தேடலானார். ஓர் உறுமலோடு பிரபு ஆன்ட்ரநேயீ மற்றும் அவரது மனைவி ஆகியோரின் பாஸ்போர்ட்டுகளை உருவியெடுத்தார்.

''இதைத்தானா நீங்க குறிப்பிட்டீங்க? ஜஸ்ட் ஓர் அழுக்குக் கறை?''

''யெஸ். இது ஒரு புதுசான, ஃப்ரஷ் மெழுகுக் கறை. இது எங்கே பட்டிருக்குனு கவனிச்சீங்களா?''

''பிரபுவின் மனைவிபற்றிய விவரங்களின் துவக்கத்தில் - குறிப்பா அவங்களுடைய பெயரின் முதல்பகுதியில. ஆனா இதுல இன்னும் எனக்கு ஒண்ணும் முக்கியமாப் படல.''

''நான் இதை மற்றொரு கோணத்திலிருந்து அணுகப் போறேன். கொலை சம்பவிச்ச இடத்துல கண்டெடுக்கப்பட்ட கைக்குட்டைக்கு நாம போவோம். சமீபத்துல நாம ஒத்துக்கிட்ட மாதிரி H எனும் எழுத்துடன் மூணு பேர் சம்பந்தப்பட்டிருக்காங்க. மிஸஸ் ஹப்பார்ட், மிஸ் டெபன்ஹாம் மற்றும் பணிப்பெண் ஹில்டே-கார்டே ஷ்மிடிட். நாம இப்போ இந்தக் கைக்குட்டையை இன்னொரு கோணத்திலிருந்து பரிசீலிப்போம். இது, மை ஃப்ரண்ட்ஸ், மிகவும் விலையுள்ள ஒரு கர்சீப். கைவேலை கொண்டது. எம்பிராய்டரி செய்யப்பட்டது. பாரீஸில் உருவானது. இந்த இனிஷியல் சமாச்சாரத்தை விட்டுட்டுப் பார்த்தால், பிரயாணிகளில் வேற யார் இதைச் சொந்தமா வெச்சிருக்க முடியும்? உடைகளில் ஆடம்பரம் காட்டாத மிஸஸ் ஹப்பார்ட், நோ. மிஸ் டெபன்ஹாமும் கிடையாது... இவங்களைப் போன்ற ஆங்கிலப் பெண்களும் அதிக காசு கொடுத்துக் கைக்குட்டைகள் வாங்குவாங்க - ஆனா நிச்சயமா 200 பிரான்சு செலாவணி கொடுத்துக் கிடையாது. பணிப்பெண்ணும் நிச்சயமா இதுக்கு சொந்தக்காரி கிடையாதுனு நான் சொல்லத் தேவையில்லை. ஆனா இதைப் போன்ற தங்கத்துக்கு

ஒப்பான கைக்குட்டையை வாங்கவல்ல ரெண்டு பெண்கள் இந்த ட்ரெயின்ல இருக்காங்க. அவங்களை இந்த H-வுடன் எப்படியாவது இணைக்க முடியுதானு பார்ப்போம். நான் சொல்லும் அந்த ரெண்டு பெண்கள், இளவரசி ட்ரகோ-மிராஃப்---''

''அவங்களுடைய முதல் பெயர் நடாலியா'' என்றார் பௌக் வஞ்சப்புகழ்ச்சியுடன்.

''எக்ஸாக்ட்லி. இன்னொரு பெண், மேடம் ஆன்ட்ரநேயீ. உடனேயே நமக்கு ஒண்ணு தோணுது---''

''---அவங்களுடைய முதல் பெயர் ஒரு க்ரீஸ் கறையினால பாஸ் போர்ட்டுல குழப்புதலா அழிஞ்சிருக்கு. தெரியாம பட்டிருக்கும்னுதான் யாரும் நினைப்பாங்க. ஆனா அந்தப் முதல்பெயரை கொஞ்சம் கவனிங்க. எலினா. ஒருவேளை அது எலினாவுக்குப் பதிலா ஹெலினா என்றிருந்தால்! helena. அந்த H, E என்று ஆக்கப்பட்டிருக்கும்... அது அப்படியே அடுத்துள்ள e மீது இழுக்கப்பட்டிருக்கும்... இந்த மாற்றங்கள் தெரியாமலிருக்க, அதன் தலைமேல ஒரு கிரீஸ் கறை!''

''ஹெலினா'' என்று அலறிவிட்டார் பௌக். ''செம ஐடியா!''

''நிச்சயமா இது ஒரு செம ஐடியாதான்! இதை ஊர்ஜிதப்படுத்திக்கச் சுற்றிவரத் துப்பு தேடறேன் - எவ்வளவு சின்னதா இருந்தாலும் பரவாயில்லைனு - அது எனக்குக் கிடைக்குது! பிரபுவின் மனைவியின் லக்கேஜ்களில் ஒட்டப்பட்டுள்ள லேபிள்களில் ஒண்ணுமட்டும் கொஞ்சம் ஈரமாயிருந்தது. பெட்டியின் மேலிருக்கும் முதல் இனிஷியலை அழிக்க இப்படிச் செய்வதுண்டு. அந்த லேபிள் தண்ணீரில் நனைக்கப்பட்டு அப்புறம் வேற இடத்துல பயன்படுத்தப்பட்டிருக்கு.''

''நீங்க என்னைத் தெளிய வெக்கிறீங்க'' என்றார் பௌக். ''ஆனா, பிரபுவின் மனைவி - ஓஹ், அவங்க---''

''ஆஹ், இப்ப, உங்களைச் சுற்றி ஒரு பார்வை பார்த்துட்டு, இந்தக் கேஸையே முற்றிலும் ஒரு மாறுபட்ட கோணத்துல நீங்க அணுகணும். இந்தக் கொலை, எல்லோராலும் எப்படிப் பார்க்கப்படணும்னு திட்டமிடப் பட்டிருக்கு? கொலைகாரனின் ஒரிஜினல் திட்டம் அனைத்தையும் கொட்டும் பனி சின்னாபின்னமாக்கிடுச்சு என்பதை மறக்க வேண்டாம். இப்ப ஜஸ்ட் பேச்சுக்கு, பனி இல்லாமல், தன்னுடைய போக்கில் ட்ரெயின் பிரயாணமாகியிருக்குனு வெச்சுப்போம்... அப்போ என்ன நடந்திருக்கும்?''

''இன்னிக்கு காலைல, இத்தாலிய எல்லைல, இக்கொலை நிச்சயம் கண்டெடுக்கப்பட்டிருக்கும். இதே சாட்சிகளே இத்தாலிய போலீஸிடமும் தரப்பட்டிருக்கும். அச்சுறுத்தி எழுதப்பட்ட கடிதங்களை மெக்குயின் தந்திருப்பார், ஹார்ட்மேன் தனது கதையை வர்ணித்திருப்பார், தனது கம்பார்ட்மெண்ட் உள்ளே எப்படி ஒருத்தன் கடந்து போனான் என்பதை மிஸஸ் ஹப்பார்ட் அரக்கபரக்கச் சொல்லியிருப்பாங்க, பட்டனும் கண்டுபிடிக்கப்பட்டிருக்கும். ரெண்டு விஷயங்கள்தான் மாறியிருக்கும் என்பது என் கணிப்பு. ஒரு மணிக்கு முன்னாடியே அந்த ஆள் மிஸஸ் ஹப்பார்டின் கம்பார்ட்மெண்ட்டைக் கடந்திருப்பான்; வாகன் லிட் ட்ரெயினின் சீருடை, ஏதாவது ஒரு டாய்லெட்டுல வீசப்பட்ட நிலையில கண்டெடுக்கப் பட்டிருக்கும்.''

''அப்படின்னா?''

''அப்படின்னா, இக்கொலை, வெளி ஆசாமி ஒருத்தன் செய்ததைப்போல இருக்கணும்னு திட்டமிடப்பட்டிருக்கு.

நள்ளிரவு 12.58க்கு ட்ரெயின் ப்ராட் நிறுத்தத்துக்கு வந்து சேரணும் என்பது சட்டம்... அங்கே கொலைகாரன் இறங்கிட்டான்னு முடிஞ்சிருக்கும். எல்லாரும் பார்க்கும் ஓரிடத்துல யூனிபார்ம் வீசப்பட்டிருக்கும் - எப்படி நான் ஜெயிச்சேட்டேன்னு கொலைகாரன் அறிவிச்சுட்டுத் தப்பிச்சுட்ட மாதிரி! பிரயாணிகள் யார்மீதும் எவ்விதச் சந்தேகமும் ஏற்படாது. வெளியுலகத்துக்கு இக்கொலை எப்படி அமையணும்னு போடப்பட்ட திட்டம் இதுதான், மை ஃப்ரண்ட்ஸ்.

"ஆனா ட்ரெயினுக்கு ஏற்பட்ட விபத்து அனைத்தையும் மாற்றிடுது. தனது எதிரியுடன் அதே கம்பார்ட்மெண்ட்டில் எதுக்காக அந்த ஆசாமி அத்தனை நேரம் இருந்தான் என்பதற்குச் சந்தேகத்துக்கப்பாற்பட்ட காரணம், இதோ நம்ம கையில இருக்கு. ட்ரெயின் கிளம்பணும்னு எதிர்பார்த்துக்கிட்டு அவன் இருந்திருக்கான். அப்புறமாத்தான் ட்ரெயின் நகரலே என்பதை அவன் உணர்றான். மாறுபட்ட திட்டங்கள் தீட்டப்படணும், உடனே. கொலைகாரன் இன்னும் ட்ரெயின்லேயேதான் இருக்கான் என்பது இப்ப தெரிஞ்சுடும்."

"யெஸ், யெஸ்" என்றார் பௌக் பொறுமையிழந்து. "எனக்கு எல்லாம் விளங்குது. ஆனா இதுல எங்கிருந்து கர்சீப் வருது?"

"அந்த விஷயத்துக்கு நான் கொஞ்சம் சுற்றிவளைச்சு வரேன். அந்த மிரட்டல் கடிதங்கள், அழகாய் எழுதப்பட்ட ஏதோவொரு அமெரிக்க க்ரைம் நாவலிலிருந்து எடுக்கப்பட்டிருக்கணும். அவை, உண்மைத் தன்மை அற்றவை. சொல்லப் போனால், அவை, சும்மா போலீஸுக்காக. இப்போ நம்மை நாமே கேட்க வேண்டிய கேள்விகள்: 'அக்கடிதங்கள் ரேச்சட்டைத் திசை திருப்பிடுச்சா? அதாவது ஏமாற்றிடுச்சா?' உடனடி பதில் 'நோ' என்றுதான்

இருக்க முடியும். ஹார்ட்மேனுக்கு அவர் கொடுத்துள்ள அடையாளங்களை வெச்சுப் பார்க்கும்போது, அவருக்கு நல்லாவே தெரிஞ்சிருக்கும். ஒரு தனிப்பட்ட எதிரியைக் கண்காணிக்குமாறு அவர் கட்டளையிட்டிருப்பது க்ளியரா விளங்குது. இது - ஹார்ட்மேனின் கதை நிஜம்னு நாம ஏற்றுக்கொள்ளும்பட்சத்தில். ஆனா, ரேச்சட், மிகவும் வேறுபட்ட குணாதிசயம் கொண்ட ஒரு கடிதத்தை வரப் பெற்றிருக்கார். அது, ஆர்ம்ஸ்ட்ராங் பேபிபற்றிய குறிப்பு அடங்கிய கடிதம். இதன் ஒரு பகுதியைத்தான் நாம அவரது கம்பார்ட்மெண்ட்டுல பார்த்தோம். ஒருவேளை தனது உயிருக்கு ஆபத்து என்பதை ரேச்சட் உணராமல் இருந்திருந்தால், அந்த ஆபத்து பக்கத்திலேயே இருக்கு என்பதை உணர்த்த வந்த கடிதமிது. முதலிலேயே நான் சொன்னதைப்போல, இக்கடிதம் யாராலும் கண்டுபிடிக்கப்படக் கூடாது என்பதுதான் திட்டம். இதை முதல்ல அழிச்சுடணும் என்பதுதான் கொலைகாரனின் அவசரம். அப்படின்னா, இது, அவனுடைய திட்டத்துக்கான அடுத்த முட்டுக்கட்டை. முதல்ல பனி... ரெண்டாவது, துண்டுக் காகிதத்தை நாம மீண்டுமொருமுறை சரியா அடுக்கிவிட்டது.

''ஜாக்கிரதையா அந்தக் குறிப்பு அழிக்கப்பட்டிருப்பது, ஒண்ணே ஒண்ணைத்தான் சுட்டிக்காட்டுது. அது: *ஆர்ம்ஸ்ட்ராங் குடும்பத்துடன் நெருக்கமான தொடர்புள்ள யாரோ இந்த ட்ரெயின்ல இருக்கணும்... இந்தக் குறிப்பு கண்டுபிடிக்கப்பட்டால் உடனடியாய் அவங்கமீது சந்தேகம் திரும்புமளவுக்கான நெருக்கமான தொடர்பு அது.*

''நாம பார்த்த அடுத்த இரண்டு க்ளூக்களுக்கு இப்ப நாம வரோம். பைப் க்ளீனரை விட்டுடறேன். அதைப் பற்றி நாம ஏற்கெனவே நிறைய பேசியாச்சு. கைக்குட்டைக்கு வருவோம். வெளிப்படையா பார்க்கும்போது, அது, H

எனும் இனிஷியல் கொண்ட யாரையோ குறிக்குது. அவரால், அவருக்கே தெரியாமல் அது அங்கே தவறி விழுந்திருக்கு.''

''எக்ஸாக்ட்லி'' என்றார் டாக்டர் கான்ஸ்டன்டைன். ''கைக்குட்டையைத் தவற விட்டுவிட்டதை உணர்ந்துவிடும் அவள், தனது முதல்பெயரை எப்படியாவது மறைத்துவிட பார்க்கிறாள்.''

''எத்தனை வேகமா நீங்க பறக்கிறீங்க. என்னைவிட வேகமா முடிவுகளுக்கு வந்துடறீங்க, நீங்க.''

''வேற ஏதாவது மாற்றுத் தீர்வு இருக்கா என்ன?''

''நிச்சயமா. சரியான தீர்வு இருக்கு. ஒரு கொலையை நீங்க பண்ணிட்டதாகவும், சந்தேகத்தை வேறு ஒருத்தர்மீது திசை திருப்பிவிட நீங்க விரும்புவதாகவும் வெச்சுப்பம். வெல், ட்ரெயின்ல ஆர்ம்ஸ்ட்ராங் குடும்பத்துடன் மிக நெருக்கமான தொடர்புள்ள ஒருத்தர் இருக்காங்க - ஒரு பெண்மணி. அந்தப் பெண்மணிக்குச் சொந்தமான கைக்குட்டையை நீங்க அங்கே விட்டுட்டு வருவதாய் வெச்சுப்போம். அவள் கேள்வி கேட்கப்படுவாள் - அவளுக்கு ஆர்ம்ஸ்ட்ராங் குடும்பத்துடன் உள்ள நெருக்கம் அம்பலமாகும். இலக்கு கிடைச்சுடுது - கொலைக்கான ஸ்தூல சாட்சியும் கிடைச்சுடுது.''

''அப்படின்னா'' என்று தனக்குள் உருவான மறுப்பை முன்வைத்தார் டாக்டர். ''குற்றமற்றவர்னு குறிக்கப்படும் நபர், தான் யார் எனும் அடையாளத்தை மறைக்க படிப்படியா முயற்சிகள் பண்ணமாட்டாரே...''

''ஆஹ், ரியலி? அப்படியா நினைக்கிறீங்க? இது, போலீஸ்காரங்க கோர்ட்டுல வேணும்னா செல்லுபடியாகும். ஆனா எனக்கு மனித உளவியல் நல்லா தெரியும், மை ஃப்ரண்ட்... கவனிச்சுக்கங்க: கொலை

செய்திருப்போம்னு நம்மைச் சந்தேகப்படுவாங்களோனு நினைக்கும் குற்றமற்ற ஆசாமி, அந்தக் கணத்துல தன்னிலை இழந்துட்டு, எல்லா முட்டாள்தனமான காரியங்களையும் செய்ய ஆரம்பிச்சுடுவார். க்ரீஸ் கறையும் ஈரமான லேபிளும் 'குற்றமுள்ளவர்னு' சொல்லல - இவை, பிரபுவின் மனைவி, ஏதோ சில காரணங்களுக்காக, தான் யார் எனும் அடையாளத்தை மறைக்கப் பார்த்துக் கிட்டிருக்காங்க என்பதை மட்டும் நிச்சயப்படுத்துது.''

''ஆர்ம்ஸ்ட்ராங் குடும்பத்துடன் அவங்களுக்கு என்ன வகையான தொடர்பு இருக்கும்னு நினைக்கிறீங்க? அவங்க, அமெரிக்காவுக்குப் போனதேயில்லை - அப்படித்தான் சொல்றாங்க.''

''எக்ஸாக்ட்லி. மேலும் உடைந்த ஆங்கிலம்தான் அவங்க பேசறாங்க. அந்நியர் என்பதற்கான தோற்றம் அவங்க உடலமைப்புல இருக்கு - அதை அவங்க மிகைப்படுத்தவும் செய்யறாங்க. ஆனாலும் அவங்க உண்மையில யார்னு ஊகிப்பது ஒண்ணும் அத்தனை கஷ்டம் கிடையாது. நான் இப்பத்தான் மிஸஸ் ஆர்ம்ஸ்ட்ராங்கின் தாயாரின் பெயர் பற்றிக் குறிப்பிட்டேன். அது லிண்டா ஆர்டன். அவங்க ஒரு மிகப் பிரபலமான நடிகை. குறிப்பா ஷேக்ஸ்பியர் பாத்திரங்களில் மின்னியவர். அந்தப் பாத்திரங்களில் ஒன்றிலிருந்துதான் நடிகையா அவங்க வெச்சுக்க வேண்டிய புனைப்பெயர் கிடைச்சிருக்கு. உலகம் பூரா லிண்டா ஆர்டன் எனும் பெயரில் அறியப்பட்டிருக்கும். அவங்களுடைய நிஜப்பெயர் இது கிடையாது. அது கோல்டன்பெர்க் என்று இருக்கணும் - மத்திய ஐரோப்பிய இரத்தம் அவங்க நரம்புகளில் இருந்திருக்க வாய்ப்பிருக்கு - இன்னும் குறிப்பா, ஜூவிஷ் வகை. இந்த வகையினரில் பலர் அமெரிக்காவுக்குப் பெயர்ந்திருக்காங்க. இத்தனை சொல்லியபிறகு, ஜென்டில்மென்... உங்களுக்கு இப்ப நான்

ஓர் ஆலோசனை தரப் போறேன்: குழந்தை கடத்தல் துயரம் சம்பவித்த நேரத்துல மிஸஸ் ஆர்ம்ஸ்ட்ராங்கின் சகோதரி ஒரு சிறுமியா இருந்திருக்கணும்... அதுதான் லிண்டா ஆர்டனின் இளைய பெண்ணான ஹெலினா கோல்டன் பெர்க். அவங்கதான் பிரபு ஆன்ட்ரநேயீ வாஷிங்டனில் இருந்தபோது அவரை மணமுடிச்சிருக்காங்க.''

''ஆனா இளவரசி ட்ரகோ-மிராஃப், அவங்க ஓர் ஆங்கிலேயனைக் கலியாணம் பண்ணிக்கிட்டாங்ன்னுல்ல சொன்னாங்க?''

''அவரோட பெயரை மட்டும் அவங்களால நினைவுல வெச்சுக்க முடியாதாம்! சொல்லுங்க மை ஃப்ரண்ட்... இது நம்பக்கூடியதாகவா இருக்கு? மேல்தட்டுப் பெண்களுக்குக் கலைஞர்களை நேசிக்கும் பாங்கு இருக்கும்... அதைப் போலவே லிண்டா ஆர்டனை அதிகம் நேசிச்சிருக்காங்க இளவரசி. அவங்க பெண்களில் ஒருத்தருக்கு இவங்க மதகுருவும்கூட. இன்னொரு பெண் கலியாணம் கட்டிக்கிட்ட மாப்பிள்ளையின் பெயரைப்போய் அத்தனை சுலபத்துல இவங்க மறந்துட முடியுமா என்ன? இதை நம்ப முடியாது. இளவரசி ட்ரகோ-மிராஃப் பொய் சொல்றாங்க. ஹெலினா ட்ரெயின்ல இருப்பது அவங்களுக்குத் தெரியும். அவங்களை இளவரசி பார்த்திருக்காங்க. ரேச்சட் நிஜத்துல யார் எனும் செய்தியைக் கேட்டவுடனேயே ஹெலினா மேல சந்தேகம் படியும்னு இளவரசி உணர்ந்திருப்பாங்க. ஆகவே, நாம சகோதரியைப்பற்றிய கேள்வியை அவங்ககிட்டே கேட்டதுமே, அழகா பொய் சொல்லிடறாங்க அவங்க. பெயர் நினைவில் இல்ல... நினைவு படுத்தவும் முடியலனு சொல்லிடறாங்க. ஆனா 'ஓர் ஆங்கிலேயனை அவ மணந்ததுபோல நினைவு' அப்படின்னு மட்டும் ஒரு ஸ்திரமான க்ளூ தந்துட முடியுது.

அவங்களால - உண்மையிலிருந்து வெகு தூரம் தள்ளிப்போக வைக்கும் ஒரு க்ளூ."

நிறைவாய் ரெஸ்டாரண்ட் பணியாட்களில் ஒருத்தன் வந்து, பௌக்கிடம் பேசினான்: "டின்னர் தயார் ஸார். கொண்டு வரட்டுமா? கொஞ்ச நேரத்துக்கு முன்னாடியே ரெடியாகியாச்சு."

பொய்ரெட்டைப் பார்த்தார் பௌக். அவரும் ஆமோதித்தார். "ம், டின்னர் பரிமாறப்படட்டும்."

மறுபக்கம் வழியாகப் பணியாள் வெளியேறினான். அவன் உணவுக்காக அடித்த மணியையும் "டின்னர், தயார்... டின்னர் தயார். முதல் பந்தி ரெடி" என்று அவன் கூவியதையும் இவர்களால் கேட்க முடிந்தது.

அத்தியாயம் 4

ஹங்கேரியன் பாஸ் போர்ட்டிலிருந்த மெழுகுக் கறை

பௌளக் மற்றும் டாக்டருடன் இணைந்தமர்ந்து டின்னர் எடுத்துக் கொண்டார் பொய்ரெட்.

ரெஸ்டாரண்ட் காரில் வந்து குழுமியிருந்த அனைவருமே ஒடுங்கிப்போயிருந்தார்கள். கொஞ்சமாக மாத்திரமே பேசினார்கள். வளவள மிஸஸ் ஹப்பார்டேகூட வாய் திறக்கவில்லை. சாப்பிடும்போது சின்னதாய் முணுமுணுக்க மட்டும் செய்தார்: ''எதுவுமே தொண்டைக் குழியைத் தாண்டி இறங்கும்னு எனக்குத் தோணல'' என்றார்.

சாப்பாடு பரிமாறப்படுவதற்கு முன்னால் தலைமை சமையல்காரனின் காலரைப் பிடித்துத் தன்னிடம் இழுத்த பொய்ரெட், அவனிடம் எதையோ முணுமுணுத்தார். பரிமாறப்பட்ட அனைத்தும் பிரபுவுக்கும் அவருடைய மனைவிக்கும் கடைசியாய்ப் பரிமாறப்பட்டதைக் கவனித்ததிலும், சாப்பிட்டு முடித்த பிறகு அவர்களுடைய பில் மட்டும் தாமதப்படுத்தப்பட்டு இறுதியாய் தரப்பட்டதைக் கவனித்ததிலும், பொய்ரெட் முணுமுணுத்தது என்ன என்பதுபற்றிய சிறப்பான ஊகம் டாக்டர் கான்ஸ்டன்டைனுக்கு விளைந்தது. இதனால் பிரபுவும் அவருடைய மனைவியும் மட்டும், எல்லோரும் சென்ற பிறகு தனியாய்ப் பெட்டியில் தங்குமாறு ஆகியது.

அவர்களிருவரும் எழுந்து கதவு நோக்கி நகர்ந்தபோது பொய்ரெட் துள்ளியெழுந்து அவர்களை வேகமாய்ப் பின்தொடர்ந்தார். "மன்னிக்கணும், மேடம்" என்றார். "உங்க கைக்குட்டையைத் தவற விட்டுட்டீங்க."

சின்னத்துண்டு கைக்குட்டையை அவர் பிடித்திருந்தார்.

பிரபுவின் மனைவி அதை வாங்கினார். பார்த்தார். திருப்பித் தந்து விட்டார். "தவறா புரிஞ்சுக்கட்டீங்க, ஸார். இது என்னுடையதில்லை."

"உங்களுடையது இல்லையா? நிச்சயமா?"

"படுநிச்சயமா, ஸார்."

"ஆனாலும்கூட இதுல உங்க இனீஷியல் இருக்கு மேடம்... இதோ பாருங்க, H."

பிரபு சட்டென்று அதிர்ந்தார். இதனை பொய்ரெட் பொருட்படுத்தவில்லை. அவரது கண்கள் பிரபுவுடைய மனைவியின் முகத்திலேயே பதிந்திருந்தன.

"விளங்கல ஸார். என் இனீஷியல், E.H."

"அப்படி இல்லைன்னு நான் நினைக்கிறேன். உங்க பேர் ஹெலினா - எலினா கிடையாது. ஹெலினா கோல்டன்பெர்க் - லிண்டா ஆர்டனின் இளைய பெண் ஹெலினா கோல்டன்பெர்க் - மிஸஸ் ஆர்ம்ஸ்ட்ராங்கின் சகோதரி."

சில நிமிடங்கள் அங்கு மரண அமைதி நிலவியது. பிரபு மற்றும் அவரது மனைவி ஆகிய இருவருமே வெளிறிப் போய்விட்டிருந்தார்கள். பொய்ரெட் ஜென்டிலாகவே பேசினார்: "இதை மறுப்பதில் எந்த உபயோகமும் கிடையாது. இதுதான் உண்மை, இல்லையா?"

குரூரமாய் பிரபு வெடித்தார்: "எனக்குத் தெரிஞ்சாகணும், ஸார்... எங்களை இப்படி மிரட்ட உங்களுக்கு என்ன உரிமை---"

இங்கு, அவருடைய உதடுகளில் தனது ஒற்றை ஆட்காட்டி விரலை வைத்தமர்த்தி, பிரபுவின் மனைவி இடைபுகுந்தார்.

''நோ, ருடால்ஃப். என்னைப் பேசவிடு. இந்த ஜென்டில்மேன் சொல்வது உண்மையில்லைன்னு மறுப்பது பிரயோஜனமற்றது. நாம எதிர்க்காமல் உட்கார்ந்து இந்தச் சமாச்சாரத்தைப் பேசிவிடுவதுதான் புத்திசாலித்தனம்.''

பேசிய அவருடைய குரல் மாற்றங்கொண்டிருந்தது. திடுமென்று, அது, வெட்டு ஒன்று, துண்டு ரெண்டு என்ற தினுசில் ஆகியிருந்தது. முதன்முறையாய், இப்போது, அக்குரல், நிச்சயமான அமெரிக்கத்தனத்துடன் மிளிர்ந்தது.

பிரபுவின் வாய் அடைக்கப்பட்டது. மனைவியுடைய நிலைப்பாட்டுக்கு அடிபணிந்த அவர், மனைவியுடன் பொய்ரெட்டுக்கு எதிராய் அமர்ந்து கொண்டார்.

''உங்க ஸ்டேட்மெண்ட், ஸார்... மறுப்பற்ற உண்மை'' என்றார் ஹெலினா. ''நான்தான் ஹெலினா கோல்டன் பெர்க், மிஸஸ் ஆர்ம்ஸ்ட்ராங்கின் இளைய சகோதரி.''

''இந்த உண்மையை இன்னிக்குக் காலையில நீங்க என்கிட்டே சொல்லலை, மேடம்.''

''சொல்லலை.''

''சொல்லப் போனால், நீங்களும் உங்க கணவரும் என்கிட்ட சொன்ன அத்தனையும், கடைந்தெடுத்த பொய்கள்.''

''ஸார்'' - கோபமாய்க் கத்தினார் பிரபு ஆன்ட்ரநேயீ.

''கோபப்படாதீங்க, ருடால்ஃப். நடந்தவற்றைப் பொய்ரெட் அதிகாரமா முன்வைக்கலாம்... ஆனா அவர் சொல்வதை நம்மால மறுக்க முடியாது.''

''நிதர்சனத்தை அழகாக ஏற்றுக்கொள்வதற்குச் சந்தோஷம், மேடம். அப்படி நீங்க செய்ததற்கான

காரணத்தையும் உங்க பாஸ்போர்ட்டிலிருந்த உங்க பெயரை நீங்க மாற்றியதற்கான காரணத்தையும், ப்ளீஸ் சொல்ல முடியுமா?"

"மாற்றியது, நான் செய்தது" என்று சொன்னார் பிரபு.

ஹெலினா சாந்தமாய்ப் பேசினார்:

"ஏன் அப்படிச் செஞ்சேன்னு, மிஸ்டர் பொய்ரெட்... நிச்சயமா நீங்க ஊகிச்சுடலாம். இந்த ஆசாமி - இவந்தான், என் உயிரான குழந்தையைக் கொன்ற ஆசாமி - என் சகோதரியைக் கொன்ற எமன் - என் சகோதரி கணவரின் இதயத்தைச் சுக்குநூறாகச் சிதற அடித்த கிராதகன். நான் என்னைவிட விண்ணளவு நேசித்த மூன்று பேரையும் - எனக்கு உலகமாய் இருந்த மூன்று ஜீவன்களையும் - குழிக்கு அனுப்பிய ஈவிரக்கமற்றவன்."

அவரது குரல் பாசத்தாலும் பந்தத்தாலும் ரீங்காரமிட்டது. உணர்ச்சிவயப்பட்டு நடித்த நடிப்பால் திரையரங்கிலிருந்த ஒட்டுமொத்த ரசிகர்களையும் கண்ணீர் வெள்ளத்தில் ஆழ்த்தவல்ல அந்நடிகையின் நிஜப்பெண்.

தற்சமயம் அதே சாந்தத்துடன் அவரது குரல் சென்று கொண்டிருந்தது:

"ட்ரெயினிலிருந்து ஏனைய அனைவரை விடவும், அவனைக் கொல்ல, எனக்கு மட்டுந்தான் சிறப்பான மோட்டிவ் இருந்திருக்கு."

"ஆனா, நீங்க அவரைக் கொல்லலியா, மேடம்?"

"சத்தியம் செய்றேன், மிஸ்டர் பொய்ரெட்... என் கணவருக்குத் தெரியும், ஆகவே அவரும் சத்திய சாட்சியா நிப்பார்: அவனைக் கொன்னு கூறுகூறா ஆக்கிடணும்னு எனக்குள்ளே வெறியிருந்தாலும் அவனுக்கெதிரா நான் ஒருமுறைகூட என் கையைத் தூக்கியது கிடையாது."

''நானும்தான்'' என்றார் பிரபு. ''நேற்று ராத்திரி ஹெலினா கம்பார்ட்மெண்ட்டைவிட்டு நகரலே - சத்தியமா. நான் கேட்டுக்கொண்டதைப்போலவே அவ தூக்க மருந்து எடுத்துக்கிட்டா. அவ, குற்றமற்றவ.''

பொய்ரெட் அவர்களை ஒருவர் மாற்றி மற்றொருவராய்ப் பார்த்தார்.

''சத்தியமா சொல்றேன்.''

பொய்ரெட் சற்று மறுப்பாய் தலையசைத்தார்.

''குற்றமற்றவர்னு தெரிஞ்ச போதிலும் பாஸ் போர்ட்டிலிருந்த அவங்க பேரை மாற்றும் முயற்சியை நீங்க மேற்கொண்டிருக்கீங்க?''

''ஸார், ஸார்'' என்று ஆரம்பித்த பிரபு, உண்மையாகவும் நேசத்துடனும் பேசினார்: ''என் நிலைமையைக் கொஞ்சம் நினைச்சுப் பாருங்க. ஒரு கொலைக்காகப் போலீஸ் கேஸூக்குள்ளே என் மனைவி இழுக்கப்படுவதை நான் சகிச்சுக்கிட்ட இருப்பேன்னா நீங்க நினைக்கிறீங்க? இவ குற்றமற்றவ. எனக்கது தெரியும். ஆனா இவ சொன்னதும் உண்மையே - ஆர்ம்ஸ்ட்ராங் குடும்பத்துடன் இவளுக்கிருக்கும் உறவால இவ நிச்சயம் சந்தேகத்துக்கு உள்ளாகிடுவா. விசாரணைக்கு உட்படுத்தப்படுவா - கைதுகூட ஆகலாம். ஏதோவொரு தீயசக்தி இந்த ரேச்சட் நாய் வந்த அதே ட்ரெயின்ல எங்களையும் போட்டிருக்கு. ஆனா, மிஸ்டர் பொய்ரெட், நான் உங்ககிட்டே பொய்யா சொல்லியிருக்கலாம், ஒண்ணே ஒண்ணைத் தவிர. அவ ராத்திரி கம்பார்ட்மெண்ட்டை விட்டு நகரல, நகரல.''

மறுத்துக் கூற அனுமதிக்காத அளவுக்கு நேர்மையாய்ப் பேசினார் அவர்.

''நீங்க சொல்வதை என்னால நம்ப முடியாதுனு நான் சொல்ல வரல'' என்று மெதுவாய்ப் பேச ஆரம்பித்தார் பொய்ரெட். ''உங்க குடும்பம்பற்றி எனக்குத் தெரியும்.

பெருமையும் புராதனமும் கொண்ட ஒன்று. அசிங்கமான ஒரு போலீஸ் கேஸ்ல உங்க மனைவி இழுக்கப்படுவது நிச்சயமா உங்களுக்குக் கசப்பான அனுபவமா ஆகிடும். இதுக்கு நான் வேதனைப்படறேன். ஆனா, உங்க மனைவியுடைய கைக்குட்டை, மரணமடைந்தவரின் கம்பார்ட்மெண்ட்டுல கிடந்திருக்கே... இதுக்கு நீங்க என்ன விளக்கத்தைத் தரப் போறீங்க?''

''அது என்னுடைய கைக்குட்டை கிடையாது, ஸார்'' என்றார் ஹெலினா.

''H எனும் இனீஷியல் இருந்தும்?''

''H எனும் இனிஷியல் இருந்தும்! இதைப்போன்ற கைக்குட்டைகள் என்னிடம் இல்லாமலில்லை... ஆனா எக்ஸாக்டா இதேபோன்ற டிஸைன்ல, கிடையாது. இந்த விஷயத்துல உங்களை நம்ப வெக்க முடியாதுனு எனக்குத் தெரியும்... ஆனா இதுதான் உண்மைனு மட்டும் நான் சொல்லிக்க விரும்பறேன். அந்தக் கைக்குட்டை என்னுடையது கிடையாது.''

''உங்களை மாட்டிவிட யாராலாவது அங்கே கொண்டு போய்ப் போடப்பட்டிருக்குமோ?''

ஹெலினா சின்னதாய்ச் சிரித்தார். ''இது என்னுடையதுதான்னு என்னை ஒப்புக்க வெச்சு சிக்க வைக்கப் பார்க்கிறீங்க? மிஸ்டர் பொய்ரெட், சொல்வதைக் கேளுங்க... அது என்னுடையது இல்லை.''

மிகுந்த நேர்மையுடன் விளக்கினார் அவர்.

''இந்தக் கைக்குட்டையும் உங்களுடையது கிடையாதுனா, எதுக்காக, என்ன காரணத்துக்காக நீங்க பாஸ்போர்ட்டில் உங்களுடைய பெயரை மாற்றினீங்க?''

இதற்குப் பிரபு ஆன்ட்ரநேயீ பதிலளித்தார்.

‘‘ஏன்னா அங்கே, H எனும் இனிஷியல் கொண்ட ஒரு கைக்குட்டை கண்டெடுக்கப்பட்டிருக்குனு நாங்க கேள்விப்பட்டதால். உங்களைச் சந்திக்க வருவதற்கு முன்னாடி இது சம்பந்தமா நாங்க ரெண்டு பேருமே உட்கார்ந்து பேசினோம். இவளுடைய பெயரின் முதல் பகுதி H எனும் எழுத்தில் ஆரம்பிக்குமாறு இருந்தால், இவ நிச்சயமா சந்தேகப் பட்டியலில் முதல் இடத்தைப் பிடிப்பா என்பதை நான் இவளுக்குச் சுட்டிக்காட்டினேன். இன்னும் தீவிரமான விசாரணைக்கு ஆளாகும் நிலை உருவாகிடும்னு எச்சரித்தேன். இதற்காகத் தப்பிப்பு சுலபமா இருந்தது - ஹெலினா என்பதை எலினா என்று மாற்றிவிடுவது.’’

‘‘ஒரு நுட்பமான கொலைகாரனின் ஆக்கம் முழுக்க உங்களிடம் இருக்கு, பிரபு ஆன்ட்ரநேயி’’ என்றார் பொய்ரெட் வறட்சியாய். ‘‘குற்ற மேதமை மற்றும் அதனைக் கடைபிடிக்கும் நெஞ்சுரம் - நீதியின் கண்களைக் குருடாக்க!’’

‘‘ஓ, நோ, நோ’’ என்று முன்னுக்கு வந்தார் ஹெலினா. ‘‘பொய்ரெட்... நடந்தது என்ன என்பதை அவர் உங்களுக்கு விளக்கியிருக்கார்.’’ பிரெஞ்சிலிருந்து ஆங்கிலத்துக்கு மாறியிருந்தார் அவர். ‘‘நான் பயந்து போயிருந்தேன் - கிலி பிடிச்சிருந்தேன்னுகூட சொல்லலாம். மறுபடியும் பழைய அத்தனை குப்பையையும் நினைவுகூர வரலாம் என்பது, ஓஹ்... கொடூரமானது. மேலும், சந்தேகப்பட்டியலில் இடம்பெற்றுச் சிறைக்குப் போக நேரிடலாம் என்பது இதைவிடக் கொடூரமானது. விளங்கிக்க முடியுதா, மிஸ்டர் பொய்ரெட்?’’

அவரது குரல், இனிமையாய், ஆழ்ந்து, வளமையாய் இருந்தது - கெஞ்சியது. நடிகை லிண்டா ஆர்டன் மகளின் குரல் பங்களிப்பு.

பொய்ரெட் பேசியவரை ஆழ்ந்து பார்த்தார். ''உங்களை நம்பியாகணும்னா, மேடம் - உங்களை நம்ப மாட்டேன்னு சொல்ல வரலே - எனக்கு நீங்க ஓர் உதவி செய்யணும்.''

''உங்களுக்கு உதவியா?''

''யெஸ். கொலைக்கான காரணம் கடந்த காலத்தில் புதைந்திருக்கு - உங்க வீட்டையும் உங்களுடைய இளமைக்காலத்தையும் சோகமயமாக்கிப் போட்ட அத்துயரச் சம்பவத்தில் சிக்கிக் கிடக்கு. என்னை அந்தக் கடந்தக் காலத்துக்கு அழைத்துப் போங்க, மேடம்... இந்த முழுச் சமாச்சாரத்தையும் விளக்கிவிடும் இணைப்பை என்னால அங்கே பார்க்க முடியும்.''

''உங்ககிட்டே சொல்ல வேறென்ன இருந்துவிட முடியும்? அவங்க எல்லாரும் இறந்தாச்சு.'' இதையே வருத்தமாய் மற்றுமொரு சொன்னார். ''எல்லாம் இறந்தாச்சு, எல்லாம் இறந்தாச்சு - ராபர்ட், சோனியா, டார்லிங் டெய்ஸி. அது - செல்லம்... அவ்வளவு இனிமையானது, அத்தனை சந்தோஷமானது. பரவசமாக்கும் சுருட்டை முடியுண்டு அதுக்கு. அதுக்குப் பின்னாடியேதான் நாங்க அத்தனை பேரும் கிடப்போம்.''

''இன்னொரு துரதிர்ஷ்டசாலியும் இருக்காங்க மேடம். நேரடியா தொடர்பற்ற நபர்னு சொல்லலாம்.''

''புவர் ஸூஸேனி? யெஸ், அவளை நான் மறந்துட்டேன். போலீஸ் அவளை கேள்விகள் கேட்டது. அவளுக்கும் கொலைக்கும் ஏதோ சம்பந்தமிருக்குனு அவங்க ஒரு முடிவுக்கு வந்தாங்க. இருந்தது - ஆனா அப்படியேயிருந்தாலும், அது, அவளே தெரியாம ஏற்பட்ட ஒரு தொடர்புதானே தவிர, வேணும்னே பண்ணினது கிடையாது. யாரோ ஒருத்தன்கூட சும்மா வம்பு பேசியிருக்கா அவ - டெய்ஸி எப்பல்லாம் வெளியிலே போவா என்பது குறித்த ஒரு சிறு நேர விவரத்தைப்

பேசியிருக்கா. பிறகு நொறுங்கிப் போயிட்டா அவ - அவங்கதான் குழந்தையின் மரணத்துக்குக் காரணம்னு நினைச்சு அலறிட்டா.'' சொன்ன ஹெலினா நடுநடுங்கினாள். ''ஜன்னல் வழியா அவளா குதிச்சுட்டா. ஓ, கொடூரம், கொடூரம்.''

தனது கைக்குள் முகத்தைப் புதைத்துக் கொண்டார் அவர்.

''எந்த நாட்டைச் சேர்ந்தவ, அவ?''

''ப்ரெஞ்சு.''

''அவளுடைய பெயரின் கடைசி பகுதி என்ன?''

''நினைவில்லை. நாங்கள்லாம் அவங்களை ஸூஸேனினு கூப்பிடுவோம். எப்பவும் சிரிச்சுக்கிட்டேயிருக்கும் பொண்ணு. டெய்ஸி மேல உயிர்.''

''இவ, இதுபோல குழந்தைகளைக் கவனிச்சுக் கொள்பவளுக்கான பணியாள், அப்படித்தானே?''

''யெஸ்.''

''அப்படின்னா, டெய்ஸீயைக் கவனிச்சுக்கிட்டவ பேர்?''

''அவ ஒரு ட்ரெயினிங் ஆன நர்ஸ். பெயர், ஸ்டெஞ்சல்பெர்க். இவருக்கும் டெய்ஸிதான் உலகம் - என் சகோதரியையும் பிடிக்கும்.''

''இப்ப மேடம்... இந்தக் கேள்விக்குப் பதில் சொல்வதற்கு முன்னாடி நல்லா நீங்க யோசிக்கணும்னு கேட்டுக்கறேன். இந்த ட்ரெயின்ல ஏறியதிலிருந்து, யாரையாவது நீங்க அடையாளம் கண்டுபிடிச்சீங்களா?''

பிரபுவின் மனைவி அவரைப் பார்த்து முழித்தார். ''நானா? நோ, யாரையும் அடையாளம் கண்டுபிடிக்கல.''

''இளவரசி ட்ரகோ-மிராஃப்?''

''ஓ, அவங்க? அவங்களைத்தான் எனக்குத் தெரியுமே. நீங்க வேற யாரையோ குறிப்பிடுவதா - அந்தக் காலகட்டத்தை ஒட்டிய யாரையோ குறிப்பிடுவதா நினைச்சேன்...''

''அப்படித்தான் நான் குறிப்பிட்டேன், மேடம். இப்ப ஜாக்கிரதையா யோசிங்க. சில வருடங்கள் பறந்தோடியிருக்கு, நினைவிருக்கட்டும். தனது தோற்றத்தையே மாற்றியிருக்கக்கூடும்...''

ஹெலினா ஆழமாய்ப் போனார். பிறகு சொன்னார்: ''நோ - நிச்சயமா சொல்றேன் - யாரையும் அடையாளம் காணல.''

''உங்களையே எடுத்துக்கங்க. அப்போ நீங்க ஒரு சிறுமி. உங்க படிப்பைக் கவனிச்சுக்கவோ அல்லது உங்களையே கவனிச்சுக்கவோ யாராவது இருந்தாங்களா?''

''ஓ, யெஸ்... ஒரு டீச்சர் இருந்தாங்க - ட்ராகன்னு சொல்வாங்க இப்படிப்பட்டவங்களை. என்னைக் கவனிச்சுக்க. சோனியாவுக்கும் ஒரு செகரட்டரிமாதிரி. ஆங்கிலேயரோ... அல்லது, ஸ்காட்டிஷ்னு ஞாபகம். குண்டு, சிகப்பு கேசம்.''

''அவங்க பெயர்?''

''மிஸ் ஃப்ரீபாடி.''

''இளையவளா, முதியவளா?''

''என்னைப் பொறுத்தவரைக்கும் அவ ஒரு பயமுறுத்தும் கிழவி. நாற்பதுக்கு மேல இருந்திருக்க முடியாது. என் துணிமணிகள் மற்றும் என்னை, ஸூஸேனி கவனிச்சுப்பா.''

''வீட்டுல வேற யாரும் இருக்கலியா?''

''வேலையாட்கள் மட்டும்.''

"இந்த ட்ரெயின்ல வேற யாரையும் நீங்க அடையாளம் காணவில்லை என்பதுல, மேடம்... நீங்க நிச்சயமா இருக்கீங்களா?"

அவர் நேர்மையாய்ப் பதில் தந்தார்:

"நோ ஒன், ஸார். ஒருத்தரைக்கூட கிடையாது."

அத்தியாயம் 5

இளவரசி ட்ரகோ-மிராஃப்பின் முழுப் பெயர்

பிரபுவும் அவரது மனைவியும் போனதும், ஏனைய இருவரையும் திரும்பிப் பார்த்தார் பொய்ரெட்.

"கவனிச்சீங்களா" என்றார். "நாம முன்னேறிக்கிட்டிருக்கோம்."

"எக்ஸலண்ட் வேலை செஞ்சுட்டீங்க" என்றார் பௌக், நட்பாய். "ஆன்ட்ரநேயீயையும் அவருடைய மனைவியையும் நான் நிச்சயமா சந்தேகப்பட்டிருக்கவே மாட்டேன். அழுத்தமானவங்கனு நினைச்சேன்... ஆனா, இது, ஊஃப்! அந்தம்மாதான் கொலையைச் செஞ்சிருக்காங்க என்பதுல சந்தேகம் கிடையாதுனு நினைக்கிறேன். ப்ச், பரிதாபம். இன்னும் ரெண்டு பேரும் அதை ஒப்புக்க மாட்டேங்கிறாங்க, பாருங்க. இருந்தாலும், ராஜ பரம்பரை. தப்பிச்சுடலாம். என்ன, ரெண்டொரு வருஷம் சிறைத்தண்டனை கிடைக்கலாம் - தட்ஸ் ஆல்."

"அவங்கதான்னு நீங்க முடிவா இருக்கீங்கபோல."

"மை டியர் ஃப்ரண்ட்... இதுல நிச்சயமா சந்தேகம் இல்லை, இல்லியா? பனிச்சரிவிலிருந்து தப்பிச்சு அவங்களை போலீஸ்ல பிடிச்சுக் கொடுத்தாக வேண்டியிருப்பதால தான் நீங்க அவங்ககிட்டே நம்பிக்கையாகவும் ரொம்ப கனிவாகவும் நடந்துக்கிட்டீங்கன்னு நினைக்கிறேன்..."

‘‘பிரபு திட்டவட்டமா சொல்வதை நீங்க நம்பலியோ - அவர் மனைவி குற்றமற்றவள்னு சத்தியம் பண்ணி சொன்னதை...’’

‘‘இது நேச்சுரல்தானே-வேறென்ன அவரால சொல்லிட முடியும்? அவர் தன் மனைவியை ஆராதிக்கிறார். அவங்களைக் காப்பாற்றத் துடிக்கிறார்! தனது பொய்யை அவர் அழகா முன்வைக்கிறார் - ஆனா அவர் சொன்னது பொய்யைத் தவிர வேறென்னவா இருந்துட முடியும்?’’

‘‘உண்மையா!’’

‘‘நோ, நோ. உண்மை கிடையாது. கைக்குட்டையை மறந்துடாதீங்க. கைக்குட்டை இந்த வழக்கை இறுக்கமா பிடிச்சுக்கிட்டு இருக்கு.’’

‘‘ஓ, இந்த கைக்குட்டை சமாச்சாரத்துல என்னால நிச்சயமா இருக்க முடியல. இந்தக் கைக்குட்டையின் சொந்தக்காரர்பற்றி நான் சொன்ன ரெண்டு சாத்தியக்கூறுகள் உங்க நினைவிலிருக்கும்னு நினைக்கிறேன்.’’

‘‘இருந்தாலும்கூட---’’

பௌக் நிறுத்தும்படி ஆயிற்று. கடைசியிலிருந்த கதவு உடைந்ததைப்போல திறக்கப்பட்டது. டைனிங் காருக்குள் இளவசரசி ட்ரகோ-மிராஃப் நுழைந்தார். மூவரையும் குறிவைத்து வந்து அவர் நின்றார். உடனடியாய் அனைவரும் எழுந்து நின்றார்கள்.

மற்றவர்களை ஒதுக்கி விட்டுப் பொய்ரெட்டிடம் அவர் பேசினார்: ‘‘என் கைக்குட்டை ஒன்று உங்ககிட்டே இருக்குனு நான் நினைக்கிறேன், ஸார்.’’

வெற்றிமுழக்கமான ஒரு நோட்டத்தை ஏனைய இருவர் பக்கமாய் வீசினார் பொய்ரெட். பிறகு கேட்டார்: ‘‘இதுவா, மேடம்?’’

சின்ன சதுர துணித்துண்டினை அவர் நீட்டினார்.

''இதுவேதான். இதுல என் இனிஷியல் ஓரத்துல இருக்கு.''

''ஆனா, இது மேடம், H எனும் அட்சரம்'' என்றார் பௌக். ''உங்க ஆரம்பப் பெயர், நடாலியா.''

பௌக்கின் பக்கமாய்க் கண்ணகல முறைத்தார் இளவரசி. ''அது சரிதான், ஸார். என் கைக்குட்டைகள் எல்லாவற்றிலும் நான் ரஷ்யன் அட்சரத்தைத்தான் இனிஷியிலாப் போடுவேன். H, ரஷ்ய மொழியில, e.''

பௌக் அமைதியானார். எப்படியோ, இந்தத் தாளவொண்ணாத கிழவி, இவரை எப்போதும் உசுப்பேற்றியே விடுகிறாள்.

''காலையில நடந்த விசாரணை சந்திப்பின்போது இது உங்களுடையதுனு நீங்க சொல்லலையே, இளவரசி...''

''நீங்க என்னைக் கேட்கல'' என்றார் அவர் வறட்சியாய்.

''உட்காருங்க, முதல்ல'' என்றார் பொய்ரெட்.

இளவரசி பெருமூச்சு விட்டார். ''அதுதான் எனக்கு நல்லதுனு படுது.'' அவர் உட்கார்ந்தார். ''இதைப் பிடிச்சுக்கிட்டு நீங்க மூணு பேரும் அல்லாட வேண்டாம், ஸார். உங்க அடுத்த கேள்வி என்னவாயிருக்கும்னு எனக்குத் தெரியும்: இந்தக் கைக்குட்டை மரணமடைந்தவரின் கம்பார்ட்மெண்ட்டுக்குள்ளே எப்படிப் போச்சு? இதுக்கான என் பதில்: எனக்குத் துளிகூட ஐடியா கிடையாது.''

''நிச்சயமா உங்களுக்கு ஐடியா கிடையாது - யெஸ்.''

''எந்தவிதமான ஐடியாவும்.''

''சொல்வதற்கு மன்னிக்கணும், இளவரசி... எத்தனை தூரத்துக்கு நீங்க தரும் பதில்களை நம்புவது?''

இவ்வார்த்தைகளைப் பொய்ரெட் மிருதுவாகவே சொன்னார். தீவிரமாய்ப் பதில் தந்தார் இளவரசி ட்ரகோ-மிராஃப். ''மிஸஸ் ஆர்ம்ஸ்ட்ராங்கின் சகோதரிதான்

ஹெலினா ஆன்ட்ரநேயீ என்பதை நான் சொல்லாததால் இப்படி நினைக்கிறீங்களா?"

"சொல்லப் போனால், நீங்க வேணும்னே காலையில எங்களிடம் பொய்கள் சொல்லியிருக்கீங்க."

"ஆமாம். அதையேதான் நான் திரும்பவும் செய்யலாம் - செய்வேன். அவ அம்மா என் தோழி. நான் நன்றி விசுவாசத்தை நம்புபவள், ஸார். ஒருத்தருடைய தோழியா, ஒருத்தருடைய குடும்ப நண்பரா, ஒரு மதத்தின் சார்பாய் - நான் விசுவாசமா இருக்க விரும்பறேன்."

"இதே விசுவாசத்தை நீங்க நீதிக்குச் செய்வதை நம்பலியா, இளவரசி?"

"இந்த வழக்குல, நீதி - சரியான அப்பழுக்கற்ற நீதி - வழங்கப்பட்டாச்சுனு நினைக்கிறேன்."

பொய்ரெட் இப்போது முன்னுக்கு வளைந்து வந்தார். "நாங்க சந்திக்கும் கஷ்டத்தைப் புரிஞ்சுக்கங்க, மேடம். இந்தக் கைக்குட்டை சமாச்சாரத்துல, நான் உங்களை நம்புவதா? இல்லை, நீங்க உங்க தோழியின் மகளுக்கு ஒரு கவசமா வந்திருக்கீங்களா?"

"ஓ, நீங்க என்ன சொல்றீங்கன்னு விளங்குது" என்ற அவரின் முகத்தில் ஓர் இறுக்கமான சிரிப்பு விளைந்தது. "வெல், நான் சொன்ன இந்த வாக்குமூலத்தைச் சுலபமா நிரூபிச்சுக்கலாம். என் காஸ்ட்லி கைக்குட்டைகளைச் செய்யும் பாரீஸ் நிறுவனத்தின் முகவரியை நான் தரேன். இப்ப நம்ம விவாதப்பொருளாய் இருக்கும் கைக்குட்டையை நீங்க அவங்ககிட்டே காண்பிச்சாலே போதும்... ஒரு வருஷத்துக்கு முன்னாடி நான் கொடுத்த ஆர்டரின் பேரில் இது செய்யப்பட்டது என்பதை உடனடியா ஊர்ஜிதப்படுத்திக்கலாம். கைக்குட்டை என்னுடையது, ஸார்."

அவர் எழுந்து கொண்டார்.

"என்னை மேற்கொண்டு கேட்க ஏதாவது இருக்கா?"

"இந்தக் கைக்குட்டைய இன்னிக்குக் காலைல நாங்க தூக்கிக் காட்டியபோது உங்க பணிப்பெண் இதனை அடையாளம் கண்டுக்கிட்டாளா, மேடம்?"

"அவ அடையாளம் கண்டிருக்கணும். அதைப் பார்த்த அவ ஒண்ணுமேவா சொல்லல? ஆஹ், இது, அவளும் ஒரு சிறந்த விசுவாசி என்பதையே காட்டுது."

தலையைச் சிறிதாய்ச் சாய்த்து திரும்பியவர், டைனிங் காரை விட்டகன்றார்.

"இதுதான் கதையா?" என்று முணுமுணுத்தார் பொய்ரெட். "இது யாருடையது என்று பணியாளிடம் நான் சொன்னபோது ஒரு சின்ன சறுக்கலை நான் அந்தப் பணிப்பெண்ணிடம் கவனிச்சேன். இது தனது முதலாளியுடையது என்று ஒப்புக்கொள்வதா, வேண்டாமா என்பதில் ஒரு நிச்சயமற்ற தன்மை அவளிடம் தெரிஞ்சது. ஆனா, அது, என்னுடைய மெயின் ஐடியாவோடு எப்படிப் பொருந்தும்? யெஸ், ஆமாம்... அது பொருந்தலாம்."

"ஆஹ்" என்றார் பௌக், நாடகப்பாணியான அலறலுடன். "டெரிபிள் கிழவி."

"அவங்க ரேச்சட்டைக் கொன்னிருக்க முடியுமா?" என்றார், டாக்டரிடம்.

அவர் மறுப்பாய்த் தலையசைத்தார். "நரம்பு, எலும்பு எல்லாவற்றையும் கடந்து உட்புகுந்து உயிர்க்குடித்திருக்கும் அந்த அடியை, பலம் பொருந்திய ஒருத்தரைத் தவிர வேறு ஒருவராலும் தந்திருக்க முடியாது."

"ஆனா, அத்தனை பலமா விழுந்திராத அடிகள்?"

"சுமாரான அடிகள்? யெஸ், அவற்றைத் தந்திருக்க முடியும்."

"இன்னிக்குக் காலையில, அவங்களுடைய கைகளைவிட அவங்களுடைய மனவுறுதியில, ஆன்மபலத்துல இருக்கு,

இளவரசியின் பலம் அப்படின்னு நான் சொன்னதை இப்ப நினைச்சுப் பார்க்கிறேன்'' என்றார் பொய்ரெட். ''அந்தக் குறிப்பை ஒரு பொறி போலத்தான் நான் பயன்படுத்தினேன். வலக்கையைப் பார்ப்பாங்களா அல்லது இடக்கையைப் பார்ப்பாங்களானு நான் கவனிக்க ஆசைப்பட்டேன். இரண்டையுமே அவங்க பார்த்தாங்க. கையை அல்ல - கைகளை! ஆனா ஓர் அந்நியத்தனமான பதில் வந்தது அவங்களிடமிருந்து. 'என் விரல்களில் எனக்குத் தெம்பு கிடையாது. இதுல எனக்குச் சந்தோஷமா துக்கமானு எனக்கே விளங்கலே.' விளங்கிக்க முடியாத வசனம். கொலைபற்றிய என் நம்பிக்கையை ஊர்ஜிதப்படுத்தும் விதமாயிருக்கு இது.''

''இடக்கை பழக்கம்பற்றிய விவாதத்துக்கு இது தீர்வு தரல.''

''நோ. ஆங், கவனிச்சீங்களா: பிரபு ஆன்ட்ரநேயீ, தனது கைக்குட்டையை, அவருடைய வலப்பக்கத்து பாக்கெட்டுல வெச்சதைக் கவனிச்சீங்களா?''

பௌக் மறுத்துத் தலையசைத்தார். கடைசி அரைமணிநேரமாய் ஆச்சரியப்படும்படியாய் வெளிவந்து கொட்டிக் கொண்டிருக்கும் நிஜங்களில் அவருடைய மண்டை சுழன்று கொண்டிருந்தது. அவர் முணுமுணுத்தார்: ''பொய்கள் - மறுபடியும் மறுபடியும் பொய்கள் - இன்னிக்குக் காலையில நம்மிடம் சொல்லப்பட்டிருக்கும் பொய்களின் எண்ணிக்கை என்னை ஆச்சரியப்படுத்துது!''

''கண்டுபிடிக்க வேண்டிய பொய்கள் இன்னுமிருக்கு'' என்றார் பொய்ரெட் உற்சாகமாய்.

''அப்படியா நினைக்கிறீங்க, நீங்க?''

''அப்படி ஆகலைனாத்தான் நான் ஏமாற்றமா உணர்வேன்!''

‘‘இப்படிப்பட்ட ரெட்டை மனிதர்கள், ச்சே, டெரிபிள்’’ என்றார் பௌக். ‘‘ஆனா இதுதான் உங்களைத் திருப்திப்படுத்தறாப்ல தெரியுது’’ என்றார் வெறுப்பாய்.

‘‘இதுல இந்த அனுகூலமிருக்கு’’ என்று விளக்கினார் பொய்ரெட். ‘‘உண்மையை மறைச்சு பொய் சொன்ன ஒருத்தரை நீங்க எதிர்த்தால், அவங்க அதை ஒத்துப்பாங்க - தாளாத ஆச்சரியத்துடன். எந்த நேரத்துல அந்த விளைவை உண்டுபண்ணும்னு கணக்கிடுவதில்தான் உங்க திறமை அடங்கியிருக்கு.

‘‘இந்த கேஸை நடத்த இது ஒண்ணுதான் ஒரே வழி. ஒவ்வொரு பிரயாணியா நான் வரிசையா தெரிந்தெடுக்கறேன். அவங்களுடைய சாட்சியை நினைவில் வெச்சுக்கறேன். வெச்சுக்கிட்டு, ‘இந்தப் பிரயாணி பொய் சொன்னால், எந்த பாயிண்ட்ல அவங்க பொய் சொல்றாங்க, மற்றும் இப்பொய்க்கான காரணம் என்ன?’ என்று எனக்கு நானே சொல்லிக்கிறேன். இதுக்கு என் பதில், ‘அவங்க பொய் சொல்கிறார்கள்’ என்றிருந்தால், இதுக்கு, இந்தக் காரணத்துக்காகவும் இந்த விஷயத்துக்காகவும் இருக்கும்னு முடிவாகிடறேன். பிரபு ஆன்ட்ரநேயீ விஷயத்துல இந்த அணுகுமுறையை நாம வெற்றிகரமா நடத்தி முடிச்சாச்சு. இதே அணுகுமுறையை நாம இனி மற்ற ஏனைய அனைத்துப் பிரயாணிகள் மீதும் பரிசோதிச்சுடலாம்...’’

‘‘ஒருவேளை உங்க ஊகங்கள் தவறாக ஆகிவிட்டால், மை ஃப்ரண்ட்?’’

‘‘அப்போ, ஒரு நபர், சந்தேகப்பட்டியலிலிருந்து முழுக்கவும் விடுவிக்கப்பட்டுடுவார்.’’

‘‘ஆஹ்! ஒவ்வொருத்தராக வெளியேற்றும் பணி.’’

‘‘எக்ஸாக்ட்லி.’’

‘‘இனி அடுத்து யாரை நாம கையாள்வது?’’

‘‘அந்த பக்கா சாஹிப், கலோனல் ஆர்புத்ராட்டை.’’

அத்தியாயம் 6

கலோனல் ஆர்புத்ராட்டுடனான இரண்டாவது சந்திப்பு

இரண்டாவது சந்திப்புக்காக டைனிங் காருக்கு வருமாறு அழைக்கப்பட்டதில் வெறுப்பாகியிருப்பது, கலோனலிடம் வெளிப்படையாகவே தெரிந்தது. வந்து அமர்ந்தபோது அவருடைய முகம் தாளவொண்ணா உணர்வினைப் பிரதிபலித்தது:

''வெல்?''

''ரெண்டாவது முறையா உங்களைத் தொந்தரவு செய்வதற்கு மன்னிக்கணும்'' என்றார் பொய்ரெட். ''எனக்கென்னவோ உங்களால எங்களுக்கு இன்னமும் தகவல்கள் தரமுடியும்னு தோணுது.''

''அப்படியா? எனக்கு அப்படி ஏதும் தோணல.''

''சரி துவக்கமாய்... நீங்க இந்த பைப் க்ளீனரைப் பாருங்க.''

''யெஸ்?''

''இது உங்களுடைய பைப் க்ளீனர்களில் ஒன்றா?''

''தெரியல. இதுல எல்லாம் நான் எவ்விதமான பச்சையும் குத்துவது கிடையாது, விளங்குதா?''

‘‘ஸ்டாம்புல்-கேலீஸ் கோச்சுல நீங்க மட்டும்தான் பைப் பிடிப்பீர்கள் என்பது உங்களுக்குத் தெரியுமா, கலோனல் ஆர்புத்ராட்?’’

‘‘அப்படின்னா இது என்னுடையவற்றில் ஒன்றாயிருக்கலாம்.’’

‘‘இது எங்கேயிருந்து எடுக்கப்பட்டதுனு உங்களுக்குத் தெரியுமா?’’

‘‘ம்ம்.’’

‘‘கொலை செய்யப்பட்டுள்ளவரின் உடலுக்குப் பக்கத்துல இது இருந்தது.’’

கலோனல் ஆர்புத்ராட் அவரது புருவங்களை உயர்த்தினார்.

‘‘கலோனல் ஆர்புத்ராட்... இது அங்கே எப்படிப் போயிருக்கக்கூடும் என்று உங்களால எங்களுக்குச் சொல்ல முடியுமா?’’

‘‘நான்தான் இதை அங்கே போட்டிருக்கக் கூடும்னு நீங்க நினைச்சீங்கன்னா... நோ, நான் இதை அங்கே தவற விடல.’’

‘‘நீங்க ரேச்சட்டின் கம்பார்ட்மெண்ட்டுக்குள்ளே எந்த நேரத்திலாவது போனீங்களா?’

‘‘அவர்கூட நான் பேசினதுகூட இல்லை.’’

‘‘நீங்க அவர்கூட பேசல, அவரைக் கொலை பண்ணல, அப்படித்தானே?’’

கலோனலின் புருவங்கள் மறுபடியும் உயர்ந்தன.

‘‘நான் செய்திருந்தால், இப்படிப்பட்ட சாட்சிகளை உங்களுக்கு முன்னாடி நான் விட்டு வெச்சிருக்க வேண்டாம், மிஸ்டர் பொய்ரெட். நான் அந்த ஆளைக் கொல்லல.’’

"ஆஹ், வெல்" என்ற பொய்ரெட் முணுமுணுத்துக் கொண்டார்: "இது ஒண்ணும் முக்கியத்துவம் கிடையாது."

"ஆங், என்ன சொன்னீங்க?"

"இது ஒண்ணும் முக்கியத்துவமானது கிடையாதுன்னேன்."

"ஓ!" - தள்ளப்பட்டவராய்த் தெரிந்தார் கலோனல்! பொய்ரெட்டை அவர் இறுப்புக்கொள்ளாமல் பார்த்தார்.

"இந்த பைப் க்ளீனர் ஒண்ணும் அவ்ளோ முக்கியமானது கிடையாது" எனத் தொடரலானார் குள்ள டிடெக்டிவ். "அது அங்கே கிடந்ததுக்கு என்னாலகூட பன்னிரெண்டு காரணங்களை உருவாக்க முடியும்."

ஆர்புத்ராட் அவரைப் பார்த்து முறைத்தார்.

"முழுக்கவும் வேறுபட்ட மற்றொரு விஷயத்தைப் பற்றிப் பேசத்தான் நான் உங்களைப் பார்க்கணும்னு எதிர்பார்த்தேன்" என முன்னேறினார் பொய்ரெட். "கென்யா நிறுத்தத்துல உங்ககிட்டே பேசப்பட்ட சில வார்த்தைகளைப் பற்றி நான் கேட்கும்படி ஆனதை, மிஸ் டெபன்ஹாம் ஒருவேளை உங்களிடம் சொல்லியிருக்கலாம்..."

ஆர்புத்ராட் மறுபதில் தரவில்லை.

"அவங்க சொன்னது: 'இப்ப வேணாம். இப்ப வேணாம். எல்லாம் முடிஞ்ச பிறகு. எல்லாம் நமக்குப் பின்னால தள்ளப்பட்ட பிறகு. அப்போ...' இவ்வார்த்தைகள் எது குறிச்சு பேசப்பட்டவைன்னு உங்களுக்குத் தெரியுமா?"

"மன்னிக்கணும், மிஸ்டர் பொய்ரெட். இக்கேள்விக்குப் பதில் தர நான் மறுக்க வேண்டியிருக்கு."

"ஏன்?"

கலோனல் இறுக்கமாய்ச் சொன்னார்: "மிஸ் டெபன்ஹாமிடமே அவங்க சொன்ன இந்த

வார்த்தைகளுக்கான அர்த்தத்தை நீங்க தேடணும்னு நான் சொல்லிக்க விரும்பறேன்."

"நான் செஞ்சேன்."

"அவங்க மறுத்துட்டாங்களா?"

"யெஸ்."

"அப்படின்னா, என் உதடுகளும் இந்த விஷயத்துல திறக்காதுனு உங்களுக்கு நான் வெளிப்படையா சொல்லிக்கறேன்."

"ஒரு பெண்ணின் ரகசியத்தை நீங்க வெளியிட மாட்டீங்களோ?"

"அப்படித்தான் அர்த்தப்படுத்தணும்னு நீங்க நினைச்சா, ஓ கே!"

"அவங்களுடைய தனிப்பட்ட சமாச்சாரம் எதையோ அவ்வார்த்தைகள் குறிக்குதுன்னு சொன்னாங்க, மிஸ் டெபன்ஹாம்."

"சொல்லிட்டாங்க இல்ல... அப்ப அதை அப்படியே ஏத்துக்க வேண்டியதுதானே?"

"முடியலே ஆர்புத்ராட். ஏன்னா, மிஸ் டெபன்ஹாம், மிகவும் சந்தேகத்துக்கு உட்படவல்ல கேரக்டர்..."

"நான்சென்ஸ்" என்றார் கலோனல் ஆர்புத்ராட், நிதானமாய்.

"இது நான்சென்ஸ் கிடையாது, ஸார்."

"அவங்களுக்கு எதிரா எதுவும் உங்ககிட்டே கிடையாது."

"லிட்டில் டெய்ஸி கடத்தப்பட்ட சமயத்துல, மிஸ் டெபன்ஹாம்தான், ஆர்ம்ஸ்ட்ராங் குடும்பத்து வீட்டு வேலைகளைக் கவனிச்சுக்கிட்ட வேலையாள் என்பது கூடவா அவங்களுக்கு எதிரானது கிடையாது?"

அங்கு, நிமிட மரண அமைதி நிலவியது.

பொய்ரெட் அவரது தலையை மிருதுவாய் ஆமோதித்து அசைத்தார். "கவனிங்க. நீங்க நினைச்சுக்கிட்டிருக்கும் அளவைவிட எங்களுக்கு இப்ப நிறைய தெரியும். மிஸ் டெபன்ஹாம் குற்றமற்றவர்னா எதுக்காக இதை அவங்க மறைச்சே வெக்கணும்? அவங்க அமெரிக்காவுக்குப் போனதே கிடையாதுனு ஏன் அவங்க என்னிடம் சொல்லியிருக்கணும்?"

கலோனல் தனது தொண்டையைச் செருமிக் கொண்டார். "நீங்க தப்பு செய்வதா உங்களுக்குத் தெரியலியா?"

"நான் எந்தத் தவறும் பண்ணல. எதுக்காக மிஸ் டெபன்ஹாம் என்னிடம் பொய் சொல்லணும்?"

கலோனர் ஆர்புத்ராட் தனது தோள்களைக் குலுக்கிக் காட்டினார். "இதை நீங்க அவங்களைக் கேட்பதுதான் சிறந்தது. நீங்க தப்பு பண்றீங்கன்னுதான் இப்பவும் நான் நினைக்கிறேன்."

பொய்ரெட் தனது குரலை அதிகமாய் உயர்த்தி அழைத்தார். அடுத்த பக்கத்துக் கதவருகிலிருந்து டைனிங் கார் பணியாளன் ஒருத்தன் வந்தான். "போய், எண் 11-ல் இருக்கும் இங்கிலீஷ் லேடியை, தயவுசெய்து ஒருமுறை டைனிங் கார் வரை வந்து போக முடியுமானு கேள். கேட்டுட்டுக் கூட்டிவா."

"யெஸ், ஸார்."

அவன் போனான். நான்கு ஆடவர்களும் அமைதியாய் உட்கார்ந்திருந்தார்கள். உணர்ச்சியற்று, கடுமையாய் ஆகியிருந்த கலோனலுடைய முகம், மரத்தால் கடைந்தெடுத்த சிற்பம் போலிருந்தது.

போன பணியாளன் திரும்பி வந்தான்.

சில நிமிடங்களில் டைனிங் காருக்குள் நுழைந்தாள் மேரி டெபன்ஹாம்.

அத்தியாயம் 7

மேரி டெபன்ஹாமின் அடையாளம்

அவள் தொப்பி அணிந்து வரவில்லை. கூந்தல் முழுக்கப் பின்னால் தள்ளப்பட்டிருந்தது - கீழ்ப்படிய மறுக்கும் தினுசில். முகத்துக்குப் பின்னால் அறையப்பட்ட நிலையிலிருந்த பறக்கும் கூந்தலும், கூராய் வளைந்து முன்துருத்திய அவரது இளமைநாசியும், ஆக்ரோஷமான கடலைக் கிழித்துக் கொண்டும் முன்னேறும் கப்பலின் முகப்பை நினைவூட்டின. இந்நிலையில், அவள் அழகாயிருந்தாள்.

அவளது கண்கள் ஆர்புத்ராட் பக்கமாய் ஒரு நிமிடம் போனது - ஜஸ்ட், ஒரே நிமிடம்.

பொய்ரெட்டிடம் அவள் சொன்னாள்: "என்னைப் பார்க்க விரும்பினீங்களாமே?"

"இன்னிக்குக் காலையில நீங்க எங்ககிட்டே ஏன் பொய் சொன்னீங்கன்னு கேட்க விரும்பினேன், மேடம்..."

"உங்ககிட்டே பொய் சொன்னேனா? நீங்க என்ன சொல்றீங்கன்னே எனக்கு விளங்கல."

"ஆர்ம்ஸ்ட்ராங் துக்கம் நடந்த சமயத்துல அந்த வீட்டுல நீங்க வாழ்ந்திருக்கீங்க என்பதை என்கிட்டேயிருந்து நீங்க மறைச்சுட்டீங்க. அமெரிக்காவுக்குப் போனதே இல்லைன்னு சொன்னீங்க, நீங்க."

தான் அடிபட்டு விட்டதை ஒரு கணம் உணர்ந்தாள் அவள்... ஆயினும் உடனேயே மீண்டு விட்டாள்.

"யெஸ்." என்றார். "அது நிஜம்."

"நோ, மேடம்... அது பொய்."

"நீங்க நான் சொல்வதைத் தப்பா எடுத்துக்கறீங்க. நான் உங்ககிட்டே பொய் சொன்னது நிஜம்னேன்."

"ஆஹ், அப்ப ஒத்துக்கறீங்க?"

அவளது உதடுகள் ஒரு சிரிப்பாய்ச் சுழிந்தன. "நிச்சயமா. நான் யார்னு நீங்க கண்டுபிடிச்சாச்சே."

"நீங்க கொஞ்சங்கூட வெளிப்படையா நடந்துக்கல, மேடம்."

"வேறு எந்தவிதமா நடந்துக்கவும் எனக்கு வழி தென்படல."

"வெல், அது நிஜம்னு ஆகியாச்சு. ரைட். இப்படி எல்லாவற்றிலும் நீங்க நழுவியதற்கான காரணத்தை நான் தெரிஞ்சுக்கலாமா?"

சாந்தமாய், ஆனால் கடுமை ரேகை படர்ந்திருக்கச் சொன்னாள்: "நான் வாழ்ந்தாகணுமே, மிஸ்டர் பொய்ரெட்."

"அப்படின்னா---?"

கண்களை நிமிர்த்திய அவள், அவரை முழுசுமாய்ப் பார்த்தாள்.

"நாகரீகமான ஒரு வேலையைப் பெறுவதற்கும் அது கையை விட்டுப் போகாமலிருக்கப் படவேண்டிய போராட்டங்கள்பற்றியும் உங்களுக்கு எத்தனைத் தெரியும், பொய்ரெட்? ஒரு கொலையுடன் தொடர்புடையதாய் போலீஸாரால் நிறுத்தி வைக்கப்பட்ட பெண்ணை - அவளுடன் நடத்தப்பட்ட விசாரணைகளெல்லாம்

புகைப்படத்துடன் செய்தித்தாள்களில் வந்து விட்ட பிறகு - அவளை எந்த ஒழுங்கான இங்கிலீஷ்க்காரக் குடும்பம், அவங்க குழந்தைகளைப் பராமரிக்க வேலைக்கு அமர்த்தும், மிஸ்டர் பொய்ரெட்?''

''அவ மேல குற்றமே கிடையாதுன்னு நிரூபணம் ஆகிவிட்டால், ஏன் முடியாது? நீங்க சொல்வது விளங்கல...''

''ஓ, குற்றமற்றவள்! அவ குற்றமற்றவளா இல்லையானா பார்க்கிறாங்க? விளம்பரம்! இதைத்தானே பார்க்கிறாங்க. இதுவரை மிஸ்டர் பொய்ரெட் நான் வாழ்க்கையில சறுக்கலில்லாமல் போய்க்கிட்டிருக்கேன். நல்ல சம்பளம். கவுரவமான வேலைகள். உண்மையைச் சொல்லி எதுவும் ஆகப்போவதில்லை எனும்போது நான் ரிஸ்க் எடுக்க விரும்பல, மிஸ்டர் பொய்ரெட்.''

''அது உங்க தனிப்பட்ட பிரச்சினை. இவ்வழக்கைப் பொறுத்தமட்டில், அடையாளம் காணுவதில் நீங்க நிச்சயமா எனக்கு உதவியா இருந்திருக்கலாம்...''

''என்ன சொல்றீங்க?''

''வீணா வளர்க்காமல், சொல்லுங்க டெபன்ஹாம்... ஆன்ட்ரநேயீயின் மனைவியிடம், நீங்க நியூயார்க்கில் பாடங்கள் சொல்லித் தந்த மிஸஸ் ஆர்ம்ஸ்ட்ராங்கின் இளைய சகோதரியை, அடையாளம் காணலை?''

''ஆன்ட்ரநேயீயின் மனைவியிடமா? நோ.'' மறுத்துத் தலையசைத்தாள் அவள். ''இது அசாதாரணமா உங்களுக்குத் தோணலாம் - ஆனா நான் அடையாளம் காணவே இல்ல. அப்போ, எனக்குத் தெரிஞ்சிருந்த சமயத்துல, அவ வளர்ந்தவ கிடையாது. மூன்று வருடங்களுக்கு முன்னாடி சொல்றேன். யாரையோ எனக்குள்ளே அவங்க நினைவுபடுத்தினாங்க என்கிற அளவுக்கு, யெஸ்

ஒத்துக்கறேன் - எனக்கே புதிரா தோணிச்சு. ஆனா அவங்க ரொம்பவும் அந்நியத்தனமா இருக்காங்க - அதனால அந்த லிட்டில் அமெரிக்கன் பள்ளிச்சிறுமியுடன் ஒப்பிடும் நிலையே ஏற்படல. ரெஸ்டாரண்ட் காருக்குள் நுழையும்போது, அவங்களை நான் சும்மா பார்த்தும் பார்க்காத அளவுக்குத்தான் பார்த்தேன் என்பதே நிஜம். அவங்களை விடவும் அவங்க போட்டிருந்த ஆடையலங்காரங்களைத்தான் நான் கவனிச்சேன்---'' சத்தற்றுச் சிரித்தாள் அவள் ''---பெண்கள்! பிறகு, வெல், என் சமாச்சாரங்களே என் மண்டை முழுக்க ஓடிச்சு.''

''உங்க ரகசியத்தை நீங்க என்னிடம் சொல்லப் போவதில்லையா, மேடம்?''

பொய்ரெட்டின் குரல் ஜென்டிலாகவும் ஊக்கப்படுத்தும் விதமாகவும் அமைந்திருந்தது.

அவள் மெலிதான குரலில் சொன்னாள்: ''என்னால முடியாது. என்னால முடியாது.''

பிறகு, திடுதிப்பென்று, எவ்விதச் சமிக்ஞையுமின்றி, அவள் உடைந்தாள். அவளுடைய உள்ளங்கைகளுக்குள் தன் முகத்தைப் புதைத்துக் கொண்டு, நெஞ்சுடைந்து போய் அழுதாள்.

குதித்தெழுந்த கலோனல் அவளது அருகாமைக்குப் போய்ச் செய்வதறியாது நின்றார். ''நான் - நான் - கவனி - என்னைக் கவனி---''

இங்கு நிறுத்திக்கொண்ட அவர், வட்டமடித்துத் திரும்பி, வெறிபிடித்தவராய் பொய்ரெட்டைக் குதற ஆரம்பித்தார்: ''உன் உடம்புல இருக்கிற ஒவ்வொரு எலும்பையும் நாயே உடைச்சு எறிஞ்சுடுவேன். என்னய்யா நினைச்சுக்கிட்டிருக்கிற நீ, பெரிய இவனாட்டம்...''

''மரியாதை'' என்று எதிர்த்தார் பௌக்.

''மண்ணாங்கட்டி'' என்ற அவர் மேரி பக்கமாய்த் திரும்பியிருந்தார்: ''மேரி - கவனி - ப்ளீஸ், மேரி - நான்---''

அவள் நிமிர்ந்தாள். ''ஒண்ணுமில்லை. எல்லாரும் மன்னிச்சுடுங்க. ஐ ஆம் ஆல் ரைட். இனி நான் தேவையில்லை அல்லவா மிஸ்டர் பொய்ரெட்? மேற்கொண்டு வேணும்னா நீங்கதான் என்னிடத்துக்கு வரணும். ஓ, எப்படி முட்டாள்தனமா நான் நடந்துக்கிட்டேன்...''

அவள் டைனிங் காரை விட்டு வேகமாய் அகன்றாள். அவளைத் தொடர்வதற்கு முன்னால் மற்றுமொரு முறை பொய்ரெட் பக்கமாய்த் திரும்பினார் ஆர்புத்ராட்.

''இந்தக் கொலைக்கும் மிஸ் டெபன்ஹாமுக்கும் சம்பந்தமே கிடையாது. நத்திங் - உனக்குக் கேட்டுதா? இனிமேலும் அவளுக்குக் குறுக்கே வந்து கஷ்டம் கொடுத்தால் - உன்னை நான் கவனிக்க வேண்டியிருக்கும்.''

அவர் அகல நடை வைத்து வெளியேறினார்.

''கோப்படும் இங்கிலிஷ்காரனைப் பார்க்கணும்னு இருந்தேன்'' என்றார் பொய்ரெட். ''கோமாளித்தனமா நடந்துப்பாங்க அவங்க. எத்தனை உணர்ச்சிகரமா அவங்க ஆகிறாங்களோ அந்த அளவுக்கு அவங்க மொழிமீதான ஆளுமை போயிடும் அவங்களுக்கு...''

ஆங்கிலேயர்களின் உணர்ச்சிக் கொந்தளிப்பில் பௌக்குக்கு ஈடுபாடு கிடையாது. ''இன்னொரு அற்புதமான ஊகம்'' என்றார் அவர்.

''இப்படியெல்லாம் எப்படித்தான் நீங்க ஊகிக்கிறீங்களோ'' என்றார் கான்ஸ்டன்டைன் பாராட்டி.

''ஓ, இந்த முறை நான் எந்தப் பாராட்டையும் ஏற்றுக்க முடியாது. இது ஊகம் கிடையாது. பிரபுவின் மனைவி இதை என்கிட்டேயே சொல்லிட்டாங்க.''

"அவங்களா? அதெல்லாம் கிடையாது..."

"அவங்களுடைய பணியாள்பற்றி நான் கேட்டது உங்களுக்கு நினைவிருக்கில்ல? நான் ஏற்கெனவே எனக்குள்ளே ஒரு விஷயத்துல தீர்மானமா இருந்தேன். இக்கொலையில எந்த வகையிலாவது மேரி டெபன்ஹாமுக்குத் தொடர்பிருந்தால், அந்தக் குடும்பத்துல இப்படி ஏதாவது ஒரு பதவியில அவங்க இருந்திருக்கணும் என்பது என் கணக்கு."

"யெஸ். ஆனா பிரபுவின் மனைவி முழுக்கவும் மாறுபட்ட ஒரு கேரக்டரை அல்லவா வர்ணிச்சாங்க?"

"எக்ஸாக்ட்லி. உயரமான நடுத்தர பெண் - சிகப்புக் கூந்தலுடன். மிஸ் டெபன்ஹாமின் வடிவத்திலிருந்து ஒவ்வொரு அம்சத்திலும் முழுக்கவும் வேறுபட்ட வர்ணிப்பு! ஆனா, உடனே ஒரு பெயரைச் சொல்ல வேண்டிய நெருக்குதல் அவங்களுக்கு நேர்ந்தது. நான் கேட்டேன். இங்கேதான் அவங்களையும் அறியாமல் உண்மையுடனான தொடர்புகள் தளந்தொட்டுது. மிஸ் ஃப்ரீபாடி அப்படின்னு சொன்னாங்க அவங்க, நினைவிருக்கா?"

"ஆமாம். என்ன இப்ப?"

"உங்களுக்குத் தெரியாம இருக்கலாம், ஃப்ரண்ட்ஸ்... ஆனா, சமீபகாலம்வரை லண்டன்ல ஒரு கடை இருந்தது. அதன் பெயர்: டெபன்ஹாம் அண்ட் ஃப்ரீபாடி. டெபன்ஹாம் எனும் உண்மை மண்டையில ஓடிக்கிட்டேயிருக்க, இன்னொரு பெயரை அப்படியே கவ்விக்கிறாங்க அவங்க... முதலில் அவங்க நினைவுக்கு வருவது, ஃப்ரீபாடி. நான் உடனே புரிஞ்சுக்கிட்டேன்."

"இதோ இன்னொரு பொய். அவங்க ஏன் அப்படிப் பண்ணணும்?"

"இன்னும் மேலான விசுவாசம். விஷயத்தை இது மேலும் கொஞ்சம் சிக்கலாக்குது இல்ல...?"

"அடேங்கப்பா" என்ற பௌக் கேட்டார்: "இந்த ட்ரெயின்ல இருக்கும் எல்லோரும் பொய்கள்தான் பேசுவாங்களா?"

"அது," என்ற பொய்ரெட் முடித்தார்: "நாம கண்டுபிடிக்க வேண்டியது!"

அத்தியாயம் 8

மேலும் ஆச்சரியமான கண்டுபிடிப்புகள்

"இப்ப எதுவும் என்னை ஆச்சரியப்படுத்தாது" என்றார் பௌக். "நத்திங்! இந்த ட்ரெயின்ல இருக்கும் எல்லாருமே ஆர்ம்ஸ்ட்ராங் வீட்டுல இருந்தவங்கத்தான்னு நிரூபணம் ஆனாலும் அது என்னை ஆச்சரியப்படுத்தாது!"

பலமாய்ச் சிரித்தார் பொய்ரெட். "உங்களுக்குப் பிடித்தமான இத்தாலியன் ஆசாமி என்ன சொல்லப் போறார்னு கேட்கப் பிரியப்படறீங்களா?"

"அடேங்கப்பா... உங்களுடைய பிரபலமான ஊகிக்கும் திறமையை இவர்கிட்டேயும் இப்ப காட்டப் போறீங்களா?"

"சரியா சொன்னீங்க."

"இது உண்மையிலேயே ஓர் அசாதாரணமான வழக்கு" என்றார் டாக்டர் கான்ஸ்டன்டைன்.

"நோ, இது வாடிக்கையான ஒண்ணுதான்."

"இதைப்போய் வாடிக்கையான ஒண்ணுனு நீங்க சொன்னால்---" மேற்கொண்டு வாக்கியத்தில் பொய்ரெட்டை வர்ணிக்கப் பௌக்குக்கு வார்த்தைகள் அகப்படாமலே போயின!

இடைப்பட்ட சமயத்தில் ஆன்டானியோ ஃபோஸ்க ரெல்லியை அழைத்து வருமாறு பணியாளை அனுப்பியிருந்தார் பொய்ரெட்.

உள்ளே நுழைந்த கனமான இத்தாலியனின் கண்கள் இடுங்கிக் களைத்துப் போயிருந்தன. பொறிக்குள் சிக்கிக் கொண்ட ஒரு விலங்கினைப்போல ஒருவர் மாற்றி மற்றொருவரைப் படபடப்பாய்ப் பார்த்தார் அவர்.

"என்ன வேணும் உங்களுக்கு?" என்றார். "நான் உங்ககிட்டே சொல்ல எதுவும் கிடையாது - எதுவும் கிடையாது, கேட்குதா?" - தனது கையை ஓங்கி மேஜையில் ஒருமுறை இறக்கினார்.

"எங்ககிட்டே இன்னும் கூடுதலா சொல்ல உங்ககிட்டே விஷயங்களிருக்கு" என்றார் பொய்ரெட் கறாராய். "அது, உண்மை!"

"உண்மை?" - திருட்டுத்தனமாய்ப் பார்வையை பொய்ரெட்மீது பதித்தார் அவர். நிச்சயத்தன்மை, நேர்மையான அணுகுமுறை போன்ற அனைத்தும் அவருடைய குணாதிசயத்திலிருந்து தற்சமயம் விலகிக்கொண்டன.

"ஃப்ரண்ட்... எனக்கு எல்லாம் ஏற்கெனவே தெரியும் என்பது ஒருபுறம் இருக்கட்டும். ஆனா அவையெல்லாம் உங்ககிட்டேயிருந்து தாராளமா கொட்டினால், நிலைமை உங்களுக்குச் சாதகமானதா அமையும்."

"அமெரிக்க போலீஸ் போல பேசறீங்க நீங்க. 'கொட்டு. மறைக்காதே.' இப்படித்தான் அவனுங்க சொல்லுவானுங்க: கொட்டு."

"ஆஹ்... அப்ப உங்களுக்கு ஏற்கெனவே நியூயார்க் போலீஸுடன் பரிச்சயமிருக்கு..."

"நோ, நோ, நெவர். எனக்கெதிரா அவங்களால ஒரு இம்மி சாட்சிகூட தர முடியாது."

பொய்ரெட் அமைதியாய்ச் சொன்னார்: "அது ஆர்ம்ஸ்ட்ராங் கேஸ் சம்பந்தப்பட்டது, இல்லையா? நீங்கதான் டிரைவர்…"

பேசிய டிடெக்டிவ்வின் கண்கள் இத்தாலியனின் கண்களை ஆழ்ந்து பார்த்தன. பீற்றிக்கொள்ளும் பாங்கு அகலமான இத்தாலியனிடமிருந்து போயிருந்தது. காற்றிழந்த பலூனாகியிருந்தார்.

"தெரியுதுல்ல - பிறகு என்னை ஏன் கேட்கறீங்க?"

"இன்னிக்குக் காலையில ஏன் பொய் பேசினீங்க?"

"பிஸினஸ் காரணங்களால். மேலும், இந்த யுகோஸ்லேவியா போலீஸ் மேல எனக்கு நம்பிக்கை கிடையாது. அவங்க இத்தாலியர்களை வெறுக்கிறாங்க. எனக்கு உரித்தான நீதியை அவங்க தர மாட்டாங்க." இப்படிப் பேசிவிட்டுத் தொடர்ந்தார் அவர்: "நோ, நோ… நேற்றிரவு நடந்த சம்பவத்துல எனக்கு எவ்விதமான தொடர்பும் கிடையாது. நான் என் பெட்டியை விட்டு அகலல. அந்த நீளமூஞ்சி ஆங்கிலேயன் இதுக்கு சாட்சி சொல்லுவான். அந்த பன்னி ரேச்சட்டைக் கொன்னது நான் கிடையாது. எனக்கெதிரா உங்களால சின்ன சாட்சியம்கூட தர முடியாது."

பொய்ரெட் ஒரு தாளில் என்னவோ எழுதிக் கொண்டிருந்தார். நிமிர்ந்து பார்த்தார். அமைதியாகவே பேசினார்: "வெரி குட். நீங்க போகலாம்."

ஆன்டானியோ ஃபோஸ்கரெல்லி இறுப்புக்கொள்ளாமல் நெளிந்தார். "எனக்கு இதுல சம்பந்தம் கிடையாதுனு நீங்க உணர்ந்துட்டீங்களா - இதுல நான் எதுவும் பண்ணியிருக்க முடியாதுனு புரிஞ்சுக்கிட்டீங்களா?"

''நீங்க போகலாம்னேன்.''

''இல்ல... நீங்க ரகசியமா ஏதோ திட்டம் போடறீங்க... என்ன எழுதினீங்க அதுல? எனக்கெதிரான திட்டத்தையா? தூக்குல தொங்கியிருக்க வேண்டிய ஒரு நாய்ப்பயலுக்காக எனக்கெதிரா கேஸை ஜோடிக்கிறீங்களா? அவனை அப்படிப் பண்ணாததது, வெட்கக்கேடு.''

''உங்களுக்கும் குழந்தையைக் கடத்தின வழக்குக்கும் சம்பந்தம் கிடையாது.''

''எப்படியிருக்க முடியும்? பைத்தியக்காரத்தனமா பேசாதீங்க. அந்த அழகு பதுமையை யாராவது கடத்த விரும்புவாங்களா? டோனியோ - இப்படித்தான் குழந்தை என்னைக் கூப்பிடும். கார்ல உட்கார்ந்துக்கும். சக்கரத்தை இறுக்கிப் பிடிச்சுக்கிட்டதா சொல்லும். அதனால என்னால ஓட்ட முடியாதாம்! குடும்பமே அந்தக் குழந்தையை ஆராதிச்சது. விசாரிக்க வந்த போலீஸேகூட இதைப் புரிஞ்சுக்க ஆரம்பிச்சது. ஆஹ், அழகு தேவதை...''

அவரது குரல் மிருதுவாக ஆரம்பித்திருந்தது. கண்கள் நீர்பூத்தன. பிறகு வேகமாய்த் திரும்பியவர், அகல தப்படிகள் வைத்து டைனிங் காரை விட்டகன்றார்.

''பீட்டர்'' என்றழைத்தார் பொய்ரெட்.

டைனிங் கார் பணியாள் ஓட்டமாய் வந்தான்.

''நம்பர் பத்தில் இருக்கும் ஸ்வீடன் பெண்மணி.''

''யெஸ், ஸார்.''

''இன்னொண்ணா?'' - அழுதேவிட்டார் பௌக். ''ஓ, இதெல்லாம் சாத்தியமே கிடையாது. கேளுங்க, பொய்ரெட்...''

''நண்பா - நமக்குத் தெரிஞ்சாகணும். இறுதியாய், ட்ரெயினிலிருந்த ஒவ்வொருவருக்கும் ரேச்சட்டைக் கொல்ல இலக்கு இருந்திருக்குனு நமக்குத் தெரிய வந்தாலும்

- அந்தத் தகவல் நமக்கு முழுவதுமா கிடைச்சாகணும். முழுவதும் தெரிஞ்சுட்டா, நிஜமாய் அவரைக் கொன்னது யார் என்பதை நாம முதலும் கடைசியுமா எழுதிடலாம்.''

''என் தலை சுத்துது'' என்றலறினார் பௌக்.

க்ரீட்டா ஒல்ஸன் அமைதியாய் உள்ளே அனுமதிக்கப் பட்டார். அவர், பார்க்க சகிக்காத அளவுக்கு விம்மிக் கொண்டிருந்தார்.

பொய்ரெட்டுக்கு எதிரிலிருந்த இருக்கையில் புதைந்த அவர் கைக்குட்டை முழுவதும் நனையுமளவுக்கு அழுது கொண்டேயிருந்தார்.

''ஏன் மேடம் இப்படி அதைரியப்படறீங்க? அதைரியமாகாதீங்க.'' அவர் தோள்களைத் தட்டிக் கொடுத்தார் பொய்ரெட். ''ஜஸ்ட், ஒரு சில வார்த்தைகளில் வரட்டும், உண்மை! லிட்டில் டெய்ஸி ஆர்ம்ஸ்ட்ராங்கைக் கவனித்துக் கொண்ட நர்ஸ் நீங்க, இல்லையா?''

''உண்மை - உண்மை'' - நொறுங்கிப்போயிருந்த அப்பெண்மணி விம்மினார். ''ஆஹ், குழந்தை ஒரு தேவதை. விகல்பமற்ற அழகு ததும்பும் குட்டி சொர்க்கம். கருணை மற்றும் அன்பு, இந்த இரண்டைத் தவிர வேறு எந்தக் காழ்ப்பும் அற்ற தெய்வம். அந்த கிராதக வஞ்சகனால பறிக்கப்பட்டுடுச்சு அது. கொடூரமான முறையில. மணக்க மணக்கயிருந்த பூ ஒன்று பறித்துக் கசக்கிப் பிழியப்பட்டாச்சு. அந்தப் பூவின் அம்மா - போயிட்டா. பூத்திருக்க வேண்டிய இன்னொரு பூ - அதுவும் மொட்டுலேயே கருகிடுச்சு. உங்களால புரிஞ்சுக்க முடியாது - உங்களுக்குத் தெரியாது - நான் அங்கே இருந்ததைப்போல நீங்களும் அங்கே அப்போ இருந்திருந்தால் - அந்தத் துயரம் சம்பவித்த ஸ்தலத்தில் நீங்களும் இருந்திருந்தால் - என் உணர்வுகள் புலப்படும். நானே இவ்வுண்மையைக் காலையில உங்ககிட்டே சொல்லியிருக்கணும். ஆனா நான்

புளகாங்கிதமா இருந்தேன் - இனி அந்தச் சண்டாளன் ஒரு குழந்தையைக் கொல்ல மாட்டான் என்பதால் ஆனந்தத்தில் திளைத்தேன். இதனால், பேச வார்த்தைகள் அற்றுப் போயிடுச்சு.''

முன்பைவிட இப்போது தீவிரமாய் விம்மினார் அவர்.

அவரது தோள்களில் ஆதரவாய்த் தட்டுவதைத் தொடரலானார் பொய்ரெட்.

''விளங்குது, விளங்குது. அனைத்தும் புரியுது. இனிமேல் உங்களை நான் எந்தக் கேள்வியும் கேட்கப் போவதில்லை. எனக்கு உண்மைன்னு என்ன தெரிஞ்சிருக்கோ அதைச் சரின்னு நீங்க ஒப்புக்கொண்டதே எனக்குப் போதுமானதாகும். எனக்கெல்லாம் விளங்குது.''

தற்சமயம் அடங்கா முனகல்களுடன் எழுந்து கொண்ட ஓல்ஸன் குருட்டாம்போக்கில் கதவு வரை நடந்து போனார். கதவினைத் திறக்க தொட்டபோது உள்ளே வந்த ஒருவரோடு அவர் முட்டி மோதிக் கொண்டார்.

அது பணியாள் - மாஸ்டர்மேன்.

நேராய் பொய்ரெட்டிடம் வந்த அவர், அவருக்கே உரித்தான சாந்தமான, உணர்ச்சிப் பெருக்கற்ற குரலெடுத்துப் பேசினார்:

''உங்க விசாரணையின் குறுக்கே நான் வரலேனு நம்பறேன், ஸார். உடனடியா உங்ககிட்டே வந்து உண்மையைச் சொல்லிவிடுவதுதான் உசிதம்னு தோணிச்சு, ஸார். நான், போர்ல, கலோனல் ஆர்ம்ஸ்ட்ராங்கின் பணியாளாயிருந்தேன். பிறகு நியூயார்க்கில் அவருக்கு ஒத்தாசையா தொடர்ந்தேன். இந்த உண்மையை நான் உங்களிடமிருந்து காலையில மறைச்சுட்டேன். தப்புதான். இதை வந்து உங்ககிட்டே சொல்லிட்டால் நல்லதுன்னு வந்திருக்கேன். ஆனா ஸார், நீங்க இதுல டோனியோவைச்

சந்தேகப்படலேனு நினைக்கிறேன். ஓல்ட் டோனியோ, ஸார்... ஒரு பூச்சியை அடிக்க மாட்டார். நேற்றிரவு அவர் கம்பார்ட்மெண்ட்டை விட்டு நகரலே என்பதற்கு நான் சத்தியம் பண்ணி சாட்சி தரேன். அதனால, ஸார், அவர் பண்ணியிருக்க முடியாதுன்னு உங்களுக்கே விளங்கும். டோனியோ ஓர் அந்நியநாட்டவனா இருக்கலாம்... ஆனா ஜென்டில்மேன். நாம பிடிக்கும் இத்தாலியக் கொலைகாரர்கள் போன்றவர் கிடையாது.''

இங்கு நிறுத்தினார்.

பொய்ரெட் விடாமல் அவரையே பார்த்துக் கொண்டிருந்தார்.

''இவ்ளோதானா நீங்க எங்களிடம் சொல்ல வெச்சிருப்பது?''

''தட்ஸ் ஆல், ஸார்.''

தயங்கினார் அவர். பிறகு பொய்ரெட் வேறெதுவும் பேசாததால் ஒரு சிறு வணக்கம் தெரிவித்தார்... சிறு தயக்கத்துக்குப் பிறகு அதே அமைதியான தோரணையில் டைனிங் காரை விட்டகன்றார்.

பௌக் சொன்னார்: ''இந்த கோச்சின் பன்னிரெண்டு பிரயாணிகளில் ஒன்பது பிரயாணிகளுக்கு ஆர்ம்ஸ்ட்ராங் குடும்பத்துடன் தொடர்பு இருந்திருக்கு என்பது ஊர்ஜிதமாகியாச்சு. அடுத்தது என்ன, சொல்லுங்க பொய்ரெட்? இல்ல, அடுத்தது யார்னு கேட்பது சரியா?!''

''கடைசி கேள்விக்கு என்னால நிச்சயமா பதில் தர முடியும்'' என்றார் பொய்ரெட். ''அமெரிக்கன் டிடெக்டிவ் மிஸ்டர் ஹார்ட்மேன், இதோ.''

''அவரும் வந்து உண்மையை ஒப்புக்கப் போறாரா?'

இதற்குப் பொய்ரெட் பதில் தருவதற்கு முன்னால் அந்த அமெரிக்கன் இவர்களுடைய டேபிளை அடைந்திருந்தார்.

அவர்களை நோக்கி எச்சரிக்கை பார்வை பார்த்த அவர், எதிராய் உட்கார்ந்தார். கேட்டார்: ''ஜஸ்ட், இந்த ட்ரெயின்ல என்னதான் நடந்துக்கிட்டிருக்கு?''

பொய்ரெட் அவரைப் பார்த்துக் கண்ணடித்தபடி, ''நீங்க ஆர்ம்ஸ்ட்ராங் வீட்டுல தோட்டக்காரராய் இருந்தவர்தானே?'' என கேட்டார்.

''அவங்க வீட்டுல தோட்டம் கிடையாது'' என்றார் ஹார்ட்மேன், உடனே.

''அப்ப, சமையல்காரன்?''

''அப்படியொரு வேலை பண்ண எனக்கு ஆசை கிடையாது! நோ, எனக்கு ஆர்ம்ஸ்ட்ராங் வீட்டுடன் எவ்விதத் தொடர்பும் இருந்தது கிடையாது - ஆனா, அப்படித் தொடர்பு இல்லாமல் இருப்பவன் இந்த ட்ரெயின்ல நான் ஒருத்தன்தான்னு நினைக்கிறேன். இதை நீங்க தீர்த்துடுவீங்களா? சொல்லுங்க, இவ்வழக்கை நீங்க தீர்த்துடுவீங்களா?''

''நிச்சயமா இது கொஞ்சம் ஆச்சரியமானதுதான்'' என்றார் பொய்ரெட் பட்டும்படாமல். பிறகு கேட்டார்: ''சொல்லுங்க ஹார்ட்மேன்... உங்களுக்கு இக்கொலை பற்றிய ஏதாவது ஐடியா - ஊகம் - இருக்கா?''

''நோ, ஸார். எனக்கு இது ஒரு சவாலா இருக்கு. இதை எங்கே ஆரம்பிப்பதுனுகூட எனக்குத் தெரியல. இவங்க எல்லோருமே இதுல கலந்திருக்க முடியாது - ஆனா யார் அந்தக் குற்றவாளி என்பது என் சக்திக்கு அப்பாற்பட்டது. இந்த அளவுக்கு உங்களால கூர்மையா எப்படி முன்னேற முடிஞ்சது? ஜஸ்ட், இதைத்தான் நான் அறிஞ்சுக்க விரும்பறேன்...''

''சும்மா, ஊகிச்சேன்.''

"அப்படின்னா, அப்பப்பா... நீங்க ஒரு செமத்தியான மந்திரவாதிதான். யெஸ், நான் சொல்றேன்!"

மிஸ்டர் ஹார்ட்மேன் சாய்ந்தமர்ந்து பொய்ரெட்டை வியப்பும் மரியாதையும் கலந்து பார்த்தார். "உங்களுக்கு இணையா யாரும் வரமுடியாது. வந்தனங்கள்."

"நன்றி, நன்றி." பிறகு பொய்ரெட் தொடர்ந்தார்: "ஆயினும் இந்த வழக்கு இன்னமும் தீர்க்கப்படல. யார் ரேச்சட்டைக் கொன்னதுனு நம்மால அறுதியிட்டுச் சொல்ல முடியுமா?"

"என்னால முடியாது" என்றார் ஹார்ட்மேன். "நான் உங்களைப் பார்த்து வியந்துக்கிட்டிருக்கேன். அவ்ளோதான். இன்னும் நீங்க ஊகிக்காத அந்த மீதி இரண்டு பேரைப்பற்றி? ஓல்ட் அமெரிக்கப் பெண்மணி மற்றும் பணிப்பெண்? அவங்க ரெண்டு பேர் மாத்திரம்தான் ட்ரெயினிலிருக்கும் குற்றமற்றவர்கள்னு நாம எடுத்துக்கலாமா?"

"ஆர்ம்ஸ்ட்ராங் வீட்டைப் பராமரித்த பெண் மற்றும் சமையல்காரி என்று இவங்க ரெண்டு பேரையும் நாம வகைப்படுத்தாத வரைக்கும்...!"

"வெல்... இனி இந்த உலகத்துல வேறு எதுவும் என்னை ஆச்சரியப்படுத்தாது" என்றார் ஹார்ட்மேன்.

"ஆஹ், அதெல்லாம் சும்மா" என்றார் பௌக். "இவங்க ஒட்டுமொத்தமா எல்லாரும் இதுல கலந்திருக்க முடியாது. நோ."

பொய்ரெட் அவரைப் பார்த்தார். "உங்களுக்கு விளங்கல" என்றார். "உங்களுக்கு விளங்கவே இல்ல" என்று அடித்துச் சொன்னார் மீண்டும். பிறகு சட்டென்று கேட்டார்: "உங்களுக்கு யார் ரேச்சட்டைக் கொன்னதுனு தெரியுமா?"

அதே வேகத்துடன் எதிர்க்கேள்வி கேட்டார் பௌக்: ‘‘உங்களுக்குத் தெரியுமோ?’’

‘‘ஓ, யெஸ்’’ என்றார் அவர். ‘‘கொஞ்ச நேரமாகவே எனக்கு யார்னு தெரிஞ்சிடுச்சு. அதை நீங்களும் பார்க்க முடியாதிருப்பதுதான் என்னை வியப்பிலாழ்த்துது.’’ தற்போது ஹார்ட்மேனைப் பார்த்துக் கேட்டார்: ‘‘உங்களுக்கு, டிடெக்டிவ்?’’

அவர் மறுப்பாய்த் தலையசைத்தார். ஆர்வமாய்ப் பொய்ரெட்டைப் பார்த்தார். ‘‘எனக்குத் தெரியல. கொஞ்சங்கூட தெரியல. இவர்களில், *அது யார்?*’’

பொய்ரெட் சில கணங்கள் அமைதியாகிப் போனார். பிறகு அவர் சொன்னார்:

‘‘மிஸ்டர் ஹார்ட்மேன். ஓர் உதவி. ப்ளீஸ், எல்லோரையும் இங்கே வரச் சொல்லுங்களேன். இந்த வழக்குக்கு இரண்டு சாத்தியமான தீர்ப்புகள் இருக்கு. உங்க எல்லோர் முன்னிலையிலும் அவற்றை நான் விரிச்சுப் போட விரும்பறேன்.’

அத்தியாயம் 9

பொய்ரெட் தந்த இரண்டு தீர்ப்புகள்

டைனிங் காருக்குள் கூட்டமாய் நுழைந்த பிரயாணிகள், டேபிளைச் சுற்றிலுமிருந்த நாற்காலிகளில் அமர்ந்து கொண்டார்கள். அனைவரும் ஏறத்தாழ ஒரே மாதிரியான உணர்வினையே பிரதிபலித்தார்கள். ஸ்வீடன் பெண் இன்னும்கூட அழுது கொண்டிருக்க, அவரை மிஸஸ் ஹப்பார்ட் ஆறுதல் செய்துகொண்டிருந்தார்.

பொய்ரெட் தனது தொண்டையைச் செருமிக் கொண்டார்.

''லேடீஸ் அண்ட் ஜென்டில்மென். நாம எல்லோரும் இங்கே ஸாமுவேல் எட்வர்ட் ரேச்சட் அலைஸ் கெஸட்டீயின் மரணம் குறித்து விசாரிக்கக் கூடியிருக்கோம். இக்கொலைக்கு இரண்டு சாத்தியமான தீர்வுகள் இருக்கு. அந்த இரண்டையும் நான் உங்களுக்கு முன்னால போடப் போறேன். இவையிரண்டில் எது சரி என்று தீர்ப்பு தரும் நீதிபதி பொறுப்பைப் பௌக்குக்கும் டாக்டர் கான்ஸ்டன்டைனுக்கும் நான் விட்டு வெக்கறேன்.

''இந்த வழக்குபற்றிய எல்லா நிஜங்களும் உங்க எல்லாருக்குமே தெரியும். இன்னிக்குக் காலைல குத்தப்பட்ட நிலையில மிஸ்டர் ரேச்சட் கண்டெடுக்கப்பட்டார். வாகன் லிட் கண்டக்டருடன் நேற்றிரவு 12.37க்கு ரேச்சட் கதவு வழியா பேசியபோது, அவர் கடைசியா உயிருடன்

பார்க்கப்பட்டிருக்கார். அவர் பைஜாமிவிலிருந்த கைக்கடியாரம் ஒண்ணு பலமா சேதமாகியிருந்தது... அதுல மணி ஒண்ணே கால் என்று இருந்தது. கண்டெடுக்கப் பட்டபோது அந்த உடலைப் பரிசோதித்த டாக்டர் கான்ஸ்டன்டைன், மரணம் நள்ளிரவுக்கும் அதிகாலை இரண்டு மணிக்கும் இடைப்பட்ட காலத்துல நடந்திருக்கும் என்று சொல்கிறார். உங்களுக்கே தெரியும், **12.30**க்கு, ஒரு பனிச்சரிவுல மாட்டிக்கிட்டு நம்ம ட்ரெயின் நின்னுடுச்சு. இந்த நேரத்துக்கு அப்புறமா, ட்ரெயினை விட்டு யாராலும் இறங்கிப் போயிருக்க முடியாது.

''நியூயார்க் டிடெக்டிவ் ஏஜென்ஸியின் அங்கத்தினரான மிஸ்டர் ஹார்ட்மேனின் (இங்கு அனைத்துத் தலைகளும் ஒருமுறை அவரைத் திரும்பிப் பார்த்தன) கடைக்கோடியிலிருக்கும் அவருடைய கம்பார்ட்மெண்ட் **16**-ஐ, அவர் கவனிக்காதவண்ணம் யாராலும் கடந்திருக்க முடியாதுனு அடிச்சு சொல்றார். இதனால, கொலைகாரனை ஒரு குறிப்பிட்ட கோச்சுக்குள் தேட வேண்டிய முடிவுக்கு நாம வரோம். அந்த கோச்: ஸ்டான்புல்-கேலீஸ் கோச்.

''இதுதான் நம்முடைய நிலைப்பாடுன்னு நான் சொல்வேன்.

''ஆனா உங்களுக்கு முன்னாடி நான் இன்னொரு நிலைப்பாட்டையும் வைக்கிறேன். மிஸ்டர் ரேச்சட்டுக்கு குறிப்பிட்ட ஓர் எதிரி இருந்திருக்கான். அவனை நினைச்சு அவர் பயந்திருக்கார். அவனைப் பற்றிய விவரிப்பை மிஸ்டர் ஹார்ட்மேனிடம் தரும் ரேச்சட், ஒருவேளை அவர்மீது கொலைத் தாக்குதல் நடந்தால், அது, ஸ்டான்புலிலிருந்து கிளம்பிய இரண்டாவது ராத்திரி அன்று நடக்கும்னும் சொல்லியிருக்கார்.

''இந்தச் சமயத்துல உங்களுக்கு நான் ஒண்ணு சொல்லிக்க விரும்பறேன், லேடீஸ் அண்ட் ஜெண்டில்மென்... என்ன

சொல்லியிருக்காரோ அதை விடவும் நிறைய சமாச்சாரங்கள் மிஸ்டர் ரேச்சட்டுக்குத் தெரிஞ்சிருந்திருக்கு. வின்காவ்ஸீ ஸ்டேஷன்ல, கலோனலும் மிஸ்டர் மெக்குயினும் ப்ளாட்பாரத்துல இறங்கியபோது திறந்த நிலையில விடப்பட்ட ட்ரெய்ன் கதவு வழியா, அந்த எதிரி உள்ளே நுழைந்திருக்கலாம்... அல்லது பெல்கிரேடிலேயே கூட ஏறியிருக்கலாம். வாகன் லிட் சீருடை அவனுக்குத் தரப்பட்டிருக்கு. அதை, அவனுடைய உடைகளின் மேலேயே போட்டுக்கிறான். பூட்டியிருக்கும் ரேச்சட்டின் கதவைத் திறக்கவல்ல சாவிகளும் அவனுக்குத் தரப்பட்டிருக்கு. மிஸ்டர் ரேச்சட் தூக்க மருந்தின் ஆதிக்கத்தில் இருந்திருக்கார். பெரும் பலத்துடன் அவரைக் குத்தும் இவன், பிறகு, மிஸஸ் ஹப்பார்ட்டின் கம்பார்ட் மெண்ட்டுடன் தொடர்பேற்படுத்தும் கதவின் வழியா வெளியேறிடறான்---''

''அப்படித்தான்'' என்றார் மிஸஸ் ஹப்பார்ட், அங்கீகரித்துத் தலையை ஆட்டியபடி.

''அப்படி வெளியேறும்போது அவனுடைய பிச்சுவாக்கத்தியை மிஸஸ் ஹப்பார்ட்டின் கைப்பைக்குள் திணிச்சுடறான். அவனுக்கே தெரியாமல் அவனுடைய சீருடையின் ஒரு பட்டனைத் தவற விட்டுடறான். பிறகு அந்தக் கம்பார்ட்மெண்ட்டை விட்டு ட்ரெயினின் காரிடர் வழியா நழுவறான். ஆளில்லாத கம்பார்ட் மெண்ட்டிலிருக்கும் ஒரு சூட்கேஸில் அவனுடைய சீருடையை அவசர அவசரமாய்த் திணிக்கிறான். ஒரு சில நிமிடங்களில் அவனுடைய சொந்த உடையிலேயே ட்ரெயினை விட்டு அகன்று விடுகின்றான். டைனிங் காருக்கு அருகிலிருக்கும் அதே கதவு வழியா.''

அனைவரும் மூச்சடைத்துப் போனார்கள்.

''அந்த வாட்ச்பற்றி?'' - கேட்டார் ஹார்ட்மேன்.

"இதுலதான் முழு சமாச்சாரம்பற்றிய விளக்கமும் அடங்கியிருக்கு. ட்ஸாரிபார்ட் பகுதிக்கு ட்ரெயின் வந்ததும் தனது வாட்சினை ஒரு மணிநேரம் பின்னுக்குத் தள்ளி செட் பண்ண ரேச்சட் மறந்திருக்கார். அவருடைய வாட்சுல இருப்பது கிழக்கு ஐரோப்பிய நேரம். அது, மத்திய ஐரோப்பிய நேரத்தைவிட ஒரு மணிநேரம் முந்தையது. மிஸ்டர் ரேச்சட் குத்தப்பட்ட நேரம், 12.15... ஒன்றே கால் கிடையாது."

"ஆனா இது ஒரு நல்ல விளக்கம் கிடையாது" என்றலறினார் பௌக். "12.37க்கு உள்ளேயிருந்து பேசிய குரல்பற்றி என்ன சொல்றீங்க? அது ரேச்சட்டின் குரலா இருக்கணும் - அல்லது கொலைகாரனின் குரலா இருக்கணும்."

"அப்படி எந்த அவசியமும் கிடையாது. அது, வெல், ஒரு மூன்றாவது நபருடையதாக இருக்கலாம். அவருடன் பேச உள்ளே போய் ஆனால் அங்கே அவரை மரணித்த நிலையில் பார்த்த ஒருவருடைய குரலாயிருக்கலாம். கண்டக்டரை அழைக்க உடனடியாய் அவர் அழைப்பு மணியை அடிக்கிறார். பிறகு, அவருக்குள்ளே ஒரு கிலி விழிக்குது. அவர் மேல கொலைக்குற்றம் விழுந்துடுமோனு பயப்படறார். எனவே ரேச்சட்டைப்போலவே பேசிடறார்."

"இருக்கலாம்" என்று ஒப்புக்கொண்டார் பௌக், அரைமனத்துடன்.

பொய்ரெட் மிஸஸ் ஹப்பார்டைப் பார்த்தார்:

"யெஸ் மேடம்... நீங்க என்னவோ சொல்ல வந்தீங்க---"

"வெல்... நான் என்ன சொல்வதுனே எனக்குத் தெரியல. நானும் என் வாட்சை மாற்ற மறந்துட்டேன்னு சொல்றீங்களா?"

‘‘நோ, மேடம். அந்த ஆளோட நடமாட்டத்தை நீங்க கேட்கறீங்க - ஆனா முக்கியத்துவம் ஏதும் தராமல். பிறகு உங்க கம்பார்ட்மெண்ட்டுலேயே ஓர் ஆசாமி இருப்பதை உணர்ந்து, ஒரு திடுக்கடலுடன் எழுந்து, அழைப்பு மணியை அடிக்கிறீங்க...’’

‘‘ஆங்... அப்படி இருக்கலாம்’’ என ஒப்புக்கொண்டார் மிஸஸ் ஹப்பார்ட்.

இளவரசி ட்ரகோ-மிராஃப், பொய்ரெட்டை வைத்த கண் எடுக்காமல் பார்த்துக் கொண்டிருந்தார்.

‘‘என் பணிப்பெண்ணின் சாட்சியை நீங்க எப்படி விளக்கப் போறீங்க, பொய்ரெட்?’’

‘‘வெரி சிம்பிள், மேடம். உங்களுடையது என்று குறிப்பிட்டு நான் காட்டிய கைக்குட்டையை உங்க பணிப்பெண் அடையாளம் கண்டுக்கிறா. எதுக்காகவோ அவங்க உங்களைப் பாதுகாக்க நினைக்கிறாங்க. அவங்க அதே ஆசாமியை எதிர்கொண்டிருக்காங்க - ஆனா இது நடப்பதற்கு முன்னமேயே - வின்காவ்ஸீ நிறுத்தத்துல ட்ரெயின் இருந்தப்ப. ஆனா, நீங்க சிக்கவே முடியாத அளவுக்கு ஒரு பாதுகாப்பைத் தரும் நோக்கத்துல - அவனைப் பிறகு பார்த்ததாக அவங்க சொல்லிடறாங்க.’’

இளவரசி தனது தலையை வணங்கி வணக்கம் காட்டினார். ‘‘எல்லாவற்றையும் நீங்க யோசிச்சிருக்கீங்க, ஸார். நா-நான் உங்களைப் பாராட்டறேன்.’’

அங்கு சிறு அமைதி.

பிறகு டாக்டர் கான்ஸ்டன்டைன் தனது முஷ்டியால் மேஜையில் ஓங்கி ஒரு குத்து விட்டபோது அனைவரும் துள்ளியெழுந்தனர்.

‘‘பட் நோ’’ என்றார் அவர். ‘‘நோ, நோ, மறுபடியும் நோ! நீங்க தரும் விளக்கங்கள், பைசாவுக்கு உதவாது. பல

நுணுக்கமான சின்னச்சின்ன விஷயங்களில் சறுக்கி விழுந்து கொண்டிருக்கும் ஒரு விளக்கமிது. இப்படி இக்கொலை நடத்தப்படல - இது மிஸ்டர் பொய்ரெட்டுக்கே நல்லா தெரியும்.''

பொய்ரெட் டாக்டர் பக்கமாய்த் திரும்பி ஒரு விசித்திர பார்வை பார்த்தார். "அப்படின்னா" என்றவர், "என்னுடைய இரண்டாவது தீர்வினை சொல்ல வேண்டிய கட்டாயம் வந்தாச்சுனு நினைக்கிறேன்'' என்றார். "ஆனா, இந்த முதல் தீர்வினை அப்படியே முழுக்கவும் ஒதுக்கிட வேண்டாம். இதைப், பிறகு, நீங்களே ஏத்துப்பீங்க.''

மற்றவர்களை நோக்கித் தற்போது திரும்பினார் பொய்ரெட்.

"இக்கொலைக்கு இன்னுமொரு சாத்தியமான தீர்வு இருக்கு. இதோ இப்படித்தான் இத்தீர்வினை நான் அடைஞ்சேன்.

"எல்லா சாட்சிகளையும் நான் கேட்டு முடிச்ச பிறகு, அமைதியா சாய்ந்து உட்கார்ந்துக்கிட்டு, சிந்திக்க ஆரம்பிச்சேன். சில விஷயங்கள் கவனத்தில் கொள்ள வேண்டியவையாகத் தானாய் என்முன் எழுந்தன. என் நண்பர்களுக்கும் இந்தப் பாயிண்ட்டுகளை நான் சொன்னேன். பாஸ்போர்ட்டிலிருந்த கறை போன்ற ஒருசிலவற்றை நானேகூட கவனத்தில் வெச்சிருந்தேன். இவற்றில் முதலும் முக்கியமுமானது என்னவென்றால், ஸ்டாம்புலை விட்டு நாம கிளம்பிய முதல் நாள் லஞ்ச்சின் போது மிஸ்டர் பௌக் என்னிடம் சொன்ன ஒரு குறிப்பு: கூடியிருந்த பலதரப்பு மக்களைப்பற்றிய குறிப்பு அது. பல தேசத்தவர்கள், பல வகுப்பினர், பல வயதினர்.

"அப்போ இதை நானும் ஒப்புக்கொண்டேன். அதே பாயிண்ட் என் சிந்தனையில் வந்தபோது, இப்படிப்பட்ட ஒரு வித்தியாசமான குழு வேறு ஏதாவது சந்தர்ப்பத்துல

கூடும் வாய்ப்பிருக்கானு நான் யோசிச்சேன். இதுக்கு நானே கண்டுபிடிச்ச விடை: அமெரிக்காவில் மட்டுமே இது சாத்தியம். அமெரிக்காவில், மேல்தட்டு குடும்பங்களின் பெரிய வீடுகளில், இப்படிப் பலதரப்பட்ட நாட்டினர் இருக்கும் வாய்ப்பு உண்டு - ஓர் இத்தாலிய டிரைவர், ஆங்கிலேயப் பணிப்பெண், ஸ்வீடன் நர்ஸ், ப்ரெஞ்சு வேலைக்காரி, இத்யாதிகள். இதுதான் என் 'ஊகங்களுக்கான' அடிப்படை. ஆர்ம்ஸ்ட்ராங் நாடகத்தில் ஒவ்வொருவருக்கும் ஒரு பாத்திரம். ஒரு டைரக்டரைப்போல ஆனேன். வெல், இந்த அணுகுமுறை, எனக்கு மிகுந்த திருப்திகரமான தீர்வைத் தந்தது.

"நானும், ஒவ்வொரு தனிப்பட்ட நபரின் சாட்சியையும், என் மண்டைக்குள்ளே ஓட்டிப் பார்த்தேன்... விசித்திரமான ரிஸல்ட்ஸ் கிடைச்சது. முதல்ல மிஸ்டர் மெக்குயினின் சாட்சியத்தை எடுத்துப்பம். அவருடனான என்னுடைய முதல் சந்திப்பு திருப்திகரமா அமைஞ்சது. ஆனா இரண்டாவது சந்திப்பின் போது அவர் விளங்கிக்க முடியாத ஒரு குறிப்பினைத் தந்தார். ஆர்ம்ஸ்ட்ராங் கேஸ் பற்றிய குறிப்படங்கிய ஒரு சீட்டு கண்டுபிடிக்கப் பட்டிருக்குனு நான் அவரிடம் சொன்னேன். 'ஆனா அது---' என்று சற்று நிறுத்திய அவர், உடனேயே 'அது ரேச்சட் தவறுதலா பண்ணினதா இருக்கலாமே' என்ற அர்த்தத்துல பேசினார்.

"இப்ப எனக்கு, மேற்சொன்னபடி பேச அவர் வாயைத் திறக்கலே என்பது விளங்கிச்சு. *'ஆனா அதுதான் எரிக்கப் பட்டாச்சே!'* - இப்படி அவர் சொல்ல வாயெடுத்திருந்தால்! இப்படித் தானென்றால், மிஸ்டர் மெக்குயினுக்கு அந்தச் சீட்டுபற்றியும், அது அழிக்கப்பட்டிருப்பது, பற்றியும் தெரியும். அதாவது, அவர்தான் கொலைகாரர், அல்லது கொலைக்கு உடந்தையாய் இருந்தவர். வெரி குட்.

‘‘பிறகு, பணியாள். ட்ரெயின்ல போகும்போது தூக்க மாத்திரை வழக்கம் தன்னுடைய முதலாளிக்கு உண்டுனு சொன்னார் அவர். இது உண்மையாய் இருக்கலாம்... ஆனா, ரேச்சட், நேற்றிரவு தூக்க மாத்திரை எடுத்துக்கிட்டாரா? நேற்றிரவு விழிப்புடன் இருக்க வேண்டிய நிலையில இருந்திருக்கார் ரேச்சட். தூங்க விரும்பியிருக்க மாட்டார். ஆகவே, அது என்ன வகையான தூக்க மருந்தாக இருந்தாலும், நிச்சயமா ரேச்சட்டின் அறிதல் இல்லாமல்தான் அவருக்குக் கொடுக்கப் பட்டிருக்கணும். யாரால்? நிச்சயமா மெக்குயினால் அல்லது பணியாளால்.

‘‘நாம இப்போ மிஸ்டர் ஹார்ட்மேனின் சாட்சியத்துக்கு வரோம். அவரைப் பற்றி அவர் சொன்ன அனைத்து அடையாளங்களையும் நான் நம்பினேன். ஆனா, ரேச்சட்டைக் காப்பாற்ற அவர் கடைபிடித்ததாகச் சொன்ன கதைக்கு வந்ததும்... ஓஹ், அதைப் போன்ற முட்டாள்தனம் வேறு இருக்காது என்று ஆனேன் நான். ரேச்சட்டைக் காப்பாற்ற எடுக்கப்பட்டிருக்க வேண்டிய நடவடிக்கைகளில், அவருடைய கம்பார்ட்மெண்ட்டிலேயே இருந்திருப்பது ஒன்றுதான் மிகவும் சிறந்ததாக அமைஞ்சிருக்க முடியும்... அல்லது அவருடைய கதவினைக் கண்காணித்துக் கொண்டேயிருக்கும்படியான ஓர் அருகாமை பகுதி. இவருடைய சாட்சி வெளிப்படையா எதைச் சொல்லுது தெரியுமா: ட்ரெயினின் வேறெந்தப் பகுதியிலிருந்தும் யாரும் வந்து ரேச்சட்டைக் கொன்றிருக்க முடியாது - இதைத்தான் காட்டுது. இது, ஸ்டாம்புல்-கேலீஸ் கோச்சைசுற்றி ஓர் அழகிய வட்டத்தை நிரந்தரமாக்கிச்சு. இது எனக்கு ஒரு விளங்காத மற்றும் விசித்திரமான தடயமாச்சு... ஆழ்ந்து யோசிக்க, இந்த முக்கிய தடயத்தை நான் ஓர் ஓரமா ஒதுக்கி வெச்சேன்.

“மிஸ் டெபன்ஹாம் மற்றும் கலோனல் ஆர்புத்ராட் பேசியதை நான் கேட்கும்படியான சமாச்சாரமும், அது என்ன என்பதும் இப்போ எல்லோருக்குமே தெரிஞ்சிருக்கணும்... இதுல என் மூளைக்குள்ளே ரெண்டு இண்ட்ரஸ்டிங் விஷயங்கள் பதிஞ்சுது: கலோனல் மேடமை மேரி என்றே கூப்பிட்டது ஒண்ணு; மேடமிடம் அவர் காட்டிய நெருக்கம் மற்றொன்று. ஆனா கலோனல் மிஸ் டெபன்ஹாமை ஓரிரு நாட்களுக்கு முன்னாடிதான் சந்திச்சிருக்க முடியும் - இங்கே, இங்கிலீஷ் கலோனல்கள் எப்படிப்பட்டவர்கள்னு எனக்குத் தெரியும் என்பதைச் சொல்லிக்க விரும்பறேன். கண்டதும் காதல் வகையாக அவர் மிஸ் டெபன்ஹாமின்மீது காதல் வயப்பட்டிருந் தாலும், அதை அவர் மெல்லமாகத்தான் நகர்த்தியிருப்பார் - மரியாதையுடனும் பதவிசாகவும். அரக்கபரக்க அல்ல. ஆகவே ரெண்டு பேருக்கும் நிஜத்துல ஏற்கெனவே அறிமுகம் இருந்திருக்குனு நான் முடிவெடுத்தேன். என்ன காரணத்துக்காவோ ரெண்டு பேரும் அந்நியர்களா காட்டிக்கிறாங்க.

“அடுத்த சாட்சிக்குப் போறேன். படுக்கையில படுத்திருந்த நிலையில இருந்தபடியே மிஸஸ் ஹப்பார்ட் மற்றும் மிஸ்டர் ரேச்சட் ஆகிய இரு கம்பார்ட்மெண்ட்டுகளுக்கும் இடையிலான கதவு பூட்டப்பட்டிருந்ததா இல்லையான்னு தன்னால பார்க்க முடியலேனு சொன்னாங்க மிஸஸ் ஹப்பார்ட்... இந்தப் காரணத்தினாலதான் ஓல்ஸனைப் பூட்டியிருக்கானு செக் பண்ணச் சொன்னதாகவும் சொன்னாங்க. கம்பார்ட்மெண்ட் 2, 4, 6, 8 போன்ற இரட்டைப் படை பெட்டிகள்ல மேடம் பிரயாணிச்சிருந்தால், நிச்சயமா அவங்க சொல்வது உண்மையாத்தானிருக்கும்... ஏன்னா இங்கெல்லாம் கதவின் பூட்டுப்பகுதி கைப்பிடிக்குக் கீழே வருது. ஆனா 3, 5 போன்ற ஒற்றைப்படை

பெட்டிகளில், கதவின் தாழ்ப்பாள் பகுதி கைப்பிடிக்கு மேலே வருது. கைப்பிடியில் தொங்க விடப்படும் எந்தக் கைப்பையாலும் இதனை மறைக்க முடியாது. நடக்கச் சாத்தியமே இல்லாத ஒன்றைப்பற்றி மிஸஸ் ஹப்பார்ட் பேசிக்கிட்டிருக்காங்க என்கிற முடிவுக்கு நான் உடனடியா வந்தேன்.

''இங்கே, இப்ப நான், நேரம் பற்றிய ஓரிரு வார்த்தைகளைச் சொல்ல விரும்பறேன். என்னைப் பொறுத்தவரைக்கும், அந்த உடைந்த வாட்சைப் பொறுத்தமட்டில், அது இருந்த இடம்தான் ரொம்பவும் இண்ட்ரஸ்டிங்கான விஷயமா இருந்தது. ரேச்சட்டின் பைஜாமா பையில். வாட்சை வைக்க, மிகவும் அசௌகரியமான ஒரே இடம். அதிலும், அவரது படுக்கைத் தலைமாட்டில் வாட்சைத் தொங்கவிட ஒரு ஹூக் வேறு தரப்பட்டிருக்கும்போது, இது சாத்தியமா தோணல. ஆகவே, வேண்டுமென்றே உடைக்கப்பட்டிருக்கும் அந்த வாட்ச் ஒரு போலி சாட்சியா பாக்கெட்ல போடப்பட்டிருக்குனு நான் நினைச்சேன். அப்படின்னா, கொலை, ஒன்றே காலுக்கு இடம்பெறலே.

''பின்னே, அது, ஒன்றே காலுக்கு முன்னாலேயே நடத்தப்பட்டிருக்கா? இன்னும் சரியா சொல்லணும்னா, 12.37-க்கு? இதுதான் சரின்னு ஒரு விவாதத்துக்குச் சொன்ன என் நண்பர் மிஸ்டர் பௌக், அந்த நேரத்துல நான் கேட்ட ஒரு பெரிய அலறலைச் சாட்சியா முன்நிறுத்தினார். ஆனா, ஒருவேளை நிறைய தூக்க மருந்து ரேச்சட்டுக்குக் கொடுக்கப்பட்டிருந்தால், அவர் கத்தி அலறியிருக்க மாட்டார். கத்துமளவுக்கு அவருக்குப் ப்ரக்ஞை இருந்திருந்தால், தன் மேல் நடத்தப்பட்ட தாக்குதலையும் ஏதோ ஒருவகையில் அவரால தடுத்திருக்க முடியும். ஆனா அப்படிப்பட்ட பாதுகாப்பு நடவடிக்கை ஏதும் நடந்ததாக எவ்வித அறிகுறியும் கிடையாது.

“ரேச்சட்டுக்குப் பிரெஞ்சு மொழி பேச வராது என்பதை மிஸ்டர் மெக்குயின் இரண்டு தடவை நினைவுகூர்ந்திருந்தது எனக்கு ஞாபகத்துக்கு வந்தது. 12.37க்கு நடத்தப்பட்ட முழு நாடகமுமே எனக்கு உதவப் போகுது எனும் ஒரு முடிவுக்கு நான் வந்தேன்! சாதாரண டிடெக்டிவ் கதைகள்ல இடம்பெறவல்ல இந்த வாட்ச் சமாச்சாரத்திலிருந்து, இதற்கான காரணத்தை யாரும் சொல்லி விடலாம் விளக்கறேன், கேளுங்க: பிரெஞ்சு மொழியை ரேச்சட்டால் பேசவே முடியாது... அதனால 12.37க்கு அவருடைய பெட்டியின் உள்ளேயிருந்து நான் கேட்ட பிரெஞ்சு குரல் அவருடையது கிடையாது... ஆகவே அவர் 12.37க்கு முன்னாடியே இறந்திருக்கணும். வாட்ச் காட்டிய நேரத்திலிருந்தும், 12.37க்கு என் கம்பார்ட்மெண்ட் வாசலில் ஏற்பட்ட ஓசையிலிருந்தும் ரேச்சட் 12.37க்கு முன்னாடியே மரணமடைஞ்சாச்சு எனும் ஒரு தீர்வினை நான் பார்க்கணும் என்பது கொலைக் கூட்டத்தின் எதிர்பார்ப்பு. ஆனா 12.37க்கு, தூக்க மாத்திரையின் ஆதிக்கத்துல ரேச்சட் படுக்கைலேயே கிடந்திருக்கார் என்பதுல நான் ஸ்திரமானேன்.

“இருந்தாலும் கைக்கடியாரம்தான் ஜெயிச்சது! நான் என் கம்பார்ட்மெண்ட் கதவைத் திறந்து எட்டிப் பார்த்தேன். பயன்படுத்தப்பட்ட பிரெஞ்சு வாக்கியத்தை நான் கேட்டுட்டேன். நான் படுமுட்டாளா இருந்திருந்தால் மட்டுமே, பேசப்பட்ட பிரெஞ்சு வாக்கியம்பற்றிய முக்கியத்துவம் எனக்கு எடுத்துச் சொல்லப்பட வேண்டிய தேவை இருந்திருக்கும்... இப்பக்கூட மிஸ்டர் மெக்குயின் இந்தத் திறந்த மீட்டிங்குல பேச முன்வரலாம். ‘என்ஸ்க்யூஸ் மீ மிஸ்டர் பொய்ரெட்... பேசியது மிஸ்டர் ரேச்சட்டாக இருந்திருக்க முடியாது. அவரால பிரெஞ்சு பேச முடியாது.’ இப்படி அவர் ஒப்புக்கலாம்.

''இப்ப கேள்விகள்: கொலை நடந்த சரியான காலம் ஏது? யார் கொன்னது?

''என் கருத்துப்படி - மறுபடியும் சொல்லிக்கறேன், இது என் கருத்து மட்டுமே - சாத்தியம்னு டாக்டர் கொடுத்த காலகட்டத்தின் இறுதிப்பகுதியில, அதாவது அதிகாலை இரண்டு மணியையொட்டி, ரேச்சட் கொல்லப் பட்டிருக்கார்.

''யார் அவரைக் கொன்னது என்ற கேள்வியைப் பொறுத்தவரைக்கும் ---''

இங்கு நிறுத்திக் கொண்ட அவர் கூடியிருந்த அனைத்துப் பார்வையாளர்களையும் பார்த்தார். அனைத்துக் கண்களும் அவர்மீது குவிந்து கிடந்தன. அந்த நிசப்தத்தில் குண்டு மணியோசையை உங்களால் கேட்டிருக்க முடியும்.

மெல்லமாய் முன்னேறினார்:

''ட்ரெயினில் பிரயாணித்த ஒருத்தர்மீது மட்டும் கொலைப் பழியை நிலைநிறுத்துவதில், எனக்கு அசாத்தியமான கடினநிலை ஏற்பட்டது. இந்த விஷயத்தில் ஒரு மூலையில் முடக்கப்பட்டேன் நான். மேலும், ஒவ்வொருத்தர் கேஸிலும், நேற்றிரவு அவர் எங்கிருந்தார் என்பதற்கான சாட்சி 'எதிர்பாராத' மற்றொரு நபரிடமிருந்து வந்தது. ஒரு விளக்க முடியாத விசித்திரமாய் அமைந்தது. மிஸ்டர் மெக்குயின் மற்றும் கலோனல் ஆர்புத்ராட் ஆகிய இருவரும் எங்கிருந்தார்கள்னு ஒருத்தருக்கொருத்தர் சாட்சி சொன்னாங்க: ஏற்கெனவே அறிமுகம் உள்ளது என்று சொல்லவே முடியாத இருவரும் ஒருத்தருக்கொருத்தர் தரும் சாட்சியம். இதே நிலைதான், அந்த ஆங்கிலேயப் பணியாள் மற்றும் இத்தாலியன்... ஸ்வீடன் பெண்மணி மற்றும் ஆங்கிலேய இளையவள் ஆகியவர்களின் விஷயத்திலும்! 'இது அசாத்தியம் - இவங்க எல்லாருமே இந்தக் கொலையில

சம்பந்தப்பட்டிருக்க முடியாது!' - எனக்கு நானே இப்படிச் சொல்லிக்கிட்டேன்.

''இதுக்கப்புறம்தான், லேடீஸ் அண்ட் ஜென்டில்மென், நான் ஒளியைப் பார்த்தேன். ஆர்ம்ஸ்ட்ராங் கேஸூடன் தொடர்புள்ள இத்தனை பேரும் ஒரே ட்ரெயின்ல பிரயாணிப்பது, எதிர்பாரா ஓர் ஒற்றுமை கிடையாது... இது இம்பாஸிபள்! இது எதிர்பாராத ஒன்று கிடையாது - வடிவமைக்கப்பட்ட ஒன்று! சட்டுனு எனக்குக் கலோனல் ஆணித்தரமா சொன்ன ஒரு குறிப்பு நினைவுக்கு வந்தது: 'என்ன வேணும்னாலும் சொல்லுங்க... கோர்ட் வழியா நீதி வெளியாவதே சிறந்தது.' ஒரு நீதிமன்றம் - பன்னிரெண்டு நீதிபதிகள் - இங்கே பன்னிரெண்டு பிரயாணிகள் இருக்காங்க - ரேச்சட்டும் பனிரெண்டு இடங்கள்ல குத்தப்பட்டிருக்கார். வருடத்தின் சாதகமற்ற வானிலை உலவும் இந்தக் காலகட்டத்துல, ஒரே கோச்சுல, இத்தனை வகையான மக்கள் ஏன் பிரயாணிக்கணும் எனும் என்னுடைய விளக்கப்படாத அசாதாரண கேள்வியும் இப்போ விளக்கப்பட்டது.

''ரேச்சட், அமெரிக்க நீதியிலிருந்து தப்பிச்சிருக்கார். அவர் செய்த கொடூரம்பற்றிய மறுகருத்து கிடையாது. 12 நீதிபதிகள் கொண்ட ஒரு பெஞ்ச் தன்னிச்சையாய் அமைக்கப்பட்டதையும் அது ரேச்சட்டுக்கு மரண தண்டனையைத் தந்திருப்பதையும் என்னால கண்கூடாய்ப் பார்க்க முடிஞ்சது. இந்தத் தீர்வு உருவானதும், இவ்வழக்கின் அனைத்து அம்சங்களும் பளபளக்கும் விதத்தில் மிக அழகாய் வடிவம் கொண்டு பூர்த்தியானது.

''ஒரு தலைசிறந்த நாடகமாய் இதை என்னால் பார்க்க முடிஞ்சது. ஒவ்வோர் ஆணும் பெண்ணும் அவர்களுக்கு அளிக்கப்பட்ட பாத்திரத்தை வெகு சிறப்பாய் நடித்து முடித்தார்கள். யார்மீதாவது சந்தேகம் விழுந்தால், மற்றொரு

நபர் அல்லது நபர்களின் சாட்சி அந்தச் சந்தேகத்துக்கு எதிராய் அமைந்து, அவரை விடுவித்து, கேஸை இயன்றவரை குழப்புமாறு, அற்புதமாய் அமைக்கப்பட்டிருந்தது இந்நாடகம். வெளியிலிருந்து யாராவது வந்து கொலையைச் செய்திருக்கலாமோ என்ற சந்தேகம் எழுந்தால் அதனைச் சமாளித்து ஒன்றுமில்லாமல் ஆக்க மிஸஸ் ஹப்பார்டின் சாட்சி முக்கியமாகின்றது. ஸ்டாம்புல் கோச்சிலிருக்கும் பிரயாணிகளுக்குப் பாதகம் ஏற்படாது. அவர்களுடைய சாட்சியத்தின் கடுகத்தனை துல்லியம்கூட முன்கூட்டியே மிகச் சிறப்பாய் வடிவமைக்கப்பட்டிருந்தது. இந்த முழு கேஸுமே, மாற்றிமாற்றி வைக்கப்பட்ட துண்டுகளை ஒன்றிணைத்தால் வடிவம் கிடைக்கும் ஒரு Jig-saw புதிர். புதிதாய்க் கிடைக்கும் ஒவ்வொரு சாட்சியமும் இக்கேஸை மேற்கொண்டு குழப்பி விடும்படி கலைக்கப்பட்டிருந்த ஒரு Jig-saw புதிர். என் ஃப்ரண்ட் பௌக் சொன்னதைப்போல, இது ஓர் அசாதாரண கேஸேதான். இப்படியொரு முடிவுதான் எக்ஸாக்டாக எட்டப்பட வேண்டும் என்று இந்த கேஸ் பார்த்துப் பார்த்து வடிவமைக்கப்பட்டுள்ளது.

“இந்தத் தீர்வு - அனைத்தையும் விளக்கிடுதா? யெஸ், செய்தது. காயங்களின் தன்மை - ஒவ்வொன்றும் ஒரு தனிநபரால் உண்டாக்கப்பட்டது. அச்சுறுத்தும் செயற்கை கடிதங்கள் - கடிதங்களில் உண்மைத்தன்மை இல்லாததாலேயே அவை செயற்கை என்றாகிவிடுகின்றன - ஜஸ்ட், சாட்சியை உண்டாக்க உருவாக்கப்பட்டவை. ரேச்சட்டின் உயிருக்கு அச்சுறுத்தல் தந்த நிஜக்கடிதங்கள் இருக்கு... ஆனால் அவற்றை எரித்துவிட்டு அவற்றுக்குப் பதிலாக இந்தக் கடிதங்கள் மெக்குயினால் வைக்கப்பட்டிருக்கு. ரேச்சட்தான் அவரை அழைத்தது எனும் பொய் ‘சிறிய, குள்ள கறுப்பு ஆள்... பெண்குரலில்’ என்ற, வாகன் லிட் கண்டக்டர்கள் எவருக்கும் பொருந்தவல்ல பொய்யான வர்ணிப்பு, இந்த வர்ணிப்பு

ஆண் - பெண் இருபாலருக்கும் பொருந்தும் என்பதும் ஒரு கூடுதல் பொய்... இப்படி, ஆரம்பத்திலிருந்து கடைசி வரை பொய், பொய், பொய் என்று போகும் ஹார்ட்மேனின் கதை.

''குத்திக் கொல்வது என்பது, அதிர வைக்கும் ஓர் அணுகுமுறையா ஆரம்பத்தில தோன்றினாலும், யோசிக்கும் போது, சூழ்நிலைக்கு மிக உகந்தது இது ஒண்ணுதான்னு விளங்கிடும். எவராலும் - பலமானவர்கள் மற்றும் பலமற்றவர்கள் என்று எவராலும் பயன்படுத்தவல்ல ஓர் ஆயுதம், பிச்சுவாக்கத்தி. ஓசையெழுப்பாது. எனக்கென்னவோ, மிஸஸ் ஹப்பார்ட் கம்பார்ட்மெண்ட்டிலிருந்து ரேச்சட்டின் இருட்டுப் பகுதிக்கு வழிபண்ணித் தரும் கதவு வழியா ஒவ்வொருத்தரா போய்க் குத்திட்டு வந்திருப்பாங்களோனு தோணுது! யாருடைய குத்து அவரைக் கொன்னது என்பது இவர்களில் யாருக்கும்கூட தெரியாது.

''ரேச்சட் அவருடைய படுக்கையில பார்த்த கடைசி கடுதாசி ஜாக்கிரதையாய் எரிக்கப்பட்டிருக்கு. ஆர்ம்ஸ்ட்ராங் கேஸுடன் தொடர்பேற்படுத்தும் எவ்விதத் துப்பும் இல்லாபட்சத்தில் ரயில் பிரயாணிகள் ஒருவரும் சந்தேகத்துக்கு ஆளாக மாட்டார்கள். வெளியாள் செய்த ஒரு கொலை என்றும் - ப்ராட் நிறுத்தத்தில், 'சிறிய, குள்ள கறுப்பு ஆள்... பெண்குரலில்' உள்ளே வந்து போனதை ஒன்றுக்கு மேற்பட்ட பிரயாணிகள் பார்த்துள்ளார்கள் என்றும் வழக்கு முடிக்கப்பட்டிருக்கும்.

''ட்ரெயின் பனிச்சரிவால் நின்றதும், தங்களுடைய திட்டத்தை மேற்கொண்டு நடைமுறைப்படுத்த முடியாது என்பது திட்டமிட்டவர்களுக்குத் தெரிந்ததும், என்ன நடந்ததுனு எனக்குத் தெரியல. அவசர அவசரமாய் ஒரு கலந்துரையாடல் நடந்து, எப்படியாவது அரங்கேற்றியே ஆகணும்னு முடிவாகியிருக்கணும்... இப்படித்தான் நான்

நினைக்கிறேன். இப்ப ஒவ்வொரு பிரயாணியும் சந்தேகத்துக்கு உள்ளாவார்கள் என்பது நிஜம். ஆனால், இந்தச் சாத்தியக்கூறு ஏற்கெனவே பார்க்கப்பட்டு ஈடுகட்டப்பட்டுள்ளது. ஆக, செய்ய வேண்டிய ஒரேயொரு சமாச்சாரம், மேற்கொண்டு முடிந்த வரைக்கும் கேஸைக் குழப்பி விடுவது. க்ளூஸ் எனும் போர்வையில ரெண்டு துப்புகள் மரணமடைந்தவரின் அறையில 'போடப்பட்டிருக்கு.' ரெண்டு மணி வரைக்கும் மெக்குயினுடன் இருந்திருக்கார் என்ற ஸ்ட்ராங்கான சாட்சியமும், ஆர்ம்ஸ்ட்ராங் குடும்பத்துடன் தொடர்பு இருந்திருக்கு என்று நிரூபிக்க ரொம்ப கஷ்டமான நிலையும் உள்ள கலோனல் ஆர்புத்ராட் பக்கம் கைநீட்டும் ஒரு சாட்சி. அடுத்தது, கைக்குட்டை. இளவரசி எனும் மாபெரும் சமுதாய பதவியும், குத்திக் கொலை பண்ணும் திராணி கொஞ்சமும் இல்லாத உடல்வாகும், நேற்றிரவு அவங்க எங்கேயிருந்தாங்க என்பதுபற்றிக் கண்டக்டர் மற்றும் அவருடைய பணிப்பெண் தரும் சாதகமான சாட்சியும், அவங்களைக் கொலையிலிருந்து ரொம்ப தூரம் தள்ளி வெக்குது... ஆனா ரேச்சட் பெட்டியிலிருப்பது அவங்க கைக்குட்டை! இன்னும் குழப்ப, சிகப்பு கவுன் - பெண்தான் இதில் சம்பந்தப்பட்டுள்ளாள் எனத் திசைதிருப்ப. என் கதவு வாசல்ல இடியோசை - நான் எழுந்து வந்து வெளியே பார்க்கிறேன் - சிகப்பு கவுன் பெண் தூரத்தில் மறைகிறாள். கண்டக்டர், டெபன்ஹாம் மற்றும் மெக்குயினும் 'அந்தப் பெண்ணைப்' பார்க்கிறாங்க. இந்த அழகுல, டைனிங் கார்ல உட்கார்ந்து நான் எல்லாரையும் சந்திச்சுப் பேசிக்கிட்டிருக்கும் போது அந்தக் கவுனைக் கொண்டுபோய் யாரோ என் அறையில வெச்சிருக்காங்க - இதைச் செஞ்சது நல்ல ஹாஸ்யமான பேர்வழியாதானிருக்கணும்.

"கடிதம் முழுக்க எரிக்கப்படலே என்ற சேதியும், எரிக்கப்படாத பகுதியில ஆர்ம்ஸ்ட்ராங் எனும் பெயர்

கிடைக்கப்பட்டிருக்கு எனும் சேதியும் முதன்முதலா மெக்குயினுக்குத் தெரிய வந்ததும், உடனடியா இதை அவர் ஏனைய அனைவருக்கும் சொல்லியிருக்கணும். இந்தக் கட்டத்துலதான் கவுண்ட் ஆன்த்ரநேயீயுடைய மனைவியின் நிலைமை ஆபத்தா ஆகிடுது. உடனடியா அவங்களுடைய பாஸ்போர்ட் தகவல்களை மாற்ற பிரபு ரகசிய நடவடிக்கை எடுத்துடறார். இது அவங்களுடைய இரண்டாவது துரதிர்ஷ்டம்!

''அவங்க ரெண்டு பேருமே ஆர்ம்ஸ்ட்ராங் குடும்பத்துடன் இருந்த தொடர்பினை ஒட்டுமொத்தமா முழுக்க மறுத்தாங்க. இதை நிரூபிக்க உடனடி சாட்சி என்கிட்டே இல்லை என்பது அவங்களுக்குத் தெரியும். அவங்களுக்கு எதிரா சாட்சிகள் தலைதூக்காவிட்டால் நான் இந்த ஆர்ம்ஸ்ட்ராங் தொடர்பைக் கையில தூக்கிக்க மாட்டேன்னு அவங்க நினைச்சாங்க.

''இப்ப இன்னொரு பாயிண்ட்டையும் நாம கவனிக்க வேண்டியிருக்கு. நான் சொல்லும் தியரிதான் சரின்னு எடுத்துக்கொள்ளும்பட்சத்தில் - இதுதான் சரின்னு நான் ஸ்திரமா இருக்கேன் - வாகன் லிட் கண்டக்டரே இந்த திட்டத்துக்கு உடந்தையா இருந்திருக்கார். அப்படின்னா, இது நமக்குப் பதின்மூன்று நபர்களைத் தருது - பனிரெண்டை அல்ல. 'இத்தனை பேர்ல ஒருத்தர்தான் கொலைகாரன்' எனும் வழக்கமான அணுகுமுறைக்குப் பதிலா 'பதின்மூன்று பேர்ல ஒருத்தர்தான் குற்றமற்றவர்' எனும் விசித்திரமான கட்டத்துக்கு நான் தள்ளப்பட்டேன். யாரந்த ஆள்?

''ஒரு வித்தியாசமான தீர்வுக்கு நான் வந்தேன். இந்தக் கொலையில பங்கே எடுத்துக்காத ஆசாமிதான், அப்படிப் பட்டவரா இருக்க முடியும் எனும் முடிவுக்கு வந்தேன். ஆன்ட்நேயீயின் மனைவியை நான் குறிப்பிடறேன்.

நேற்றிரவு கம்பார்ட்மெண்ட்டை விட்டுத் தனது மனைவி அகலவே இல்லைன்னு சத்தியமடிச்சு சொன்ன பிரபுவின் நேர்மை எனக்குள் பதிப்பை உண்டாக்கிச்சு. இங்கே, தனது மனைவியின் இடத்தைப் பிரபு எடுத்துக்கிட்டார் எனும் தீர்மானத்துக்கு நான் வந்தேன்.

''அப்படின்னா, பியாரி மிச்சல், அந்தப் பனிரெண்டில் நிச்சயமா ஒருத்தன். ஆனா அவனுடைய சம்பந்தத்தை யார் நிரூபிப்பது? இந்தக் கம்பெனியில பல வருடங்களாய் இருக்கும் ஒரு டீஸெண்ட்டான ஆசாமி அவன். ஆகவே ஒரு கொலைக்கு உடந்தையாய் இருக்க சீக்கிரத்துல மசிந்துவிட மாட்டான். ஆகவே ஆர்ம்ஸ்ட்ராங் வழக்குல மிச்சல்லும் ஓர் ஆங்கமா இருந்தாகணும். இருந்தாலும் இது சாத்தியமானதா படல. குழம்பினேன். அப்பத்தான், பணிப்பெண்ணுக்கு ஒத்தாசையாய் அங்கிருந்த இறந்த வேலைக்காரி ஒரு பிரெஞ்சுக்காரி என்பது என் நினைவுக்கு வந்தது. ஒருவேளை அந்தத் துரதிர்ஷ்டப் பெண், மிச்சல்லின் பெண் என்று நாம் வைத்துக் கொண்டால்...? இது, இந்த விஷயத்தை மட்டுமல்ல, எதற்காக இந்தக் கொலை ட்ரெயினில் திட்டமிடப்பட்டது என்பதையும் அழகா விளக்கிடும். இந்தக் கொலை நாடகத்தில் வேறு யாருடைய பாத்திரமாவது விளங்காமல் இருக்கா? கலோனல் ஆர்புத்ராட்டை ஆர்ம்ஸ்ட்ராங்கின் நண்பரா நான் வகைப்படுத்துவேன். ரெண்டு பேரும் போர்க்காலத்தில் ஒண்ணா இருந்திருக்கக் கூடும். ஹில்டே-கார்டே ஷ்மிடிட்டின் நிலைமையை, ஆர்ம்ஸ்ட்ராங்கின் வீட்டு வேலைக்காரிகளுடன் என்னால் பொருத்திவிட முடியும்.

''பிறகு, ஹார்ட்மேன். ஆர்ம்ஸ்ட்ராங் குடும்பத்துடன் தொடர்பே இல்லாதவர்னு நிச்சயமா சொல்லும்படியா தோன்றினார் இவர். அந்த பிரெஞ்சு பெண்ணுடன் இவருக்குக் காதல் இருந்திருக்குமோ என்று மட்டுந்தான்

என்னால கற்பனை பண்ண முடிஞ்சது. அயல்நாட்டுப் பெண்களின் வசீகரம்பற்றி நான் இவர்கிட்டே பேசினேன் - சட்டென்று எனக்குத் தேவைப்பட்ட ரியாக்ஷன் இவரிடம் விளைந்தது. இவர் கண்களில் திடீரென்று கண்ணீர் முளைத்தது. ஏதோ பனியின் தாக்கத்தால் அது விளைந்தது என்பதைப்போல இவர் காட்டிக்கிட்டார்.

"மிஞ்சுவது, மிஸஸ் ஹப்பார்ட். இந்தக் கொலை திட்டத்துல முக்கிய பாத்திரத்தை மிஸஸ் ஹப்பார்ட் ஏந்தியிருக்காங்கனு இப்ப சொல்லிக்க விரும்பறேன். ரேச்சட் பெட்டிக்கு வழிபண்ணித்தரும் அடுத்த கம்பார்ட்மெண்ட்டுல இருந்திருப்பதால், மற்ற எவரையும்விட அதிகச் சந்தேகத்துக்கு ஆளாகக்கூடிய வாய்ப்பை இவங்க அனுமதிக்கிறாங்க. இவங்க வேற இடத்துல இருந்தாங்க எனும் alibi கிடையாது. இவங்க ஏந்திய பாத்திரமான - சற்றே கேலிக்கூத்தாய் நடந்துக்கும் ஓர் அமெரிக்கத் தாயார் - எனும் பாத்திரத்தை ஏற்று நடத்த ஒரு கலைஞர் தேவை. ஆனா ஆர்ம்ஸ்ட்ராங் குடும்பத்துடன் தொடர்புள்ள ஒரு கலைஞர் இருக்காங்க - மிஸஸ் ஆர்ம்ஸ்ட்ராங்கின் தாய் - லிண்டா ஆர்ஸன், நடிகை---"

இங்கு அவர் நிறுத்தினார்.

அப்போது, சாந்தமான மற்றும் மதிப்புமிக்க குரலெடுத்து, பிரயாணத்தில் அவர் பயன்படுத்திய கேலிப்போக்கான பாங்கற்ற மரியாதையான தொனியில் பேசினார் மிஸஸ் ஹப்பார்ட்:

"காமெடி பாத்திரங்கள் ஏற்று நடிக்க எனக்கு எப்பவுமே ஆசையுண்டு."

அதே கனவுக்குரலில் தொடர்ந்தார் அவர்:

"ஸ்பாஞ்ச் கைப்பை விஷயத்துல தோத்துட்டது முட்டாள்தனம். ஒழுங்கா ரிஹர்ஸல் பார்க்கணும் எனும்

அறிவுறுத்தலை இது தருது. இதையும் நாங்க ரிஹர்ஸ் பண்ணியிருந்தோம். ஆனா அப்ப நான் இரட்டைப்படை கம்பார்ட்மெண்ட்டுல இருந்திருக்கணும். தாழ்ப்பாள்களும் கைப்பிடிகளும் மாறியிருக்கும்னு நான் எதிர்பார்க்கல.''

சற்று திரும்பியமர்ந்து பொய்ரெட்டை நேராய்ப் பார்க்குமாறு மிஸஸ் ஹப்பார்ட் உட்கார்ந்து கொண்டார்.

''இதைப்பற்றி உங்களுக்கு இப்ப எல்லாம் தெரியும், மிஸ்டர் பொய்ரெட். நீங்க ஓர் ஒண்டர்ஃபுல் மேன் - ஆச்சர்யிக்கத்தக்க மனுஷன். இருந்தாலும்கூட உங்களால அந்தக் கர்ணகொடூரமான நாள் எங்களுக்கு எப்படி இருந்ததுனு கற்பனை பண்ண முடியாது. துக்கத்தால் தொண்டையடைச்சுக் கிடந்தேன் நான். எல்லா வேலைக்காரர்களும். கலோனல் ஆர்புத்ராட்டும் அங்கே அன்னிக்கு இருந்தார். அவர் ஜான் ஆர்ம்ஸ்ட்ராங்கின் பெஸ்ட் ஃப்ரண்ட்.''

''அவர் போர்ல என் உயிரைக் காப்பாற்றியவர்'' என்றார் ஆர்புத்ராட்.

''பைத்தியமா ஆகியிருந்த நாங்க - அங்கேயே அப்போதே முடிவெடுத்தோம். தூக்குக் கயிறிலிருந்து தப்பித்த கெஸட்டீயின் தண்டனை, நிறைவேற்றப்படணும். நாங்க பன்னிரெண்டு பேர் அங்கே இருந்தோம் - பதினொண்ணுனு சொல்லலாம் - ஸூஸேனியின் அப்பா அப்போ பிரான்ஸூல இருந்தார். குலுக்கல் போட்டு எங்கள்ல யார் அவனைக் கொல்வதுன்னு முடிவெடுக்க நினைச்சோம் - ஆனா கடைசியில இப்படி முடிவாச்சு. டிரைவர் ஆண்டானியோதான் இப்படி ஆலோசனை தந்தது. ஹெக்டர் மெக்குயினுடன் உட்கார்ந்து இதில் உள்ள அத்தனை சமாச்சாரங்களையும் மேரி திட்டமிட்டா. என் மகள் சோனியாமீது இவருக்கு எப்பவுமே பெருமிதம்

உண்டு. பணத்தால கெஸட்டீ எப்படித் தப்பிச்சான்னு எங்களுக்கு விளக்கினதே இவர்தான்.

''எங்க திட்டத்தை நேர் செய்ய வெகுகாலம் பிடிச்சது எங்களுக்கு. ரேச்சட்டை நாங்க முதல்ல கண்டுபிடிச்சாகணும். இதை ஹார்ட்மேன் கவனிச்சுக்கிட்டார். பிறகு மாஸ்டர்மேனையும் மெக்குயினையும் - இல்லேனா ரெண்டு பேர்ல ஒருத்தரை - எப்படியாவது ரேச்சட்டிடம் பணியமர்த்தியாகணும். வெல், எப்படியோ இதையும் முடிச்சோம். பிறகு நாங்க ஸூஸேனியின் அப்பாவிடம் ஆலோசனை செஞ்சோம். நாங்க பன்னிரெண்டு பேரும் இதுல இருந்தாகணும்னு திட்டவட்டமா இருந்தார் கலோனல் ஆர்புத்ராட். குத்துவதுல கலோனலுக்கு உடன்பாடு இல்லேன்னாலும் எங்களின் பல இக்கட்டுகளைக் குத்திக் கொல்வது தீர்த்து வைத்து விடுவதால் இறுதியா ஒப்புக்கிட்டார். வெல், ஸூஸேனியின் அப்பா ஏத்துக்கிட்டார். அவருடைய ஒரே பொண்ணு, ஸூஸேனி. கூடிய சீக்கிரத்துல கிழக்குப் பகுதியிலிருந்து கிளம்பி ஓரியண்ட் எக்ஸ்பிரஸ்ல ரேச்சட் வரப் போகிறார் என்ற தகவல் ஹெக்டர் மூலமா கிடைச்சது. மிச்சல் அதே ட்ரெயின்ல வேலை பார்க்கும் அனுகூலம் இருந்ததால, இந்த வாய்ப்பை நழுவவிடவே கூடாது என்று ஆனோம். மேலும் வெளியாட்கள் வேற யாரும் இதுல மூக்கை நுழைப்பதும் தவிர்க்கப்பட்டுடும்.

''என் பொண்ணோட கணவருக்கு இதுபற்றித் தெரியணும், அஃப்கொர்ஸ்... அவரும் வேற அவளோட இதே ட்ரெயின்ல வரேன்னு அடம்பிடிச்சார். மிச்சல் டியூட்டியில இருக்கும் அதே நாள்ல ரேச்சட் பிரயாணம் ஆகுமாறு ஹெக்டர் பார்த்துக்கிட்டார். ஸ்டான்புல்-கேலீஸ் கோச்சின் ஒவ்வொரு கம்பார்ட்மெண்ட்டையும் நாங்களே ஆக்கிரமிக்க முடிவு செஞ்சோம். ஆனா துரதிர்ஷ்டவசமா

ஒரேயொரு கம்பார்ட்மெண்ட்டை மட்டும் எங்களால தக்க வெச்சுக்க முடியல. அது, கம்பெனியின் டைரக்டருக்காக ரொம்ப நாட்களுக்கு முன்னாலேயே பதிவாகியிருக்கு. மிஸ்டர் ஹாரீஸ் - அஃப்கொர்ஸ், ஒரு கட்டுக்கதை. ஆனா ஹெக்டரின் கம்பார்ட்மெண்ட்டுல வேற ஒருத்தர் தங்குவது இக்கட்டான நிலையை எங்களுக்கு உண்டாக்கிடும். அப்பத்தான், கடைசி நேரத்துல, நீங்க வரீங்க...''

இங்கு மிஸஸ் ஹப்பார்ட் நிறுத்தினார்.

''வெல்'' என்று பிறகு தொடர்ந்தார்:

''எல்லாமும் உங்களுக்கு இப்பத் தெரியும், மிஸ்டர் பொய்ரெட். இனி மேற்கொண்டு இதை எப்படிக் கையாளப் போறீங்க? எல்லாரும் சட்டத்தின் முன் நிறுத்தப்படணும் என்றொரு நிலைப்பாட்டை நீங்க எடுத்தீங்கன்னா, ப்ளீஸ், என்னை மட்டும் நீங்க ஏன் குற்றவாளியா ஆக்கிடக் கூடாது? என்னை மட்டும். அந்தக் கொடூரனை நான் மனப்பூர்வமா பன்னிரெண்டு முறை குத்தியிருப்பேன்! என் மகள் மற்றும் அவளுடைய மகள் ஆகியோரின் மரணத்துக்கு மட்டும் அந்த கிராதகன் காரணமா நிக்கல... இன்று இருந்திருந்தால் சந்தோஷப் பூங்கொத்தாய் இருந்திருக்கக்கூடிய இந்த இன்னொரு குழந்தையையும் அல்லவா கொன்னுட்டான். இன்னும் நிறைய குழந்தைகளைக் கொன்னுட்டான்னு நான் சொல்வேன் - டெய்ஸீக்குப் பிறகு குழந்தைகள் இருந்திருக்கலாமே. சமுதாயம் அவனைக் கண்டித்தது. வன்மையா கண்டித்தது. நாங்க அந்தக் கண்டிப்பைச் செயல்படுத்தியிருக்கோம், தட்ஸ் ஆல். ஆனா ஏனைய எல்லோரையும் இதுக்குள்ளே கொண்டு வந்து புகுத்துவது தேவையற்றது. இந்த அனைத்து நல்லிதயங்களும் - புவர் மிச்சல் - ஒருவரையொருவர் நேசிக்கும் மேரியும் கலோனலும் - விட்டுடுவோம்...''

தனது கட்டுக்கோப்பாய்ப் பயிற்சியளிக்கப்பட்ட குரலால் - உணர்ச்சிபூர்வமாய், ஆழ்ந்து பங்களித்து இதயங்களைச் சுண்டியிழுத்துவிடும் குரலால் - நியூயார்க் ரசிகர்களைக் கட்டிப்போட்டு வைத்திருந்த அதே குரல், இங்கும், ஆழ்ந்து உணர்ந்து அனுபவித்துக் கதறியது.

பொய்ரெட் தனது நண்பனைப் பார்த்தார்: "நீங்கதான் கம்பெனியின் டைரக்டர், மிஸ்டர் பௌக்" என்றார். "என்ன சொல்றீங்க, நீங்க?"

பௌக் தனது தொண்டையைச் செருமினார். "என்னைப் பொறுத்தமட்டில், மிஸ்டர் பொய்ரெட்" என்றவர் தீர்மானமாய்ச் சொன்னார். "நீங்க எங்களுக்கு முன்னால் வைத்த முதல் தியரிதான் சரியானது. நிச்சயமா. யூகோஸ்லேவியன் போலீஸ் உள்ளே வந்து நுழையும்போது அந்தத் தியரியைத்தான் நாம அவங்களுக்கு முன்னாடி வெக்கணும் என்பது என் கருத்து. ஒத்துக்கறீங்க இல்லையா, டாக்டர்?"

"ஸர்ட்டன்லி, நான் ஏத்துக்கறேன்" - சொன்னார் டாக்டர் கான்ஸ்டன்டைன்.

"அப்படின்னா..." என்ற பொய்ரெட், "என் தீர்வினை உங்க முன்னாடி வைத்துவிட்டபடியால், இந்த வழக்கிலிருந்து நான் விலகிடலாம்னு நினைக்கிறேன்" என்றார்.

முடிந்தது